ഗ്രീൻ ബുക്സ്

രുചിസല്ലാപം

ജോൺപോൾ

എഴുത്തുകാരൻ, സാമൂഹികപ്രവർത്തകൻ, മാധ്യമ വിദഗ്ദ്ധൻ, അദ്ധ്യാപകൻ, തിരക്കഥാകൃത്ത്, ഫിലിം നിർമ്മാതാവ്. 1950 ഒക്ടോബർ 29ന് എറണാകുളം ജില്ലയിൽ ജനനം. സാമ്പത്തികശാസ്ത്രത്തിൽ എം.എ. ബിരുദം. ഗ്രന്ഥശാലാ പ്രസ്ഥാനത്തിലും ഫിലിം സൊസൈറ്റി പ്രവർത്തനത്തിലും സ്കൗട്ട് പ്രസ്ഥാനത്തിലും സജീവമായിരുന്നു. ടെലിഫിലിമുകളും ഡോക്യുമെന്ററികളും നിർമ്മിക്കുകയും എഴുതുകയും സംവിധാനം ചെയ്യുകയും ചെയ്തു. ദേശസാൽകൃത ബാങ്കിൽ 1972 മുതൽ 1983 വരെ സേവനമനുഷ്ഠിച്ചു. പിന്നീട് ചലച്ചിത്രമേഖലയിൽ സജീവമായി. നൂറിനടുത്തു ഫീച്ചർ ചിത്രങ്ങളുടെ രചനയിൽ പങ്കാളിയായി.
അവാർഡുകൾ: *മികച്ച ചലച്ചിത്ര ഗ്രന്ഥത്തിനും മികച്ച ടെലിഫിലിം കഥയ്ക്കുമുള്ള സംസ്ഥാന അവാർഡ്, തിരക്കഥയ്ക്കും ഡോക്യുമെന്ററിക്കുമുള്ള ക്രിട്ടിക്സ് അസോസിയേഷൻ അവാർഡ്. എം.ടി. സംവിധാനം ചെയ്ത 'ഒരു ചെറുപുഞ്ചിരി'യുടെ നിർമ്മാതാവ്.*

ഗ്രീൻ ബുക്സ് പ്രസിദ്ധീകരിച്ച
ഗ്രന്ഥകർത്താവിന്റെ ഇതര കൃതികൾ

(ഓർമ്മ)

ഒരു കടങ്കഥപോലെ ഭരതൻ

അടയാളനക്ഷത്രമായി ഗോപി

(ലേഖനം)

പരിചായകം

അനുഭവം

രുചിസല്ലാപം

ജോൺ പോൾ

ഗ്രീൻ ബുക്സ്

green books private limited
gb building, civil lane road, ayyanthole,
thrissur- 680 003, kerala, ph: +91 487-2381066, 2381039
website: www.greenbooksindia.com
e-mail: info@greenbooksindia.com

malayalam
ruchisallapam
experience
john paul

first published january 2019

illustrations : chandraprasanth
cover design : gayatri artist

branches:
thrissur 0487-2422515
palakkad 0491-2546162
thiruvananthapuram 0471-2335301
calicut 0495 4854662
kannur 0497-2763038

isbn : 978-93-87357-70-9

GBPL/1056/2019

മുഖക്കുറി

രുചി മൂർച്ഛകളിൽ സർഗ്ഗാത്മകസൗന്ദര്യവും മുക്തിയും മോക്ഷവും കാണുന്ന ജോൺപോളിന്റെ രുചിവിസ്മയങ്ങളുടെ സല്ലാപമാണ് ഈ പുസ്തകം. മുഴുവൻ അർത്ഥത്തിലും ഇതൊരു സർഗ്ഗാത്മകകൃതിയാണ്. സിനിമാസഞ്ചാരങ്ങൾക്കിടയിൽ, സുഹൃദ്സംവാദങ്ങൾക്കിടയിൽ വീണുകിട്ടുന്ന തീൻമേശക്കൂട്ടായ്മകളുടെ രുചിനിറവിൽ മംഗളംപാടി സ്തുതി ചൊല്ലിയെഴുതിയ അനുഭവസാക്ഷ്യങ്ങൾ. രുചിസ്തുതികളിലൂടെ തന്റെ ഭക്ഷണപ്രിയതയുടെ ആത്മാവിഷ്കാരം ഒരു നവസിനിമയുടെ ചേരുവകൾപോലെ അവതരിപ്പിക്കപ്പെടുന്നു.

കൃഷ്ണദാസ്
മാനേജിങ് എഡിറ്റർ

ഉള്ളടക്കം

തരിയും കറിയും 09
അടുക്കളപ്പൊന്ന് 12
പുട്ടിരി - രുചി പരമ്പര
ദൈവങ്ങളുടെ പ്രാതൽ 14
പുട്ടും കന്യകനും 17
മേനോന്റെ രുചിബാന്ധവം 20
എസ്തഫാനോസിന്റെ
രുചിപ്രമാണം 22
സിന്ദൂരപ്പൊട്ടുകൾ 25
പാവയ്ക്കാപുളി 27
കല്യാണത്തലേന്ന് രുചിമേളം 30
വക്കച്ചന്റെ കട 33
പുട്ടും പുട്ടുലർത്തിയും 35
ഉറുമീസ് രുചികൾ 37
ചായക്കൂട്ട് 40
ഒരു ഐ.വി. ശശി രുചിക്കൂട്ട് 43
പുഴയോരത്തെ മുല്ലപ്പൂക്കൾ 45
പഴംപൊരിയും ബീഫും 47
വേപ്പിലക്കട്ടി 49
മൂത്തതിന്റെ പൊടിക്കൈ 52
വീണ്ടും ചില ചായക്കാര്യങ്ങൾ 55
ചക്കക്കുരുകൊണ്ട് ഊണുത്സവം 57
സവാളവടയുടെ പരിണാമം 59
ഉപ്പിലിട്ടതോളം വരുമോ ഉപ്പ്! 61
കർക്കടകത്തിന്റെ രുചി 64
ദോശകൊണ്ടൊരു യുദ്ധം 67
കടച്ചക്കയുടെ ദശാവതാരം 69
ഉള്ളിപ്പൂവ് 71
മക്രോണിയും സോയാചങ്ങും -
രണ്ടു രസക്കുടുക്കകൾ 74
അമ്പിളിച്ചെമ്മീൻ 77
ചിത്രദോശ 81
തുരുത്തിലെഴുതിയ
രുചിക്കവിത 83
ഭരതൻ ടച്ചുള്ള വിരുന്ന് 86
ലഡുവിന്റെ സഖി 89
വെങ്കായം ബൈ ഭരതൻ 92
ചക്കപുരാണം 95
പഴഞ്ഞിയിലെ ക്രിസ്തുമസ് 98
തൊമ്മിയുടെ അപ്പം 101
രുചിവീട്ടിലെ സഖാവ്
വിരോണി 104
ദുഃഖവെള്ളിയുടെ കഞ്ഞി 107
രുചി ഏട്ടൻ 111
ആശ്രമമത്സ്യങ്ങൾ 115
മത്തങ്ങയെക്കുറിച്ചു
സംസാരിക്കാം 118
70 എം.എം. ദോശയും
കൂട്ടുകാരും 121

വെട്ടിക്കൂട്ടിയ കാലം 123
രുചിയുടെ ബാലുമഹേന്ദ്രജാലം 126
ചേമ്പിന്റെ അവതാരങ്ങൾ 129
ഉഴുന്നുവടയും ചിക്കനും 132
പച്ചമലയിലെ ആതിഥേയർ 135
ഒടുവിലാന്റെ കൊഞ്ചുകറി 137
രാജമുദ്രയുള്ള രുചി 139
അനുഗ്രഹപ്രസാദം 141
അമ്പടാ അമ്പട്ട്! 143
നാടൻ അടുക്കളയിലെ ഐറിഷ് വീര്യം 146
നാടൻ നൂഡിൽസ് 149
പപ്പടത്തെരുവിലെ യാത്രകൾ 151
പൊട്ടുകുത്തിയ മാധുരി 153
ഇതായിരുന്നു ആദ്യത്തെ പ്രിയോർമാവ് 155
പഴമയുടെ പഴംരുചി 158

തരിയും കറിയും

മുസ്ലീം സ്ട്രീറ്റിലെ വാടകവീട്ടിൽ താമസിക്കുമ്പോൾ നോമ്പുകാലത്ത് അയൽപക്കത്തെ മുസ്ലീം ഭവനങ്ങളിൽ വൈകുന്നേരമാകുമ്പോൾ നോമ്പു തുറക്കുവേണ്ടി ഒരുക്കുന്ന വിഭവങ്ങളുടെ വറമണം ബാങ്കുവിളിക്കൊപ്പം കാറ്റിലൂടെ ഒഴുകിയെത്തും. നെയ്യിന്റെ വേവഴകോടെ വീശുന്ന ഏലക്കായ യുടേയും ഉള്ളിയുടേയും സുഗന്ധം വിരുന്നു വരുമ്പോൾ കൊതിയോടെ നാവുറപ്പിക്കും:

'തരി' ഒരുങ്ങി.

വൈകുന്നേരനടത്തകളിൽ മാർക്കറ്റ് റോഡിലെ മുസ്ലീം ഹോട്ടലിൽ നോമ്പുതുറ നേരത്ത് 'തരി' രുചിയോടെ മൊത്തിക്കുടിക്കുന്ന ഭാഗ്യവാ ന്മാരെ കൊതിയോടെ നോക്കി നുണഞ്ഞു പൊറുതിമുട്ടിയപ്പോൾ ജീവിത ത്തിലാദ്യമായി അമ്മയുടെ അരിപ്പെട്ടിയിലെ കള്ളിയിൽ കമിഴ്ത്തിവെച്ച നാഴിക്കടിയിലെ 'ഉരി'യിലെ ചില്ലറത്തുട്ടുകളിലേക്ക് വിരലുകൾ നീണ്ടു. അരയണത്തുട്ടൊരെണ്ണം പോക്കറ്റിലാക്കി രണ്ടും കല്പിച്ച് അലസനടത്ത യ്ക്കെന്നോണം നേരംനോക്കി പുറത്തിറങ്ങി. ചന്തക്കടവിലുള്ള കവല യിലെ ഹോട്ടലായിരുന്നു ആദ്യ ലക്ഷ്യം. ഹോട്ടലിനു മുമ്പിലെത്തിയ പ്പോൾ ഒന്നു പരുങ്ങി. നേരെ എതിർവശത്താണു സുബ്രന്റെ പലചരക്കു കട. അവിടെ നിന്നാണ് പലചരക്കു സാധനങ്ങൾ വീട്ടിലേക്കു വാങ്ങു ന്നത്. അവരാരെങ്കിലും കണ്ടാൽ പുകിലാകും. മാർക്കറ്റ് റോഡിലൂടെ നേരെ വടക്കോട്ടു നടന്നു. ഏഷ്യാറ്റിക് ഡിസ്പെൻസറിക്ക് എതിർവശ ത്തായി ഒരു ഹോട്ടലുണ്ട്. അവിടെയും 'തരി' എഴുന്നള്ളത്തുണ്ട്. രണ്ടും കല്പിച്ച് അകത്തുകയറി ഒരു ഗ്ലാസ് 'തരി'ക്ക് അരയണ മതി എന്നുറപ്പു വരുത്തി ഓർഡർ ചെയ്തു.

മേശമുമ്പിൽ നാവുതൊട്ടാൽ പൊള്ളുന്ന ചൂടോടെ 'തരിയദ്ദ്യേം' പ്രത്യക്ഷപ്പെട്ടു. ആവി പറക്കുന്നു. അതിനു നെയ്വേവിലെ കിസ്മിസി ന്റേയും ഉള്ളിയുടേയും ഏലക്കായയുടേയും വശ്യഗന്ധം. അല്പമിട അതാ സ്വദിച്ചു. പിന്നെ ഗ്ലാസ് മെല്ലെ ചുണ്ടോടടുപ്പിച്ചു. സാമാന്യം ചൂട് അപ്പോഴുമുണ്ട്. നാവിലൂടെ പ്രസരിച്ചിറങ്ങിയത് പാലിൽ വെന്ത റവയുടെ

രുചിസുകൃതം. തേങ്ങാപ്പാലിലാണ് ഒരുക്കം. പെട്ടെന്നു കുടിച്ചാൽ തീർന്നു പോകുമെന്നു ഭയന്ന് രുചി നുണഞ്ഞു നാവിലേറ്റി മെല്ലെമെല്ലെ മൊത്തിയാക്കി പാനം. എത്ര പതുക്കെ മൊത്തിയാലും ഒടുവിൽ ഗ്ലാസ് കാലിയാകാതെ വയ്യല്ലോ. നിരാശയോടെ ഗ്ലാസ് കാലിയാക്കി പുറത്തിറങ്ങുമ്പോൾ അതിക്രമം സാഹസം തുടർന്നും ആവർത്തിക്കാതെ വയ്യെന്നായി. നാലാംവട്ടം കഥയിതു തുടർന്നുള്ള രുചിപാനത്തിനിടയിൽ മുഖമുയർത്തുമ്പോൾ നേരെ എതിർവശത്ത് അരച്ചായയും മൊത്തി അയൽപക്കത്തെ ഹാജിയാരുടെ കടയിലെ സെയ്ദുക്ക! കുടുങ്ങി, സെയ്തുക്ക കടയിൽ പറയും. ഹാജിയാർ പറഞ്ഞു അവിടത്തെ വല്യുമ്മ അറിയും. പിന്നെ അമ്മയുടെ കാതിലെത്തി അപ്പനറിഞ്ഞു വിസ്താരം; ശിക്ഷ..., ഉള്ളാകെയാളി.

സെയ്ദുക്ക പക്ഷേ ഒറ്റുകൊടുത്തില്ല. പകരം വാത്സല്യത്തോടെ വിളിച്ചു സ്വന്തം വീട്ടിലേക്ക് കൊണ്ടുപോയി. ഹോട്ടൽ വിഭവമായിട്ടല്ലാതെ ചിട്ടവട്ട നെറിവുപ്രകാരം ബീവി ഔസുമ്മ ഉണ്ടാക്കിയ 'തരി' കൊതി തീരുവോളം പകർന്നുതന്നു. കൂട്ടത്തിലൊരു വാചകവും.

"മാഷ്ടെ മോൻ ചായക്കടേലു പോകണ്ട. തരി ഇവിടന്നു കുടിച്ചാൽ മതി ഇനി!"

നൊയമ്പുകാലം കഴിയുംവരെ ഔസുമ്മ നോമ്പുതുറ സമയത്തു പ്രതീക്ഷിക്കുന്ന വിശിഷ്ടാതിഥിയായി പിന്നെ ഞാൻ! പെരുന്നാൾ തലേന്ന് ഔസുമ്മ വിളമ്പിയ തരിയിൽ റവയ്ക്കു പുറമെ സേമിയകൂടി വിശേഷാൽ അവതരിച്ചു കണ്ടു. തേങ്ങ പിഴിഞ്ഞതിന്റെ മൂന്നാംപാലിൽ

റവയും പഞ്ചസാരയും കൂട്ടത്തിൽ സേമിയയും ചേർത്തു പാതി വേവാകുമ്പോൾ രണ്ടാംപാലും ചേർത്തു നന്നായി കുറുകുമ്പോൾ ഒന്നാം പാൽ ചേർത്തു തിള വരുമ്പോഴേക്കും കിസ്മിസും ഉള്ളിയും നെയ്യിൽ വറുത്തു വിതാനിച്ച് ഔസുമ്മ തരിയൊരുക്കുന്നതു കണ്ടു നിൽക്കുവാൻതന്നെ രുചിസുഖം വേറെയാണ്.

പിറ്റേക്കൊല്ലം സെയ്ദുക്ക വഴിയിൽ വച്ചു കണ്ടപ്പോൾ പറഞ്ഞു:

"നാളെ 'ബറാത്' രാവാണ്. മോൻ വരണമെന്ന് ഔസു പ്രത്യേകം പറഞ്ഞിട്ടുണ്ട്."

റമസാൻ നോയമ്പിനു കുറച്ചു മുമ്പുള്ള ഒരു ദിനാചരണമാണ് 'ബറാത് രാവി'ന്റേത്. പരമ്പരാഗത മുസ്ലിം കുടുംബങ്ങൾ ഭക്തിപൂർവമാണ് 'രാവി'നൊരുക്കുക. പരമകാരുണികനായ പടച്ചവൻ ആയുസ്സിന്റെ കണക്കു തിട്ടപ്പെടുത്തുന്ന മുഹൂർത്തമാണത്രെ 'ബറാത്രാവ്'. ആ ദിവസംതൊട്ട് "സെയ്തുക്കായ്ക്ക് ഇത്രനാൾ; ഔസുമ്മയ്ക്ക് ഇത്ര; എനിക്ക് ഇത്ര..., അങ്ങനെ ഓരോരുത്തരുടെയും ആയുസ്സിന്റെ ഇനി ബാക്കി കേന്ദ്രം തിട്ടപ്പെടുത്തുന്നു എന്നാണു വിശ്വാസം.

'ബറാത് രാവി'ന് ഔസുമ്മ ഒരു വിശേഷ വിഭവമുണ്ടാക്കി. 'കറി', 'തരി'യുടെ ഒരു രൂപാന്തരം.

റവയ്ക്കു പകരം തേങ്ങ പിഴിഞ്ഞ മൂന്നാംപാലിൽ അരിപ്പൊടിയാണ് വേവിച്ചത്. അരിപ്പൊടി നന്നെ കുഴച്ചു ചെറിയ ഉണ്ടകളും മണികളുമാക്കും. അവയ്ക്കൊപ്പം നേന്ത്രപ്പഴം ചെറുതായി നുറുക്കിയതും തുടർന്നു ചേർക്കും. കടലപ്പരിപ്പു വറുത്തതു വേണമെങ്കിൽ രുചിഭംഗിക്കുവേണ്ടി അല്പം ചേർക്കാം. രണ്ടാം പാലിൽ ചെയ്വന തുടർന്നു കുറുകുമ്പോൾ ഒന്നാം പാൽ ചേർത്തു തിളപൊട്ടുമ്പോൾ നെയ്യിൽ കിസ്മിസും ഉള്ളിയും വറുത്തതു വിതാനിച്ചാൽ വാങ്ങി വിളമ്പി ചൂടോടെ നാവിലെത്തുമ്പോൾ 'ബറാത്രാവ്' അവിസ്മരണീയമാക്കും രുചിഘോഷം!

■

അടുക്കളപ്പൊന്ന്

അവനവനെ സ്വയം പരിഷ്കരിച്ച പതിപ്പ് എന്നു വിശേഷിപ്പിക്കുന്ന വിദ്വാനാണ് റാമു. പേരിൽ തുടങ്ങുന്നു പരിഷ്കാരം. രാമു അല്ല, റാമു. അതെന്താ അങ്ങനെ? ഉത്തരം മറുചോദ്യമാകും.

"എന്തുകൊണ്ട്. അങ്ങനെ പാടില്ല?"

പുഴ മുൻതുള്ളി ശോഷിച്ചു തോടായതിന്റെ പച്ചപ്പിലേക്ക് മുനമുത്തി നില്ക്കുന്ന ഒരു ചീനവല. വലയിൽ ഭാരം തൂങ്ങുവാൻ കനത്ത പാറക്കല്ലുകൾക്കു പകരം കോൺക്രീറ്റ് കട്ടകൾ. നടച്ചാലിൽ പലകച്ചീളും തെങ്ങിൻതടിയുമല്ല; പകരം കോൺക്രീറ്റ് സ്ലാബുകൾ. വല നിവർത്താൻ കമ്പിച്ചുരുളിലെ കൈപ്പിടി ചുറ്റു സംവിധാനം. ഈ ഉത്തരാധുനിക ചീനവലയിൽ കുരുങ്ങേണ്ടുംവണ്ണം കുരുങ്ങുന്ന മീനിനു മാത്രമേ അവിടത്തെ അടുക്കളയിലേക്ക് എൻട്രി പാസുള്ളൂ!

ചീനവലയ്ക്കിപ്പുറം ഇളംവെയിലിൽ തിളങ്ങുന്ന ചന്തമുള്ള ലോൺ. വീടിനു തെക്കരികിലായി. ഒറ്റനില വീട്. ഒരു വലിയ ഹാൾ, അടുക്കള. അതിലൊരു മൂലയ്ക്ക്, തുറവിയോടെ. ഇങ്ങേ മൂലയ്ക്ക് ഒരു ആട്ടുകട്ടിൽ, പിന്നെ രണ്ടു ചാരുബെഞ്ച്. നടുക്കൊരു വട്ടമേശ. ഇതത്രെ സ്വീകരണവേദി.

അടുക്കളച്ചൂടു നേരിട്ടെത്തും ചാരത്തായി മറ്റൊരു വട്ടമേശ. ചുറ്റും പഴയ മുക്കാലികളെ അനുസ്മരിപ്പിക്കുന്ന ഇരിപ്പിടങ്ങൾ. തീൻമേശവട്ടം അങ്ങനെ.

വീടിനു മുമ്പിലെ റാമു എന്ന പേരുപലകയോടു ചേർന്നു വിചിത്രമായ ഒരു സ്വാഗതവാക്യം വായിക്കാം.

"ശത്രുക്കൾക്കുമാത്രം സുസ്വാഗതം!"

ശത്രുനിരയിലെ ആദ്യ പേരുകാരിലൊരാളായതുകൊണ്ട് എനിക്കെപ്പോഴും കടന്നുചെല്ലാം. അങ്ങനെ ഒരിക്കൽ കടന്നുചെല്ലുമ്പോൾ തീൻനേരത്തിനു മുന്നോടിവേളയായിരുന്നു. ദേഹണ്ഡ യജ്ഞത്തിൽ സഹായം നിരോധിതം.

ഇടത്തീറ്റയ്ക്ക് ഉണ്ടാക്കിയതിന്റെ ശേഷിപ്പിൽ നിന്നാവണം നാലു പരിപ്പുവടയെടുത്തു ബലിഷ്ഠമായ മുഷ്ടിക്കുള്ളിലിട്ടൊരു ഞെരിഞ്ഞെരിച്ചു റാമു പൊടി പരുവത്തിലാക്കി. തിളപ്പിച്ചാറ്റിയ വെള്ളം ഒരു കുമ്പിൾ അതിൽ തളിച്ചു പൊടിതരികളെ സമപ്പെടുത്തി കുതിർക്കാൻ വച്ചു. നാലഞ്ചു പച്ചമുളകും ചുമന്നുള്ളിയും കുരുകുരാന്നരിഞ്ഞ് കടുകു താളിച്ച എണ്ണയിൽ മൂപ്പിച്ചെടുത്തതിലേക്ക് മേൽവലുപ്പത്തിൽ അരിഞ്ഞുവച്ച തക്കാളി നുറുങ്ങുകൾ കൂടി ചേർത്ത് നുറുങ്ങുകൾ വേവുപാകത്തിനു കുഴഞ്ഞുവരാൻ വിട്ടു പിന്നെ കുതിർക്കാൻ വച്ച വഹ അവ്വിധം ചൊരിഞ്ഞ് ഇതിലിട്ടിളക്കി യോജിപ്പിച്ചു. ഒരു ഡബ്ബയിൽ നിന്നും ഉണക്കച്ചെമ്മീൻ വറുത്തു പൊടിച്ചത് മിശ്രിതത്തിൽ വിതറി. മൊത്തം ഈർപ്പം വറ്റിവരണ്ടി ണങ്ങിയപ്പോൾ വറചട്ടി വാങ്ങി രണ്ട് ചില്ലു പ്ലെയ്റ്റിലേക്ക് ഒറോട്ടി സദൃശം മിശ്രിതം നിരത്തി അതിനു ചുറ്റും അതിരിൽ വേലികെട്ടുംപോലെ അല്പം തടിപ്പിച്ച് ഇണക്കമായി ചേർത്തു പടർത്തിവച്ചു. കാച്ചിയ പപ്പടം കുമിള പൊങ്ങിയത് രണ്ടെണ്ണെടുത്ത് ഓരോ പ്ലെയ്റ്റിലും തൽമീതെ പൊടി യാതെ വിതാനിച്ചു. അതിലൊരരികിൽ കുറിതൊടുംപോലെ തേങ്ങാ ചുട്ടു മുളകരച്ച ചമ്മന്തി ചാർത്തി മൊത്തം പ്ലെയ്റ്റോടെ മേശ നിരത്തി.

ആവി പറക്കുന്ന ഏലയ്ക്കാ ചായ പാലു തൊട്ടശുദ്ധമാക്കാതെ മൊത്തിക്കൊണ്ടു പപ്പടം പൊടിച്ചുചേർത്തു ചമ്മന്തി തൊട്ട് കരണ്ടി കൊണ്ടു മേൽ വിഭവം നാവുചേർത്തപ്പോൾ സ്വതന്ത്രവഴിയെ തന്നിഷ്ട സ്വേച്ഛകളിൽ അഹങ്കരിച്ചു നടന്നിരുന്ന വിരുദ്ധ ശ്രേണികളുടെ റാമു വിരുത്തത്തിലെ ഗരിമയാർന്ന നാവുനട പ്രത്യക്ഷം അഹോ! അതിലെ രുചിനിറവ്. അത് അനുഭവിച്ചുതന്നെ അറിയണം മാഷേ... പരിഷ്കരിച്ച പൊന്നിൻ പതിപ്പെന്ന് നാവ് സാക്ഷ്യപ്പെടുത്തും, ഒന്നല്ല നൂറുതവണ!

റാമുവേ നമഃ

■

പുട്ടിരി: രുചിപരമ്പര ദൈവങ്ങളുടെ പ്രാതൽ

'പൂട്ട്' എന്ന് ഔപചാരികമായും 'പുട്ടെ'ന്ന് നാവു വഴക്കത്തിൻപ്പടിയും വിളി പതിഞ്ഞുപോരുന്ന ടി അദ്ദ്വൈത്തിന് പ്രത്യക്ഷങ്ങൾ പലതുണ്ട്. മുളങ്കുറ്റിയിൽ കയർ വരിഞ്ഞ കണയ്ക്കുള്ളിൽ മരുവി വിലസിതമായാണ് സാമാന്യം. അതിൽത്തന്നെ മുള മാറി ഈറ്റയായാൽ വ്യാസം പാതിയാക്കി മറുപ്രത്യക്ഷം വേറെ. ചിരട്ടയ്ക്കകം നിറനിറഞ്ഞുള്ള എഴുന്നുള്ളത്ത് ഇനിയൊരുവിധം.

(ചിരട്ട തനത് തെങ്ങുവഴിയും അലുമിനിയം, സ്റ്റീൽ വഴക്കത്തിലുമാക്കി രൂപാന്തരങ്ങൾ അനുബന്ധം).

അപ്പച്ചെമ്പിലെ ആവിപ്പുറത്ത് പ്രതിഷ്ഠ തേടുന്ന മുഴുപ്പാത്രത്തട്ടിൽ നിറവിളങ്ങുന്ന അവതാരം വേറെ.

പക്ഷേ, കറിയാച്ചന്റെ തീൻമേശയിൽ വിരുന്നുവട്ടത്തിൽ പങ്കാളിയായപ്പോൾ നേർപാതി ഉഷ മരിയ വിളമ്പിയത് മറ്റൊന്നായിരുന്നു.

പുട്ടും പത്തിരിയും രണ്ടു വംശാവലിയാണ്. രണ്ടിനേയും രണ്ടുമല്ലാത്ത വാഴയിലക്കുമ്പിളിനേയും ഒന്നിച്ചൊരു മട്ടത്തിൽ മിശ്രമിശ്രിതപ്പരുവപ്പെടുത്തിയാണ് ഉഷ ശ്രീവിളയാട്ടം.

പേര് : പുട്ടിരി!

കേൾവി മാത്രയിൽ ഉയരുന്ന അമ്പരപ്പാർന്ന അദ്ഭുതം ദർശനമാത്രയിൽ ഇരട്ടിക്കും. രുചിമാത്രയിൽ അമ്പമ്പോ അമ്പരപ്പിച്ചു വശംകെടുത്തി വിസ്മയിപ്പിച്ച് ആനന്ദതുന്ദിലനാക്കുമെന്ന് നേരനുഭവം.

ചിരട്ട പ്രകൃതത്തിലാണ് അണിയറ വിതാനം. ചിരട്ടയ്ക്കുള്ളിൽ അരികു കൃത്യതയോടെ മുറിച്ചു വിതാനിച്ച വാഴയിലക്കുമ്പിളിലേക്കാണ് പൊടി മിശ്രിതത്തിന്റെ പ്രവേശം. മിശ്രിതമാകട്ടെ, പൊടി പരുവം വിട്ടു, എന്നാൽ കുഴമ്പ് പരുവത്തിലെത്തുംമുമ്പേ രണ്ടിനുമിടയ്ക്ക് ചേർത്തു വച്ചാൽ ഒട്ടുകയും വലിച്ചാൽ നീണ്ടു വലിയുകയും ചെയ്യും എന്ന മട്ടത്തിലാണ് ആഗമനം.

ഓരോ ചെറുമാത്ര അരിപ്പൊടി, ഗോതമ്പിന്റെ ആട്ട, രാഗിപ്പൊടി, ചോളപ്പൊടി എന്നിവയിൽ ആകമാനം അരമാത്ര കപ്പപ്പൊടി എന്ന കണക്കിൽ ചേർത്തിണക്കി ഇളനീരിന്റെ ഉറയ്ക്കാൻ വെമ്പുന്ന അകം കാമ്പിനെ അതിനു വിടാതെ ചീമ്പിയെടുത്തു മേൽ മിശ്രിതത്തിൽ തൂവി അന്യോന്യം പീച്ചിക്കുഴച്ചൊരു പൊതു ധാരയാക്കും. അതിനിടയിൽ പേരിനു മാത്രം ഉപ്പുനീരുകൊണ്ടൊരു തളിയാവാം.

ഈ കൂട്ടുമിശ്രിതപ്രകൃതത്തിലാണ് ചിരട്ടശ്രീയിലെ വാഴയിലക്കുമ്പിളിലേക്ക് അവതാരം. ആവി കയറ്റി, കയറി, വേവു വേവുപാകം വെന്തുമദിച്ചാൽ ഇല വാടിയ കുമ്പിൾ പ്രത്യക്ഷത്തോടെ ആവിയാറും മുമ്പേ മേശയലങ്കാരമായി എഴുന്നള്ളത്ത്.

കണ്ടാൽ ഏകം. തൊട്ടാലുമതെ. എന്നാൽ സ്പർശം കരണ്ടിതലത്തിലാക്കി ആജ്ഞാവ്യംഗ്യത്തിൽ അമർത്തിയാൽ ചൊല്ലുവിളിയോടെ കഷണമായി പിളരുവാൻ സുസമ്മതം.

പരീക്ഷണാർഥം ഒരു ചീളാദ്യം പ്ലെയിറ്റിലേക്കാവാഹിച്ചു. രുചിമട്ടം അനന്യം, നവനവം!

സാമ്പ്രദായിക മട്ടം പഥ്യമെങ്കിൽ കുടംപുളിയിട്ടു പറ്റിച്ചു വച്ച നാലു നാള് തിളപ്പിച്ചു കുറുക്കിയ മീൻകറിച്ചാറൊരുവശം. പാർശ്വവശത്തിൽ പോത്തിനെ അരപ്പു മസാലയഭിഷേകത്തിൽ വറവരട്ടി മെരുക്കി കുരുമുളക് വൃത്തത്തിൽ നടതുള്ളിച്ചതുണ്ട്. എന്നിട്ടും പോരെങ്കിൽ പച്ചക്കായ ഉള്ളി സമൃദ്ധമായി ചെമ്മീൻ ഉലർത്തിയതിനോടഭിരമിച്ചത് മുളകു മുഖ്യസ്ഥായിയിൽ വെല്ലുവിളി നേരിടുവാൻ ഒപ്പത്തിനൊപ്പം.

ഇനി ഈ വഴിവിട്ട് ഇതുവരെ രുചിക്കാത്ത രുചിയൊന്നു വേൾക്കാമെന്നാണെങ്കിൽ ചെറുകോപ്പയിൽ പേസ്റ്റ് പരുവത്തിൽ പുതിയൊരവതാരം എരിവായ എരിവത്രയും ഉപ്പിൽ വിതാനിച്ച് ഏതോ ജന്മകല്പനയിലെ മാങ്ങാച്ചുനയുടെ സ്മൃതി നുണഞ്ഞ് ചുമന്നുള്ളിക്കുഴമ്പായി മുന്നിൽ പോരാട്ടസജ്ജം. ആ രുചിവഴി അമ്പമ്പോ... അപരിമേയം, അപ്രതിരോധ്യം.

ഇതേതു വഴി പ്രാപ്യം? രുചിവഴി അറിയുവാൻ നാവു വെമ്പി. കാതു കൊതിച്ചു.

മരിയ ഉഷ ശ്രീ വടിവിൽ മൊഴിഞ്ഞു.

മൂന്നുമാസം മുമ്പ് ഭരണിയിലേറ്റിയ ഉപ്പുമാങ്ങയുടെ തെളിനീരാണ് മൂലചേരുവ. മാങ്ങാച്ചുന ഇനിക്കും ഉപ്പിലുപ്പിന്റെ തിരുവവതാരത്തിൽ കുരുകുരുങ്ങനെ അരിഞ്ഞു കൂട്ടിയ കാന്താരിമുളകിന്റെ ശകലങ്ങളെ നീന്തിത്തുടിക്കുവാൻ വിട്ടു പുറകെ ചുമന്നുള്ളി അല്ലികളടർത്തി അരകല്ലിൽ നിരത്തി അമ്മിക്കല്ലിൻ ഭേദ്യത്താൽ ചതചതച്ച് കൂട്ടുകുഴമ്പ് പരുവത്തിലെത്തിച്ച്, വടിച്ചെടുത്ത് കൂടെ ചേർക്കും. പിന്നെ ഒരലങ്കാരത്തിന്

രണ്ടു വറ്റൽ മുളകു നെടുകെ പിളർന്നതും കടുകും കറിവേപ്പിലയും താളിച്ച് മീതെ വിതാനിക്കും.

വടിവടിച്ചു പാത്രം ശുദ്ധ വെടിപ്പാക്കി ഇനി വയ്യെന്ന് അടിയറവു പറഞ്ഞു മരിയ സ്തുതി ചൊല്ലി കൈകഴുകുവാനെഴുന്നേറ്റപ്പോൾ പ്രാതൽ വരുതിയിൽ അകത്തേക്കു നിവേശിച്ച ഈ വിധങ്ങളെ ചേർത്തെണ്ണി നോക്കി മനസ്സിൽ.

അരി, ഗോതമ്പ്, റാഗി, ചോളം, കപ്പ, കരിക്ക്... ഇത്രയും ഒന്നാംവട്ടത്തിൽ. ഇനതാരിവഴിയേ, പുതുപ്രത്യക്ഷം മാത്രം സ്മരിച്ചാലോ, ഉപ്പു മാങ്ങാ നീര്, ചുമന്നുള്ളി, വേപ്പില, വറ്റൽമുളക്, കാന്താരി....

രുചിപരമ്പര ദൈവങ്ങൾക്കു നന്ദി.

■

പുട്ടും കന്യകനും

'പുട്ടു മഹാത്മ്യം' എന്നൊരു ഗ്രന്ഥമെഴുതിയിട്ടുണ്ട് ചങ്ങാതി ഹംസ ക്കോയ. ആ പുട്ട് പുകിലല്ല ഈ പുട്ടുവഴി.

തലസൂചിത്തിരിവുകൾ താണ്ടി (ഭയപ്പെടാനൊന്നുമില്ല. ഹെയർപിൻ കർവുകൾ കടന്നെന്നേ ഉന്നംവച്ചിട്ടുള്ളൂ. ഭാഷപ്പകർച്ച വി.കെ.എൻ. മട്ടത്തിൽ) പിന്നെയൊരിറക്കമുണ്ട്. ആ വഴി നാഴികകൾ മണ്ടി എത്തേ ണ്ടിടത്തെത്താമെന്നായിരുന്നു അഹങ്കാര മോഹം. കോടപെയ്ത്തിന്റെ ഭീഷണിക്കു മുൻപിൽ ഓരം ചേർന്നു കാത്തുകിടക്കുമ്പോൾ നീലഗിരി യിൽ രാവു വിളയാട്ടം തിരിനീട്ടുന്നു. അതിനിടയിൽ ഒരശരീരി മുന്നറി യിപ്പും.

"ആന ഇറങ്ങീരിക്കണത്രെ!"

ഹെയർപിൻ തിരിവും രാത്രിയും ആനയിറക്കവും തമ്മിൽ ചേർന്നു പോകില്ല; കണിശം!

രാപാർക്കാൻ തെല്ലു ചെന്നാൽ ഒരു സ്വകാര്യ അതിഥി മന്ദിര മുണ്ടത്രെ. അഭയം തേടി കടന്നുചെല്ലുമ്പോൾ അതിഥികളില്ലാത്ത തക്ക ത്തിന് ബൈക്കിലേറി സംബന്ധം പുൽകുവാനുള്ള പുറപ്പാടുവക്കത്താണ് വിചാരിപ്പുകാരൻ. അനുനയപ്പെടുത്തി മുറി പുൽകിയപ്പോൾ നെരി പ്പോടിൽ വിറകുമുട്ടുകളെ അർപ്പിച്ച് തണുപ്പകറ്റുവാൻ മുറി താപമേറ്റു ന്നതിനിടയിൽ അദ്ദേഹം മൊഴിഞ്ഞു:

മുൻകൂട്ടി അറിയിക്കാതെ വന്നതുകൊണ്ട് അത്താഴം പരുങ്ങലി ലാകും.

"എന്തു തരാനാകും?"

"മാട്ടുപ്പെട്ടി ബീഫുണ്ട്. വറുത്തരച്ചു തരാം."

"ഭേഷ്!"

"പിന്നെ..."

"പിന്നെ?"

"ചപ്പാത്തി, അപ്പം, ദോശ, ഇഡ്ഢലി..."

എല്ലാംകൂടി വേണ്ടെന്നു പറയുവാൻ നാവു തരിച്ചതാണ്. അതിനു മുമ്പേ അദ്ദേഹം നിരത്തിവെട്ടി!

"ഇതൊന്നുമില്ല."

ആന്തലോടെ ആരാഞ്ഞു:

"പിന്നെ?"

"പുട്ടു മതിയെങ്കിൽ?"

മതിയേ മതി.

ഊണുമേശ പുൽകുമ്പോൾ എരിവു വറുത്തരയുടെ വേവു സുഗന്ധം പ്രസരിപ്പിച്ചുകൊണ്ട് മാട്ടുപ്പെട്ടി കാളമച്ചാൻ ആദ്യം മുന്നിൽ നിരന്നു. പുട്ടു മാഷ് പുറകെ എഴുന്നള്ളും.

മാട്ടുപ്പെട്ടി ഇൻഡോ സ്വിസ് പ്രൊജക്ടിലെ കാള സഖാക്കൾ പിറവി തൊട്ടു പരലോകം പുൽകുന്നതുവരെ പശുവിനെ അറിയാതെ ആയുസ്സ് താണ്ടുന്നവരാണെന്ന പുരാവൃത്തം 'മർമ്മരം' സിനിമയുടെ ചിത്രീകരണ നാളുകളിലേ പരിചിതം. അവറ്റയുടെ മാംസം വേവുപുൽകി മുന്നിലെത്തുമ്പോൾ ആടടക്കം മൃദുത്വഗരിമയിൽ പുകൾപെറ്റ സമസ്തമാംസ ജനുസ്സുകളും നിഷ്പ്രഭമെന്നതിനു നാവുസാക്ഷ്യം പലകുറി. ആ രുചി

നിറവിൽ മനസ്സ് ഊയലാടവേ വിചാരിപ്പുകാരൻ പുട്ടുകുടത്തിലെ ആവി പക്ഷത്തുനിന്ന് അതേപടിയുമായി എഴുന്നള്ളി കോലുതള്ളി പുട്ടതത്രയും ആവി ചൂടോടെ പ്ലേയ്റ്റിൽ നടതള്ളി. പുട്ടിൻകണയുടെ തുഞ്ചത്ത് ഒരെണ്ണ മിനുക്കം. തേങ്ങാപ്പീര ഇടചേരുന്ന ഇടത്തുണ്ടുകളിൽ തൽക്കൂട്ടത്തിൽ നടുപിളർന്ന് അറ്റം വിടർത്താതെ നീളത്തിൽ വരിഞ്ഞ പച്ചമുളകുകളും നാലായി വകഞ്ഞ ചുമന്നുള്ളികളും ഇടചേർന്നു പ്രത്യക്ഷം. ആവിച്ചൂടിൽ മുളകു സഖാക്കൾ സമവായത്തിന്റെ അനുനയ പരുവത്തിലും ഉള്ളിക്കിടാങ്ങൾ ലയനസജ്ജരായി തൽപ്പരുവത്തിലും തുഞ്ചത്തുനിന്നും പുട്ടിൻ മധ്യേ ഒലിച്ചിറങ്ങിയ എണ്ണച്ചാലിനാൽ അഭിഷിക്തരായി വെളിപ്പെട്ടു.

കൈകൊണ്ടു പുട്ടുടയ്ക്കുമ്പോൾ തുഞ്ചത്തും ഒലിച്ചിറങ്ങി നാളീസമം പ്രവാഹപാതയിലും ഇളംമഞ്ഞ ചേർന്നു മിനുങ്ങിക്കണ്ട എണ്ണ മിടുക്ക് നറുംവെണ്ണയുടെ രൂപാന്തരമെന്നത് തൽസമയ അറിവിന്റെ രുചിവിസ്മയം. ആവിയാനത്തിനു മുമ്പ് കണമൂടും മുമ്പുള്ള അഭിഷേകമാണത്രെ നറും വെണ്ണച്ചാർത്ത്. തേങ്ങാപ്പീരയും വെണ്ണയുരുകി നെയ്യായി ചമഞ്ഞതും ചേർന്നുള്ള സംയുക്താശ്ലേഷത്തിൽ മുളകു സഖാക്കൾക്കും ഉള്ളിക്കിടാങ്ങൾക്കും സംഭവിച്ച രൂപാന്തരങ്ങളുടെ രുചിനിറവ് ചൂടുവിടാത്ത പുട്ടിൻ ശകലങ്ങൾക്കൊപ്പം ആ വേവു ചൂടിൽ ഉരുട്ടി വിഴുങ്ങുമ്പോൾ മാട്ടുപ്പെട്ടി കാളമച്ചാൻ പരിഭവിച്ചു.

ഇതിന്റെ പുറത്തു രുചിപ്പെരുമ നേടാൻ വറുത്തര പ്രത്യക്ഷം വിട്ട് ഏതുവഴി ഞാനിനി പുൽകേണ്ടൂ!

മാട്ടുപ്പെട്ടിക്കുള്ളതു മാട്ടുപ്പെട്ടിക്കും ഈ പുട്ടു മഹാത്മ്യത്തിനുള്ളത് അതിനുമുമ്പേ തൽമട്ടത്തിനും ചേരുംപടി ചാർത്തുക മാത്രം കരണീയം രുചി ദാസർക്ക്!

■

മേനോന്റെ രുചിബാന്ധവം

ഇരിഞ്ഞാലക്കുടക്കാരൻ ബാലൻ ജീവിതം തേടി മുംബൈ നഗരത്തിലെത്തി. പിന്നെ കടൽ കടന്നു ദുബായിൽ പോയി മലയാളത്തിന്റെ ചലച്ചിത്രപ്പെരുമയ്ക്ക് അറബിനാട്ടിലേക്കു പാലം പണിതു. പലവിധ പലമുഖ പലവേഷങ്ങൾക്കിടയിൽ ഉള്ള മരുന്നിനൊരു ചിത്രം നിർമ്മിക്കണമെന്ന കൊതി മനസ്സിൽ തിക്കുമുട്ടിയപ്പോൾ അക്ഷരകോവിലിൽ മൂർത്തിയായി ആരാധിച്ചുപോന്ന എം.ടിയുടെ സവിധത്തിലാണു ബാലനെത്തിയത്. 'നിർമാല്യം' കഴിഞ്ഞ് എം.ടി. പിന്നെ സംവിധാനം ചെയ്ത ചിത്രം ബാലനുവേണ്ടിയായിരുന്നു. 'ബന്ധനം'. നിർമാണ കമ്പനി: മറുനാടൻ മൂവീസ്. ചിത്രനിർമാണവും വിതരണവും പിന്നെയും തുടർന്നു.

ഈ പറഞ്ഞ വഴിയൊന്നുമല്ലാത്തൊരു സരണിയിൽ വി.ബി.കെ. എന്ന വി. ബാലകൃഷ്ണമേനോൻ അടുത്തറിയാവുന്ന ചങ്ങാതിമാർക്കിടയിൽ അദ്വിതീയനായ താരസാന്നിധ്യമാണ്. താരതമ്യങ്ങളില്ലാത്ത മേനോന്റെ ഈ കൈപ്പുണ്യരുചിസുകൃതത്തിന്റെ ഇഴയഴകിനു മുമ്പിൽ സാഷ്ടാംഗം നമിച്ചിട്ടുള്ളവരാണ് പ്രേംനസീറും മധുവും എം.ടിയും തൊട്ട് ഇങ്ങേയറ്റത്തുള്ളവർവരെ. മേനോൻ ചിത്രങ്ങളുടെ ലൊക്കേഷനുകളിലെ ഏറ്റവും വലിയ ആകർഷണം നിർമാതാവുതന്നെ ഒരുമെട്ടു ദേഹണ്ഡപ്പുരയിലെഴുന്നള്ളി കൈക്രിയാ വിലാസത്താൽ നാവു പ്രത്യക്ഷമാക്കിത്തരുന്ന രുചിനിറവുകളാണ്. മത്സ്യ-മാംസ-അണ്ഡകടാഹവടിവിലായാലും പച്ചക്കറിപ്പവിഴപാൽ വർണത്തിലായാലും 'മേനോൻ ടച്ച്'ന്റെ രുചിഘോഷത്തിലെ അനന്യതയെ പാടിപ്പുകഴ്ത്താതെ ഉണ്ടെണീറ്റവരില്ല തൽഭാഗ്യം പുൽകിയവരിൽ.

ഒരിക്കൽ കൊച്ചുകടവന്ത്രയിലെ അനുഗ്രഹ പാർപ്പിടത്തിൽ ചെന്നപ്പോൾ മേനോൻ മൊഴിഞ്ഞു:

"ഉണ്ടിട്ടു മതി മടക്കം."

തിരുവായ്ക്ക് എതിർവായുണ്ടോ?

ഊണെന്നു പറഞ്ഞതു പൊതുവഴക്കചിട്ടയിലാണ്. അത് അരിപ്രത്യക്ഷത്തിൽ ആവണമെന്നാർക്കും നിർബന്ധമില്ലല്ലോ. അന്ന് അവതാരം ചപ്പാത്തി - ചാറുകറി ദ്വയമട്ടത്തിലായിരുന്നു.

ചപ്പാത്തി എന്നു പറയുമ്പോൾ ചൂട്ടു കൂമ്പാരം കൂട്ടി ഒരു പ്ലെയ്റ്റിൽ മേശയിലെത്തിക്കുന്ന പതിവു സമ്പ്രദായത്തിലല്ല എഴുന്നള്ളത്ത്.

കാലിപ്ലെയിറ്റാദ്യം.

പുറകെ കുടിവെള്ളം.

അടുപ്പിൽനിന്ന് ഇറക്കുമ്പോഴുള്ള തിളച്ചൂട് അപ്പാടെ ആവാഹിച്ചു കൊണ്ട് ചാറുകറി തുടർന്ന്, ഇടചേർച്ചയായി ചില്ലറ അനുസാരികൾ അകമ്പടിയായി ഒപ്പം.

തൽപ്പിന്നെയാണ് ചപ്പാത്തിവരവ്.

ഓരോന്നോരോന്നായി ചുട്ടപടി കുമിളയടരാതെ വേവുകല്ലിൽ നിന്നും ചട്ടുകത്തേരിൽ നേരെ പ്ലെയ്റ്റിലേക്കു വന്നു കയറുകയാണ്. അതു തീർന്നുവരുമ്പോഴേക്കും അതേ ചൂടിൽ അടുത്തതെത്തും. കൈവിലക്കി മതിയെന്നു പറയുവാൻ ഇടകിട്ടില്ലെന്നു ചുരുക്കം.

അന്നത്തെ ചാറുകറി കുക്കുടവംശാവഴിയിലായിരുന്നു: അന്നോളം കണ്ടിട്ടില്ലാത്ത ഒരു ഇനജനുസ്സിൽ! നിറം മങ്ങാത്ത പഞ്ചസാരപ്പാനിയുടെ കൊഴുകൊഴുപ്പും നിറവിധവും ഉള്ള ചാറിൽ കുക്കുട കഷണങ്ങൾ ഒരു കോഴി ആറു നുറുക്കെന്ന മുഴുപ്പിൽ ചർമത്തോടൊട്ടിയുള്ള നാഡിമാപിനികളുടെ നേർമവരെ സുതാര്യമായി കാണാവുന്നവിധം നേർവണ്ണതനിമയിൽ പ്രദർശിപ്പിച്ചുകൊണ്ടാണ് എഴുന്നള്ളത്ത്. വേവിക്കുംമുമ്പേ വിളമ്പിയോ എന്നു ശങ്കിക്കുവാൻ ആവിയായുതിർന്നു സാക്ഷ്യപ്പെടുന്ന ചൂടും നാവുസ്പർശത്തിൽ വിദ്യുത്തരംഗംപോലെ സാന്നിധ്യം വിളംബരം ചെയ്യുന്ന എരിവുവീര്യവും സമ്മതിക്കായ്കകൊണ്ടു വയ്യ. ഇതര ചേരുവകളുടെ ലേശംപോലും കൺപെടും പാകത്തിലെവിടെയുമില്ല. വിരലൊന്നമർത്തിയാൽ ചോറമരുംപോലെ വേവു വെന്ത മാംസഭാഗം പതുങ്ങും. എരിവിന് എരിവും ഉപ്പിന് ഉപ്പും പാകപാകം.

കോഴിയുടെ തനതു നെയ്യൊഴികെ മറ്റൊരുവിധ എണ്ണസ്പർശവും ഈ ചെയ്വനയിലില്ല.

കോഴിനുറുക്കുകളെ ഉപ്പുപുരട്ടി ചേർത്തുവച്ചിട്ടാണ് കർമാരംഭം. ഒരു കിലോഗ്രാം കോഴിയെങ്കിൽ അര കിലോഗ്രാം ചുമന്നുള്ളി രണ്ടായി കീറിയതും അതിൽപാതി വീതം വെള്ളുള്ളി രണ്ടായി പകുത്തതും പച്ചമുളക് നെടുകെ പിളർന്നതും ചേർത്ത് വറചട്ടി പുൽകുമാദ്യം. ഉള്ളി ദ്രവം ചുരന്നതിൽ പച്ചമുളകും വെള്ളുള്ളിയും ബാന്ധവ സന്ദേഹത്തിൽ ശങ്കപൂണ്ടു നില്ക്കുമ്പോൾ കോഴിനുറുക്കുകൾ നടയിറങ്ങി ചേർന്നെത്തും. കോഴി ദ്രവം മുക്കൂട്ടുകളെ ചേർന്നൊതുക്കി തൽനെയ്യിൽ ആറാടിച്ചലിയിക്കും വരെ വേവുതുടർച്ച. ഉള്ളി, വെള്ളുള്ളികൾക്കൊപ്പം പച്ചമുളകും വെന്തലിഞ്ഞപ്രത്യക്ഷമാകുമ്പോൾ ഒരൊറ്റ ചാറിൽ ഒരൊറ്റ പ്രത്യക്ഷമായി കോഴി മതിവിളങ്ങിനില്ക്കും. ഉപ്പുപോരെന്നു തൊട്ടുതോന്നിച്ചാൽ പാകത്തിനു ചേർക്കാം. പിന്നെ താമസം വേണ്ട നേരെ മേശപ്രത്യക്ഷം; അങ്കസജ്ജം! ■

എസ്തഫാനോസിന്റെ രുചിപ്രമാണം

എന്നും ഏതു സമയത്തു കയറിച്ചെന്നാലും നിറമനസ്സിന്റെ നിലാപുഞ്ചിരിയോടെ സുഖഭക്ഷണം ചൂടോടെ വിളമ്പിത്തരുന്ന ചങ്ങാതിയാണ് എസ്തഫാനോസ്. ഒരിക്കൽ വിളമ്പിയ ഭക്ഷണം രണ്ടാമതു പിന്നീടൊരിക്കലും വിളമ്പിക്കണ്ടിട്ടില്ല എസ്തഫാനോസിന്റെ മേശയിൽ; നിത്യം നവം. അതും 99 ശതമാനവും അന്നോളം നാം അറിഞ്ഞിട്ടില്ലാത്ത വൈവിധ്യമാർന്ന രുചിഘോഷങ്ങൾ!

ആവർത്തനം താങ്ങുക അസഹ്യമായതുകൊണ്ടാവണം. ഒറ്റയാനാണ് എസ്തഫാനോസ്:

"പെണ്ണുകെട്ടിയാൽ എന്റിഷ്ടാ, പിന്നെ അവള് വിളമ്പുന്നതു കഴിക്കണം. പഠിച്ചു വന്നതല്ലേ ഒരുക്കൂ... എനിക്കു വയ്യാ ഒരിക്കൽ കഴിച്ചതു പിന്നേം പിന്നേം വലിച്ചു കയറ്റുവാൻ!"

സ്വന്തം പാചക പരീക്ഷണവഴിയിലേക്ക് പങ്കാളിയേയും ആനയിച്ചാൽ വൈവിധ്യത്തിന് ഇരട്ടി മാനമാവില്ലേ എന്ന ചോദ്യത്തിന് തത്ക്ഷണമാണു മറുപടി:

"അതിനവളു സമ്മതിക്കുമോ? പെൺവർഗത്തിന്റെ കുത്തകയാണ് അടുക്കള സാമ്രാജ്യമെന്നും അവിടെ അവസാന വാക്ക് തന്റേതെന്നുമാവില്ലേ ശാഠ്യവാദം. ഒരായുസ്സു മുഴുവൻ തല്ലുകൂടാൻ എനിക്കു വയ്യ!"

അതിന്റെ തുടർച്ചയായി ശബ്ദം താഴ്ത്തി ഒരു രഹസ്യം മന്ത്രിക്കും കഥാപുരുഷൻ:

"അടുക്കളക്കാര്യത്തിൽ പെണ്ണിനു ബുദ്ധി ഉപദേശിക്കുന്നത് അറബിക്കടലിൽ മൂത്രമൊഴിക്കുന്നതുപോലെയാണിഷ്ടാ..."

പെറ്റമ്മയോടൊഴികെ (ഏകസന്താനമാണ് ചങ്ങാതി) സ്ത്രൈണകുലത്തിൽ ആരുമായും ഇടപഴകിയിട്ടില്ലാത്തതിലെ അനുഭവശൂന്യതയുടെ ഇറമ്പലിൽ നിന്നു വേണോ ഇത്ര കടുപ്പിച്ച വിധി പ്രസ്താവം എന്നു ചോദിച്ചാൽ എസ്തഫാനോസ് ചിരിക്കും.

"എണ്ണയൊഴിക്കാതെ വറചട്ടിയിൽ കടുകു വിതറിയാൽ എരിപൊരി

കൊണ്ട് ഞെട്ടിത്തെറിക്കുമെന്നറിയാൻ അടുപ്പത്ത് ചീനച്ചട്ടി കയറ്റിയിട്ടു വേണ്ടിഷ്ടാ...!"

ഇന്നലെ ഒരല്പമൊഴിവു സമയം വീണു കിട്ടിയപ്പോൾ രുചിയോർമ്മയിൽ നാവു മന്ത്രിച്ചു:

എസ്തഫാനോസിന്റെ തിരുസവിധത്തിലേക്കു പോകാം.

ഇപ്പോൾ 'ഇഷ്ടൻ' താമസം കോന്തുരുത്തിയിലാണ്. ഒരു വർഷമാണ് ഒരു വീട്ടിൽ. പിന്നെ അടുത്ത വീട്. അതങ്ങനെ മാറിക്കൊണ്ടേയിരിക്കും. ആവർത്തനം അവിടെയും മടുപ്പുണ്ടാക്കുന്നുണ്ടാവണം.

നിറചിരിയോടെ സ്വാഗതം. ഉപചാരവാക്കുകൾക്കൊപ്പം മേശപ്പുറത്ത് ചായയ്ക്കരികിൽ അതിനകമ്പടിയായി ചെറു ഫോർക്കുകളുടെ അലങ്കാര പ്രൗഢി ചുറ്റുവൃത്തത്തിലാക്കി ചതുരവടിവിൽ എണ്ണയിൽ വറുത്തെടുത്ത എന്തോ അപൂർവ വിഭവമാണ് ഇത്തവണ അവതരിച്ചത്. സാമാന്യം നല്ല ചൂട്. എണ്ണയിൽ വറുത്തെടുത്ത വഴിയേയുള്ള ഉടൻ പ്രത്യക്ഷം.

ഫോർക്ക് വഴി സഖാവൊരുവനെ നാവിലേക്കാനയിച്ചു. നാവു പൊള്ളാതെ ചൂടിനുമുണ്ടൊരു രുചിയെന്ന പരിഗണന നൽകി അനുനയപ്പെടുത്തി മെല്ലെ കടിച്ചു നോക്കി. അമങ്ങി ചതഞ്ഞു തൽക്ഷണം പേസ്റ്റ് പരുവത്തിൽ പല്ലിൽ ചേർന്നൊട്ടുന്നു. ചതുര വടിവിന്റെ ഗൗരവം കാഴ്ചയിലേയുള്ളൂ. നാവോടടുക്കുമ്പോൾ പഞ്ചപുച്ഛമടക്കി വിനീത വിധേയൻ. രുചി വഴിയേ മാംസക്കൂറാണു മുഖ്യം. നെയ്മയമുണ്ട്. എരിവു മസാലയുടെ വീര്യവും. ചതുരവടിവിന്റെ പ്രതലങ്ങളിൽ തരിതരിയായി കാണുന്നത് മൂലഭോജ്യത്തെ മാവിൽ മുക്കി റവയിൽ കിടത്തിയുരുട്ടി തിളയെണ്ണയിൽ അർപ്പിച്ചതിന്റെ വറസാക്ഷ്യം.

ഇറച്ചി വിഭവങ്ങൾ പല ഇനത്തിലും പ്രകൃതത്തിലും രുചിച്ചിട്ടുണ്ട്. കടുത്തതും മൃദുലോലമായതും ശീലമുണ്ട്. പക്ഷേ ഇതിനേക്കാൾ മൃദുവാകാൻ ഈ കുലത്തിൽ ഇനി ഒരവതാരത്തിനുമാവില്ലെന്ന വിളംബര മട്ടിലുള്ള ഈ പ്രത്യക്ഷം ആദ്യമാണ്.

ചോദിക്കാതിരിക്കുവാൻ കഴിയുമായിരുന്നില്ല:

"എന്തിറച്ചിയാണ്?"

എസ്തഫാനോസ് സദ്യനിരയിൽ ഭോജ്യാനന്തര തൃപ്തി നിറവിൽ ഇല നക്കി തുടച്ചു വിരൽ ചപ്പുന്ന 'ഉണ്ണാള'നെ കാണുമ്പോൾ ദേഹണ്ഡക്കാരനുണ്ടാകുന്ന ഉൾപ്പുളകത്തോടെ കുലുങ്ങിച്ചിരിച്ചു. പിന്നെ സത്യം പറഞ്ഞു:

എസ്തഫാനോസിനൊരു ബലഹീനതയുണ്ട്. രുചിയുടെ നേർവഴികളിലെ പുതുമ നിലനേടുവാനായി സമർപ്പിച്ച സ്വന്തം നാവുകൊണ്ടു കള്ളം പറയില്ല. അത് എസ്തഫാനോസിനുമറിയാം. അതുകൊണ്ടാണല്ലോ വിവാഹിതനായാൽ നേരു പറഞ്ഞു തല്ലുകൂടേണ്ടിവരും ശിഷ്ടായുസ്സു മുഴുവൻ എന്നു മുൻകൂട്ടി സ്വയം പ്രവചിച്ചത്!

"ഇറച്ചി രുചിയേയുള്ളൂ, ഇറച്ചിയില്ല."

ബോധ്യം വരാതെ ഒരു കഷണം കൂടി നാവിലേക്കാവാഹിച്ചു. ഇറച്ചി രുചി കോഴി-താറാവ് ജനുസ്സിന്റെ വംശത്തോടു കൂറു പുലർത്തി സജീവം. എന്നാൽ ചതുരവടിവിനുൾവശം വെണ്ണപോലെ മൃദുവും. ഇതെന്തു വിസ്മയം എന്ന ചോദ്യം മുഖത്തുവിരിഞ്ഞത് വായിച്ച എസ്തഫാനോസ് സസ്പെൻസ് തുടർന്നില്ല.

"നമ്മുടെ പാവം കടച്ചക്കയാണെന്റിഷ്ടാ..."

പറഞ്ഞു കേട്ടപ്പോൾ പുനർബോധ്യത്തിനായി ഒരു കഷണം കൂടി ഉള്ളിലേക്കാനയിച്ചു. വേണമെങ്കിൽ വേവാനന്തരം കടച്ചക്കയുടെ രുചി വ്യംഗ്യം ഉൽപ്രേഷിക്കാം. ഇറച്ചിക്കൂറാണ്, പക്ഷേ മുഖ്യം പ്രത്യക്ഷം; കടച്ചക്കയിലെ 'ചക്കത്തം' അമ്പേ കുറവ്.

വഴിവട്ടത്തിന് കാതോർത്തു.

കോഴി മസാല പുരട്ടി അടുപ്പത്താക്കിയശേഷം കടച്ചക്ക കഷണ ങ്ങളാക്കി നുറുക്കിയത് മീതെ വിതാനിച്ചു. ഇറച്ചി കാൽ വേവും എരിവു മസാല അരവേവുമെത്തുമ്പോൾ കഷണങ്ങൾ മുക്കാൽ വേവായി. ടൂത്ത് പിക്ക് പല്ലിടകുത്തുവാൻ മാത്രമേ ഉപയോഗിക്കാവൂ എന്ന് ദേഹണ്ഡ ഭരണ ഘടനയിൽ നിയമശാസനയില്ലാത്തതുകൊണ്ട് ഓരോന്നെടുത്ത് ഓരോ ന്നിനെ കുത്തി മാവിൽ മുക്കി റവയിലുരുട്ടി തിളയെണ്ണയിൽ ആഴ്ത്തി. ബാക്കി കാൽ വേവ് വറചട്ടിയിൽ. കോരിയെടുത്ത് എണ്ണവാർത്ത് പ്ലെയിറ്റിൽ നിരത്തി തീൻമേശയിൽ അവതരിപ്പിച്ചു.

സ്രോതവഴി ലളിതം, രുചി നിറവോ അപരിമേയം.

"എന്നിട്ട് കോഴിക്കറി?"

"ഇന്നത്തെ വി.ഐ.പി. ഇതാണ്. ഇവൻ. കോഴിക്കറി ഇതിലേക്കെത്തു വാനുള്ള ഇടവഴിത്താവളം മാത്രം."

"എന്നാലും?"

ഉത്തരം ഒരു മറുചോദ്യം.

"ഇഷ്ടാ, തനിക്കറിഞ്ഞുകൂടേ?"

ശരിയാണ്. ഇടവൃത്തങ്ങളെ എസ്തഫാനോസ് മേശ പ്രത്യക്ഷ ങ്ങളാക്കാറില്ല. അവയുടെ ദൗത്യം കടച്ചക്കയെ ഇറച്ചി നെയ്യിലും മസാല യെരിവിലും മുക്കാൽ വേവെത്തിക്കുക മാത്രം!

എന്നാലും കോഴിയല്ലേ, കോഴിക്കറിയല്ലേ?

"ഓ, ഞാനതു കൊച്ചു കുഞ്ഞിനു കൊടുത്തു."

എസ്തഫാനോസിന്റെ ഭാഗ്യസുകൃതം ചെയ്ത വളർത്തുനായയാ കുന്നു ടിയാൻ! പേരിൽ മാത്രം 'കൊച്ച്'. ആകാരത്തിൽ 'മുഴുത്തു സ്വയമ്പൻ', സ്വാഭാവികം!

■

സിന്ദൂരപ്പൊട്ടുകൾ

തീൻമേശയിൽ കടും ചോര നിറത്തിൽ ഒരു താലത്തിലെന്നതുപോലെ ചൂടോടെ പതിവുവിട്ട് ഒന്നര വൃത്ത വലുപ്പത്തിൽ ആവി അപ്പോഴും പറക്കുന്ന ഇഡ്ഢലി സുന്ദരിമാർ എഴുന്നള്ളിയപ്പോൾ വിസ്മയം സഹജം!

ഇഡ്ഢലിക്കിണ്ണത്തിൽ ചുവപ്പിന്റെ, വെറും ചുവപ്പല്ല, മുമ്പേ അട യാളപ്പെടുത്തിയവിധം കടുംചോര ചുമപ്പിന്റെ ഒരു പ്രതലം ആദ്യം. അതിന്മീതെ അരികു വൃത്തത്തിൽ ആ ചുമപ്പ് മേധാവിത്വത്തിന് വിനീത വിധേയപ്പെട്ടുകൊണ്ട് തൂവെള്ള മാവിന്റെ ഇഡ്ഢലി വിതാനം. നടുക്ക് ഞെട്ട് പാകത്തിന് ചന്ദനനിറത്തിൽ വൃത്താകൃതിയിൽ നേർത്ത നേർപ്പിൽ അരിഞ്ഞെടുത്ത കാരറ്റിന്റെ കുഞ്ഞുപ്രത്യക്ഷം. കാരറ്റിന്റെ അവതാരം പക്ഷേ ഇഴചേർപ്പുകളില്ലാതെ സ്വയം സ്വയമായിട്ടായിരുന്നു.

ഇഡ്ഢലി വേവാകട്ടെ വെണ്ണ തോൽക്കും മൃദുമട്ടത്തിലും.

പീര പരുവത്തിൽ കുരുകുരുങ്ങനെ ചുരണ്ടിയ ബീറ്റ്റൂട്ടിൽ വലുപ്പ ത്തിൽ വലുപ്പമേറ്റാതെ കൊത്തിയരിഞ്ഞ കാന്താരി മുളകുശകല ങ്ങൾക്കൊപ്പം. ടിയാൻ വഴി തൽപരുവത്തിലെത്തിയ നല്ലുള്ളി ചുമന്നുള്ളി വംശാവലിയിലെ ഉള്ളുള്ളി ചേരുവ ചേർന്ന് കുഴമ്പ് കുറുക്കു പരുവത്തിൽ താലം സമം കിണ്ണ പ്രതലത്തിൽ പറ്റിച്ചേർന്നാണ് ഇഡ്ഢലി മാവിന് വിരുന്നമരാൻ ശയ്യയൊരുക്കം. മാവു പരത്തുമ്പോൾ അരികു ചുമപ്പു വൃത്തത്തിനു ഭംഗം വരുത്താത്ത കൃത്യത വിരൽവിരുതിന് സാക്ഷ്യം.

രാക്കിയമ്മയും (രാഗിണി എസ്. ശർമ) പ്രിയതമൻ വേദശർമയും അധ്യാപകരായിരുന്നു. അധ്യാപകരായിരിക്കെ ഇരുവർക്കും ആന്തമാൻ ദ്വീപുകളിലേക്കു നാടു കടക്കുവാനൊരു പഴുതു കിട്ടി. മുപ്പതു കൊല്ലം അധ്യാപനം അവിടെ. മടങ്ങി നാട്ടിലെത്തി വഴിക്കുളങ്ങരയിൽ പാർപ്പായ നാൾതൊട്ട് തീൻമേശയിൽ രുചിവൃത്തങ്ങൾ ഈവിധം പലതായി അവ താരം. ഇങ്ങനെയൊന്നും ആന്തമാൻ ദ്വീപു സമൂഹങ്ങളിൽ കേട്ടു കേൾവിയും തൊട്ടുശീലവുമില്ലെന്നു ശർമ മാഷ് ആണയിട്ടു പറയുന്നു. പിന്നെ എവിടെനിന്നു വഹിച്ചെടുത്തു എന്ന ചോദ്യം ഉതിർത്താൽ

കണ്ണിറുക്കി ചിരിക്കും രാക്കിയമ്മ. അവധിക്കാലത്ത് നാട്ടിലേക്കിങ്ങോട്ടും തിരിച്ചങ്ങോട്ടും യാത്ര കപ്പലിലാണ്. കപ്പൽ ഭക്ഷണത്തിന്റേയും യാത്ര യുടെയും രുചിവൈരസ്യം മറക്കുവാൻ കരവിട്ടു കരകാണാപ്പാടെ കടലാഴങ്ങളിലൂടെ കപ്പലൊഴുകുമ്പോൾ മനോകൃതം രുചിഭാവനാ സൃഷ്ടം ഈവക രുചി മാഹാത്മ്യമെങ്കിൽ രാക്കിയമ്മയെ ആജീവനാന്തം വർഷത്തിൽ പാതി കപ്പൽ യാത്രയ്ക്കു സ്പോൺസർ ചെയ്യാമായിരുന്നു ശർമ മാഷിന്. അത്ര രുചിക്കൂറുണ്ട് രാക്കിയമ്മയുടെ സങ്കല്പ സാമ്രാജ്യ ത്തിലെ അടുക്കള ചെയ്വന രസമട്ടങ്ങൾക്ക്! ■

പാവയ്ക്കാപ്പുളി

പാവയ്ക്കയെന്നു കേൾക്കുമ്പോഴേ നാവിൽ ഇനിയുന്നത് കയ്പാണ്. മുറിച്ചു കഷണങ്ങളാക്കി ഉപ്പും മുളകുപൊടിയും വിതറി പച്ച പച്ചയിൻപടി കടിച്ചുചവച്ചു വിഴുങ്ങുന്ന സഹനമട്ടം ഒന്ന്. മിക്സിയിലിട്ട് കയ്പിന്റെ സത്തയത്രയും അതിന്റെ പാരമ്യത്തിൽ ഊറ്റിക്കുറുക്കിയ ജൂസ് അതിന്റെ അടുത്തപടി. ചൊറുക്ക ചേർത്തു കയ്പിനോടു സമരസപ്പെട്ടു കാന്താരി മുളകിന്റെ എരിവുവീര്യത്തിൽ നീരാടി ഒരുക്കുന്ന പാവയ്ക്കാ പിക്കിളിന്റെ രുചിവഴി ഇനിയൊന്ന്. പാവയ്ക്കാ നീളത്തിൽ നേർമയായരിഞ്ഞു വെള്ളം തൊടാതെ, കടുകു താളിച്ചതിൽ ഉള്ളി, മുളകുപൊടിയാദികളെ മൂപ്പിച്ച് ഉപ്പു വിതറി അതിൽ വേവിച്ചുലർത്തി വരട്ടിയെടുക്കുന്നതിന്റെ രീതി മറ്റൊന്ന്. അവിയലിൽ ചേർന്നു രുചിയനുഭവത്തിൽ ഞാനിവിടുണ്ടെന്നു പ്രകടമായി വിളംബരം ചെയ്യുവാൻ പാവയ്ക്കയെ ഇടചേർത്തു കണ്ടി ട്ടുണ്ട് ചിലയിടത്ത്. വറുത്തരയിൽ നൽമട്ടത്തിൽ ഇടവെന്ത് തീയൽ വിരുത്തത്തിൽ ഇനിയൊരവതാരം. ഉണക്കി വറുത്തു കൊണ്ടാട്ടമായി കറുമുറു വിടാതുള്ള എഴുന്നള്ളത്ത് ഉപ്പേരി ധാരയിൽ. മാങ്ങ കൂടി ചേർത്തു തേങ്ങയരച്ചൊരു രുചിവിധവും അപൂർവമായി കണ്ടതോർമ്മ യുണ്ട്.

കയ്പ് ഏറിയും കുറച്ചുമുള്ള ഈ രുചിഘോഷങ്ങൾക്കിടയിൽ കുഞ്ഞീഷ്ണൻ മാഷ് ലോഡ്ജിലെ സഹജീവികൾക്കുവേണ്ടി ആഴ്ച യിലൊരിക്കൽ ദേഹണ്ഡവിചാരിപ്പ് കയ്യാളുന്ന പുണ്യദിനത്തിൽ തനതു വകയായൊരു പാവയ്ക്കാ പ്രത്യക്ഷത്തെ അവതരിപ്പിച്ചു.

പാവയ്ക്കാ നീളത്തിൽ ചെറുകഷണങ്ങളാക്കി അരിഞ്ഞതിൽ പച്ച മുളക്, ഇഞ്ചി, വേപ്പില, മഞ്ഞൾപൊടി, മുളകുപൊടി, ആവശ്യത്തിനുപ്പ് എന്നിവ എഞ്ചുവടി വൃത്തത്തിൽ ഇത്തിരിയോളം വെള്ളം ചേർത്തു വേവി ച്ചെടുക്കണമാദ്യം. വെണ്ണപോലെ അരച്ച് തേങ്ങ കുറുകൽ വിട്ടു ചാറായി നീളാതെ ഇതിലേക്ക് പകർത്തുക പിന്നെ അവർ തമ്മിൽ സമവായപ്പെട്ട് വെന്തു ചേർന്നുവെന്ന് ഉപരിതലത്തിൽ കുമിളകൾക്കൊപ്പം പതയും നുര യിടുമ്പോൾ ഉറപ്പിച്ച് ഉടച്ച കട്ടത്തൈര് അതിലേക്കൊഴിക്കുക. ഒരു തിള പൊട്ടുമ്പോൾ തീ കെടുത്തുക.

CHANDRAPRASANTH

വറചട്ടിയിൽ ഒരു ചുമന്ന ഉള്ളി അരിഞ്ഞതും ഇണക്കത്തിനു വറ്റൽ മുളകും കടുകിനു പുറകെ താളിച്ചു വറുത്തത് ഇതിലേക്ക് പകരുമ്പോഴുള്ള ശീൽകാര ശ്രുതിക്ക് കാതോർത്തുകൊണ്ട് അടിചേർത്തിളക്കി വാങ്ങിയാൽ കുഞ്ഞീഷ്ണസൃഷ്ടം പാവയ്ക്കാ മോരുകറി തീൻമേശ പ്രത്യക്ഷസജ്ജം!

തൈരിന്റെ പുളിയും തേങ്ങയരവിന്റെ കൊഴുപ്പും സംഘംചേർന്നു പാവയ്ക്കയുടെ കയ്പിന്റെ സ്ക്വയർ റൂട്ട് കണ്ടെത്തി അതിനെ മയപ്പെടുത്തി ഗർവ്വടക്കി ഒതുക്കിയിരിക്കും. കയ്പില്ലേ എന്നു ചോദിച്ചാൽ ദൂരെ എവിടെയോ കൂടി ഒരു ലാഞ്ചന. അത്രയേയുള്ളൂ! പുളിയോ? പുളി ഉണ്ട്. പക്ഷേ, അങ്ങനെ കയറി പുളിപ്പിക്കുന്നില്ല!

പുളിയും കയ്പും ചേർന്നാൽ പിന്നെ ചവർപ്പല്ലേ പതിവ്! ഊഉം! ഈ വിരുത്തത്തിൽ ചവർപ്പു തീണ്ടാപ്പാടകലെ!

പുളിവിട്ടു മധുരത്തിലെത്തിയില്ല, പിന്നെവിടെ എന്നു ചോദിച്ചാൽ അവനവന്റെ നാവുസുകൃതത്തിലെ രുചിശ്രുതി ഏത് നടയിലോ ആ താളത്തിൽ എന്ന് അനുഭവസാക്ഷ്യം.

അരച്ച തേങ്ങ വെന്തു കുറുകുമ്പോൾ അതിൽനിന്നുമൂറാവുന്ന കൊഴുപ്പുമയത്തെ കയ്പും പുളിയും ചേർന്നു വന്ധീകരിച്ചു അടിയറവു പറയിച്ചിട്ടാണു ശിഷ്ടബാക്കി!

കയ്പും കൊഴുപ്പും പുളിയും തമ്മിൽ തമ്മിലുള്ള അന്യോന്യത്തിൽ വിരുദ്ധപ്രകൃതങ്ങൾ തമ്മിലങ്കംവെട്ടി നിർവീര്യരാകുന്ന തക്കത്തിൽ ചെയ്‌വന സന്ധിവഴിയെ അനുരഞ്ജനപ്പെട്ട് പൊതുരുചി ശ്രുതിയിൽ ലയിച്ച് ഐക്യദാർഢ്യം പ്രാപിക്കുന്നു എന്നതത്രെ ഈ രുചിഘോഷത്തിന്റെ ഗുണകോഷ്ടം!

■

കല്യാണത്തലേന്നിന്റെ രുചിമേളം

ചിൂണ്ടിയിൽ നിന്നു രാമമംഗലത്തേക്കു പോകുന്ന വഴിയിൽ ഒരു വീട്ടിൽ ഒരു കല്യാണത്തിനു പോകേണ്ടതുണ്ടായിരുന്നു. കല്യാണദിവസം മദിരാശിയിലെത്തേണ്ടിയിരുന്നതുകൊണ്ടു തലേന്നു പോയിവരാമെന്നു കരുതി. സന്ധ്യയോടെ ചെന്നാൽ മധുരംവയ്പ്പും അത്താഴമൂട്ടും കഴിഞ്ഞേ പോരാനാകൂ; രാത്രിയാകും. അതുകൊണ്ട് നാലുമണിയോടടുത്താണു ചെന്നത്. ആതിഥേയർ ആഹ്ലാദപൂർവം സ്വീകരിച്ചു. പന്തലിൽ ബന്ധുക്കളും അയൽക്കാരും ഒക്കെയായി കുറച്ചുപേരുണ്ട്. അവരെല്ലാം സൊറഘോഷത്തിനിടയിൽ എന്തോ കാര്യമായി കഴിക്കുന്നുമുണ്ട്. വീട്ടിനകത്തുപോയി വരനെ കണ്ട് ആശംസകൾ നേർന്നു വീണ്ടും പന്തലിലേക്കിറങ്ങുമ്പോഴാണ് ആദ്യം അമ്പരപ്പും പിന്നെ വിസ്മയവും ഉണർത്തിയ ഒരു കാഴ്ച കാണുന്നത്.

പന്തലിന്റെ ഒരറ്റത്ത് എല്ലാവർക്കും കാണാവുന്ന വിധത്തിൽ രണ്ടു പോത്തിന്റെ ഉടൽ തൊലിനീക്കി തലയറുത്തു മാറ്റി സാധാരണ ബീഫ് സ്റ്റാളിൽ തൂക്കിയിടുംപോലെ കൊളുത്തിൽ ഞാത്തിയിട്ടിരിക്കുന്നു! ആവശ്യാനുസരണം അതിൽനിന്നു മാംസഭാഗങ്ങൾ ചെത്തിയെടുത്തു നുറുക്കി കഴുകി അരപ്പുമസാല തിളച്ചുകൊണ്ടിരിക്കുന്ന വാർപ്പിലേക്ക് ഇടവിട്ടു ചൊരിയുന്നു. തൊട്ടടുത്ത് രണ്ടുപേർ സഖാവു മരച്ചീനിയെ വേവു വലുപ്പത്തിൽ നുറുക്കിക്കൂട്ടുന്നു. മറ്റൊരു വാർപ്പിൽ നിശ്ചിതമാത്രയിൽ കപ്പനുറുക്ക് പോത്തിറച്ചിയിലും അരപ്പിലും നെയ്യിലും ചേർന്നിഴുകി തിളയ്ക്കുന്നു. അതിൽനിന്നു കോരിക കൊണ്ടു കോരി തുടരെത്തുടരെ വിളമ്പുപാത്രത്തിലേക്ക് പകരുന്നു. അത് അടി കുഴിയുള്ള പിഞ്ഞാണത്തിൽ മേശപ്പുറത്തെത്തുന്നു. അതിഥികൾക്ക് ആ നേരത്തു വിളമ്പുന്ന വിശിഷ്ട വിഭവമാണത്രെ അത്.

എന്റെ മുമ്പിലുമെത്തി ഒരു പാത്രം. അമർത്തി തിരുമ്മിയാൽ പൊടിയാവുന്ന വേവ് ഇറച്ചിക്ക്, വിരലൊന്നാഴ്ത്തിയാൽ പതുങ്ങിയലിയുന്ന വേവു കപ്പയ്ക്ക്. ഇവരുടെ പാരസ്പര്യത്തിന് എരിവുമംഗലമായി അരപ്പു

മസാലയുടെ കൂട്ട്. ആവി പറക്കുന്ന ചൂട്. ആവിയിൽ ഇടചേർന്ന മോഹിപ്പിക്കുന്ന ഗന്ധം. ആ മണമേൽക്കുമ്പോഴേ നാവെരിയും. ഉമിനീര് ആ എരിവിനെ തഴുകി നിറവു പകരാൻ വാർന്നെത്തും.

നാവിൽ വച്ചു. പ്രതീക്ഷയെ കടത്തിവെട്ടി രുചിയനുഭവം. എരിവു കൊണ്ടോ ചൂടുകൊണ്ടോ തടഞ്ഞുനിർത്താൻ തുനിയാതെ അതിനെ അവഗണിച്ചുകൊണ്ടു നാവിലൊരിടനേരം രുചിയുടെ വാഴ്‌വിനായി താളം തല്ലി നിറുത്തി. ഉമിനീരിന്റെ അകമ്പടിയോടെ ആമാശയത്തിലേക്കു കുഴഞ്ഞലിഞ്ഞൊരു പ്രവാഹമാണു പിന്നെ. മൂന്നിലെ പ്ലെയ്റ്റ് കാലിയാകുന്നതും വീണ്ടും വീണ്ടും നിറയുന്നതും ക്രിയയിതു തുടരുന്നതും ഉണർവോടെ ജാഗരൂകമായി വിലക്കിയില്ലെങ്കിൽ നിറവയറിനു പിന്നെ രണ്ടു ദിവസത്തേക്ക് ഇടബാക്കി കാണില്ല!

നക്ഷത്രഹോട്ടലുകളിൽ മാത്രമല്ല സുതാര്യമായ പാചകം. ഗ്ലാസു മറ കൊണ്ടു റസ്റ്റോറന്റിനു നടുവിൽ അടുക്കളതീർത്തു പൊട്ടലും ചീറ്റലും ആവിയുയരലും തീയാളലും പൊതുദൃശ്യമാക്കി നടത്തുന്ന പാചക ഘോഷത്തിന്റെ യഥാർഥ കോപ്പിറൈറ്റ് ഇത്തരം കല്യാണപ്പന്തലുകൾക്കാണെന്ന് ഉറപ്പ്. മുമ്പു സഖാവു പോത്തിനെ ആദരപൂർവം ആനയിച്ച് അദ്ദേഹം യോഗ്യൻ എന്നു കാരണവന്മാർ സനിഷ്കർഷം പരിശോധിച്ച് ഉറപ്പുവരുത്തിയ ശേഷം പിന്നാമ്പുറത്തു കൊണ്ടുപോയി അറുത്ത് ഉടൽ പന്തലിൽ തൂക്കി ഞാത്തുകയായിരുന്നുവത്രെ പതിവ്. പിന്നെ അതൊഴിവാക്കി ഉടൽ പ്രത്യക്ഷത്തിന്റെ തൂക്കവതാരമായി പരിമിതപ്പെടുത്തി. ആ പതിവും ഇപ്പോൾ മാറി. വിഭവം ഇപ്പോഴും വിശിഷ്ടപ്രിയമായി തുടരുന്നുണ്ടെങ്കിലും ചെയ്‌വനകളത്രയും തൂക്കു പ്രത്യക്ഷമടക്കം പിന്നാമ്പുറത്തേക്കു മാറ്റി.

സ്കൂൾ വിദ്യാർഥിയായിരുന്ന നാളുകളിൽ ജ്യേഷ്ഠന്മാരോടൊപ്പം മാർക്കറ്റിൽ പോകുമ്പോൾ ഇറച്ചിക്കടകളിൽ തൊലിവിമുക്തരായി അപ്പോഴും ചോരയിറ്റി നിൽക്കുന്ന ഉടൽപ്രത്യക്ഷങ്ങൾ ആദ്യം ഭീതിയും പിന്നെ അമ്പരപ്പും തീർത്തിരുന്നു. വലിയ കത്തികൊണ്ടു മരത്തിന്റെ കുറ്റിയിൽ മാംസത്തിന്റെ വലിയ ചീളുപങ്കുകൾ ഒരു പ്രത്യേക താളത്തിൽ തുരുതുരെ നുറുക്കിക്കൂട്ടുകയും അതിനിടയിൽ ഒരെല്ലിൻ കഷണം വന്നു പെടുമ്പോൾ കത്തിയുടെ ആയമൊന്നു കൂട്ടി 'ശ്ശ്' എന്നൊരു ശീൽക്കാരത്തോടെ ആഞ്ഞുവെട്ടി അരിയുകയും ചെയ്തിരുന്ന ഇറച്ചിവെട്ടുകാരനെ ഭയത്തോടെയാണു നോക്കിയിരുന്നത്. (സി. രാധാകൃഷ്ണന്റെ 'അഗ്നി'യിൽ ബാലൻ കെ.നായർ അത്തരമൊരു ഇറച്ചിവെട്ടുകാരനെ അവിസ്മരണീയമാക്കിയിരുന്നു). ചേമ്പിലയിൽ പൊതിഞ്ഞു വാങ്ങിവരുന്ന ബീഫദ്ദ്യേം പക്ഷേ വറമസാലയുടെ എരിവഴകോടെ ചോറിനരികിൽ വിളമ്പിയെത്തുമ്പോൾ ഭയവും അമ്പരപ്പും രുചിഘോഷത്തിമർപ്പിൽ ഓടിയൊളിക്കുകയായിരുന്നുവല്ലോ പതിവ്.

ബീഫ് എന്ന പൊതു സംജ്ഞയിൽ സായ്‌വും പശു, കാള (മൂരി), പോത്ത് (എരുമ എന്ന് പ്രയോഗവഴിയിൽ സംജ്ഞാപർവത്തിൽ ഇക്കൂട്ടത്തിൽ ചേർത്തങ്ങനെ പൊതുവെ കേട്ടിട്ടില്ല) എന്നിങ്ങനെ ജെൻഡർ മുറയിലും തരാതരം നാട്ടുമൊഴിയിൽ വിശേഷിപ്പിച്ചുപോരുന്ന മാംസഭോജ്യം സമൂഹത്തിലെ വലിയൊരു വിഭാഗത്തിന്റെ തീൻമേശയിലെ വിശിഷ്ടാവതാരമാണ്; ഇഷ്ടഭോജ്യമെന്നല്ല ബലഹീനത എന്നുകൂടി വേണം വിശേഷണം. താറാവും കോഴിയും പോർക്കും മുയലുമടക്കമുള്ള മറ്റു സഖാക്കൾ വിശേഷാവസര വി.ഐ.പി പ്രത്യക്ഷങ്ങളായി മേനികല്പിച്ചു മരുവുമ്പോഴും മാംസവിഭവങ്ങളിലെ ജനകീയ സിംഹാസനം ബീഫിന് അന്നും ഇന്നും സ്വന്തമത്രെ. ബീഫ് വാങ്ങാതെയും തീൻമേശയിൽ വൈവിധ്യമാർന്ന പ്രത്യക്ഷങ്ങളാക്കാതെയും ഒരു ഞായറാഴ്ച താണ്ടുവാൻ ഒരു ശുദ്ധ ക്രിസ്ത്യാനി ഒരുങ്ങുന്നുവെങ്കിൽ ഒന്നുകിൽ അതു നൊയമ്പുകാലമാണ്. അല്ലെങ്കിൽ രോഗപരിഗണനയാൽ തൽസൗഭാഗ്യം വിലക്കപ്പെട്ടിരിക്കുന്നു. രണ്ടുമല്ലെങ്കിൽ മാമോദീസാവെള്ളം നെറുകയിൽ വേണ്ടവിധം വീണിട്ടില്ല (പ്രയോഗത്തിനു പകർപ്പവകാശം ശങ്കരാടിക്ക്!) എന്നാകുന്നു അതിനർഥം.

വാൽക്കഷണമായി ഒരു ബീഫോർമ കൂടി.

മോഹൻ സംവിധാനം ചെയ്ത 'വിട പറയും മുമ്പെ'യുടെ ചർച്ചാനാളുകൾ. മഹാലിംഗപുരത്തെ നമ്പർ 1 സ്കീം റോഡിലെ ഒറ്റമുറി വീടാണ് ആസ്ഥാനം. നിർമാതാക്കളായ ഡേവിഡ് കാച്ചപ്പിള്ളിയും ഇന്നസെന്റും മറ്റെന്തു മുടക്കിയാലും നിത്യവും രാവിലെ കോടമ്പാക്കം ബ്രിഡ്ജിനടിയിലെ സ്റ്റാളിൽ നിന്നു വാങ്ങിവരുന്ന ബീഫ് മുടക്കില്ല. അടുക്കളയുടെ പ്രൊഡക്ഷൻ ഡിസൈനർ ദാമോദരന്റെ കരവിരുതുമായി ദിവസവും നാലുനേരം ബീഫിന്റെ അവതാരം! ബ്രേക്ക്ഫാസ്റ്റിനു പൂട്ടായാലും ദോശയായാലും ഉപ്പുമാവായാലും അകമ്പടി ബീഫ്. ഉച്ചയൂണിനു ചോറു കുറഞ്ഞാലും ബീഫ് കുറയില്ല. നാലുമണി ചായയ്ക്ക് അട (വൽസനെന്നു വിളിക്കാത്തത് കൂടെ താമസിക്കുന്ന മോഹന്റെ സംവിധാന സഹായിയുടെ പേരും വത്സനെന്നായതിനാൽ!)യായാലും കൊഴുക്കട്ടയായാലും പ്രാതൽ ബാക്കിയുടെ റീസൈക്കിളിങ്ങായാലും അലങ്കാരക്കുറി ബീഫിന്റേത്. രാത്രി കഞ്ഞിക്കു ബീഫില്ലാതെ പിന്നെങ്ങനെ!

സർവത്ര ബീഫ് മയം.

പടമിറങ്ങിയപ്പോൾ സൂപ്പർഹിറ്റ്! ■

വക്കച്ചന്റെ കട

തിരുവാങ്കുളത്തു നിന്നു മാമലയ്ക്കു തിരിഞ്ഞു കഷ്ടിച്ചൊരു ഫർലോങ് ചെല്ലുമ്പോൾ വലതുവശത്തായി ഒരു ചെറിയ കടയുണ്ടായിരുന്നു. വെള്ളി, ശനി ദിനങ്ങളിലും വിശേഷദിന തലേന്നുകളിലും ആ കടയുടെ പിന്നാമ്പുറത്ത് പിറ്റേന്നു കടയിൽ വെട്ടിനുറുക്കി തൂക്കിവില്ക്കുവാനുള്ള പോത്ത്, കാളവംശാവലികളിലെ നാൽകാലികളെ കൊണ്ടു കെട്ടി നിർത്തുന്ന പതിവുണ്ടായിരുന്നു.

കരപ്രമാണിമാരും നാട്ടുമൂപ്പന്മാരും കാരണവന്മാരും സായാഹ്ന നടത്തയ്ക്കിറങ്ങും വഴി കന്നുപരിശോധനയ്ക്കായി വരും. മൊത്തത്തിലൊരു നോട്ടം. അകിടും വായയും ചെവിയും വാലു തുടങ്ങുന്നിടവും അറ്റവും പിന്നെ പക്കും സൂക്ഷ്മമായി അതിലൂടെ വിലയിരുത്തും. സമ്മത ഭാവത്തിൽ അംഗീകാരസൂചകമായി തലകാട്ടിയാൽ പിന്നെ അവറ്റയെ കശാപ്പിന് ഊഴം കുറിക്കാം. തൃപ്തികരമല്ലെങ്കിൽ നിഷേധഭാവത്തിൽ തലയാട്ടിക്കൊണ്ട് ചോദ്യഭാവത്തിൽ കടയുടമയുടെ നേർക്കൊരു നോട്ടമെറിയും.

അതൊരാജ്ഞയാണ്.

ചൊവ്വുകേടു കണ്ട കന്നിനെ തൽക്ഷണം പിൻവലിച്ചിരിക്കും. ഇല്ലെങ്കിൽ സന്ധ്യതൊട്ട് അവിടെനിന്നും ഇറച്ചി വാങ്ങുവാൻ രാത്രിയും പിറ്റേന്നു പുലർച്ചതൊട്ടു സ്റ്റോക്ക് തീരുംവരെയും ക്യൂ നിൽക്കുന്നവരുടെ നിര തെളിയില്ല.

അതു കടയുടമയ്ക്കുമറിയാം. അങ്ങനെ നിരാകരിക്കുവാൻ സാധ്യതാ സന്ദേഹം തോന്നിപ്പിക്കുന്ന കന്നിനെ കൊണ്ടുകെട്ടില്ല. അതൊരു പരസ്പര വിശ്വാസത്തിന്റെ എഴുതപ്പെടാത്ത ഉടമ്പടിയായിരുന്നു. ആ വിശ്വാസ്യതയായിരുന്നു അവരുടെ കച്ചവട വിജയത്തിന്റെ മൂലധനവും. ഒരിക്കൽ അവിടെനിന്നും ഇറച്ചി വാങ്ങുന്നവർ പിന്നെ താമസം മാറിപ്പോയാലും ആ വഴി പോകുമ്പോൾ കട തുറന്നിട്ടുണ്ടെങ്കിൽ ഇറങ്ങി നിർത്തി ഇറച്ചി വാങ്ങിയേ പോകൂ. പ്രാന്തപരിസരങ്ങളിൽ നിന്നു മാത്രമല്ല, കൊച്ചി നഗരത്തിൽ നിന്നുവരെ ആളുകൾ ഇത്രദൂരം വന്നു ഇറച്ചി വാങ്ങിപ്പോവുക വില്പന ദിനങ്ങളിലെ പതിവു കാഴ്ചയായിരുന്നു.

പള്ളിയിൽ പോകാത്ത സത്യക്രിസ്ത്യാനി എന്ന പേരുകേട്ട വിശ്വാസി യായിരുന്നു വക്കച്ചൻ. കുടുംബത്തിലുള്ള മറ്റുള്ളവർ പെണ്ണും പിട ക്കോഴിയും ഭാരവുമായി പടർന്നു പന്തലിച്ചപ്പോൾ വക്കച്ചൻ ഒറ്റാന്തടി യായി. ആർക്കും അലോസരമാകാതിരിക്കുവാൻ തോട്ടിന്റെ കരയിലൊരു തൊടിയിൽ പഴയ തേങ്ങാപ്പുര വീടാക്കി ഒറ്റയാൻ പൊറുതി അവിടെ യാക്കി.

ബുധനും വെള്ളിയും ഒഴികെയുള്ള ദിവസങ്ങളിൽ കന്നിറച്ചിയുടെ വിവിധ രൂപാന്തരങ്ങൾ വക്കച്ചന്റെ തീൻമേശയിൽ പതിവലങ്കാരമാണ്; പുരളൻ, ഉലർത്ത്, തക്കാളി, പച്ചക്കായ, കൂർക്ക, ചേന, ഉരുളനാദികളാൽ അനുവർത്തിതമായ 'പലമട്ടുവേറെ', ചാറു നീട്ടിയും കുറുക്കിയും രണ്ടു മല്ലാണ്ടെ വറുത്തരച്ചും... അങ്ങനെ ഒന്നൊന്നിനെ വെല്ലുവിളിക്കും മട്ട ത്തിൽ. മാംസസമാഹരണം മുൻ പറഞ്ഞ മാമലപക്കത്തെ കടയിൽനിന്നു മാത്രം. അതിൽ മാറ്റമില്ല. വിധമേതു വഴിയേയാലും കുഞ്ഞാടിന്റെ ഇറച്ചി നാണിച്ചു തലതാഴ്ത്തുംവിധമാണ് വക്കച്ചന്റെ ബീഫവതാരത്തിലെ മൃദു പ്രത്യക്ഷം. ആട്ടിറച്ചിയല്ലേ എന്നു വേണമെങ്കിൽ സന്ദേഹിക്കാം. അതേ എന്നു വക്കച്ചൻ തലകുലുക്കിയാൽ അല്ലെന്ന് സ്ഥാപിക്കുവാൻ രാസ പരിശോധന വേണ്ടിവരും. അത്ര സോഫ്ട്! വക്കച്ചൻ പക്ഷേ സത്യവാദി യായതുകൊണ്ടു തുറന്നു പറയും. മാംസവർഗത്തിൽ കന്നുവിട്ടൊരു രുചിശീലം വക്കച്ചനൊട്ടില്ലതാനും. അപ്പോഴും ഇതെങ്ങനെ ഇത്ര സോഫ്ടായി എന്ന വിസ്മയത്തിന്റെ മുൻപിൽ വക്കച്ചൻ അതിന്റെ സൂത്ര വാക്യം തുറന്നു പ്രകാശിപ്പിച്ചു.

ദൂരെനിന്ന് ആട്ടിത്തെളിച്ചു കൊണ്ടുവരുന്നവയാണല്ലോ അറവ് കന്നു കളേറെയും. ആ നടത്തയ്ക്കിടയിൽ ചുഴറ്റിവീശുന്ന ചാട്ടയടിയേറ്റ് അവറ്റ യുടെ പിൻഭാഗം കല്ലച്ചു പോകും. അതിനു മുമ്പുള്ള അധ്വാനനാളുകളിൽ പ്രഹരമേറ്റു വാങ്ങാനുള്ള നിയോഗവും പൃഷ്ഠവശങ്ങൾക്കാണല്ലോ. അതു കൊണ്ടു കന്നിറച്ചി വാങ്ങുമ്പോൾ അകിടുഭാഗം ചോദിച്ചു വാങ്ങണം. മർദ്ദനപീഡനങ്ങളേൽക്കാത്തതുകൊണ്ട് ആ വശത്തെ മാംസത്തിനു ക്ഷതചേതങ്ങളുണ്ടാവില്ല. അവറ്റകളുടെ ശരീരത്തിലെ ഏറ്റവും മയമുള്ള മാംസക്കുറവിടെയാകുന്നു.

"ഞാനതു പ്രത്യേകം പറയേണ്ടിവരാറില്ല. എനിക്കവര് അകിടേ തരൂ..."

മാട്ടിറച്ചി കഴിക്കുന്നതിനും അതിനായി വാങ്ങുന്നതിനും മുൻപ് അതിന്റെ ശരീരശാസ്ത്രം പഠിക്കണം എന്നതു പാഠബാക്കി! ■

പുട്ടും പുട്ടുലർത്തിയതും

ഓനാച്ചനും ഏലിശായും തീൻരുചി വഴിയിൽ പരസ്പരം മത്സരിക്കുവാൻ വേണ്ടി മംഗല്യ മുഹൂർത്തത്തിൽ ഒന്നു ചേർക്കപ്പെട്ടവരത്രെ. പാരമ്പര്യ വഴക്കവഴികളെ ധിക്കരിച്ചുകൊണ്ടാണ് എന്നും മത്സരത്തിൽ അന്യോന്യം.

കുന്നിൻചെരിവിലാണ് വീട്. പറമ്പിന് രണ്ടു തട്ടുകളുണ്ട്. ഒന്നു വീടിനു മുകളിലോട്ടുള്ള കുന്നിൻചെരിവ്. അതിനവർ പൊക്കത്തെന്നു പേരു വിളിക്കും. അവിടെയാണു കുരുമുളക്, ഏത്ത, പടവലം, പാവൽ തുടങ്ങിയ കൃഷിമിടുക്കുകളുടെ ആശാട്ടിയായി ഏലീശായുടെ ഏകാധിപത്യം. വീടിനു താഴേക്കുള്ള ചെരിവിൽ പാതി കപ്പയും മറുപാതി കൈതയും മത്തൻ, കുമ്പളാദികളും അടങ്ങുന്ന കൃഷിമട്ടം ഓനാച്ചൻ വിരുത്തത്തിൽ. തൽഭൂവിടത്തിനു ഇറക്കെത്തെന്നു പേര്.

ഇറക്കത്തിനപ്പുറത്ത് വേലിക്കു മുമ്പിലൂടെ റെയിൽപ്പാളവും അതോടു ചേർന്നു ടാറു വിതാനിച്ചു കറുപ്പഴകു പേറാൻ വിസമ്മതിച്ചു നില്ക്കുന്ന കല്ലാകല്ലു നിരത്തും.

പൊക്കത്തും താഴത്തും തമ്മിൽ എന്നും മത്സരം ക്രിയാത്മകം. പ്രതിപക്ഷ ബഹുമാനത്തോടെ അതിർഭേദനങ്ങളില്ലാതെ. പാതിക്കു പാതി, യഥേഷ്ട ഭരണം സ്വച്ഛസ്വതന്ത്രം.

അടുക്കള ചേർന്ന ചായ്പിൽ കാർഷികോത്പന്നങ്ങളും ദമ്പതികളിരുവരും ഒരു മനസ്സോടെ ലാളിച്ചു വളർത്തുന്ന അര ഡസൻ ആട്ടിൻ സഖാക്കളും അതേ സൊരുമയിൽ ചേർന്നു പോരുന്നു. ഉത്പന്നങ്ങൾ വിപണിയിലേക്ക് എഴുന്നള്ളിക്കുന്നതെപ്പോഴും താണുവിന്റെ കാളവണ്ടിയിൽ. അവിടെയും സൊരുമഭ്രംശം ഏതുമില്ല.

എന്നാലോ ഉത്പന്ന വിരുതന്മാർ ചായ്വിനിപ്പുറത്തെ ദേഹണ്ഡ ചെയ്വനച്ചാർത്തിലെത്തിയാൽ പിന്നെ മത്സര കമ്പനം അഹമഹ ചേരി തിരിഞ്ഞ്.

ഒഴിവുവേളകളിൽ ഏലീശായുടെ അടുക്കള സ്വകാര്യതയിൽ നുഴഞ്ഞു കയറുക ഓനാച്ചന്റെ ബലഹീനത. ഒഴിവുവേളകളാണെങ്കിൽ സുലഭവും.

ചൂടോടെ പറിച്ച് ചെളി കുടഞ്ഞ് താണുവണ്ടിയിൽ വിപണിയിലേക്ക് നാടുകടത്തിയ കപ്പ സഖാക്കളുടെ നീക്കുബാക്കി ശേഷിപ്പിൽ നിന്നു രണ്ടെണ്ണമെടുത്തു തൊലികളഞ്ഞു പീരപ്പരുവത്തിൽ ചുരണ്ടി കപ്പപ്പീര യെന്ന പേരിട്ടു വിളിച്ചവമതിക്കാതെ പച്ചവെള്ളം തളിതളിച്ചു ഇറുക്കിയ മുക്കി പിഴിഞ്ഞു മാറ്റി ചുരണ്ടിയതിലൊരു വട്ടംകൂടി തളിപിഴിച്ചിൽ ആവർത്തിച്ചശേഷം ശിഷ്ടബാക്കിയെ രാത്രി ഉറങ്ങാൻ കിടത്തിയതിനെ യെടുത്തിട്ടായിരുന്നു ഞാൻ ചെന്നുപെട്ട ഒരുച്ചപ്പെരുക്കത്തിനു ഓനാച്ചന്റെ അങ്കപ്പുറപ്പാട്. ഉപ്പും തേങ്ങാപ്പീരയും മേൽപ്പടിയാനും ചേർത്തു പിച്ചി ത്തിരുമ്മി പിന്നെ അതിനെ ഏകധാരയിൽ ശ്രുതിചേർത്തു.

“ചിരട്ട വൃത്തത്തിലായാലോ?”

“ആവട്ടെ.”

പീര ചിരണ്ടിയെടുത്ത ചിരട്ടയിൽ അല്പം ശ്മശ്രു ബാക്കി പോലൊട്ടി നില്ക്കും തരിയടക്കം അവ്വിധം നിർത്തി അതിന്മേൽ മിശ്രിതം നിറനിറച്ച് ചിരട്ടയുടെ കണ്ണുദ്വാരം കണക്കെ തുല്യം ആവിച്ചെമ്പിനോടു ചേർത്തു വച്ച് ചിരട്ട മൂടി ആവി കയറ്റി വേവിച്ചെടുത്ത ഓനാച്ചൻ നറുനാടൻ മട്ടത്തിൽ. അവ്വിധം വെന്തവനെ വേവുചൂടു മാറാതെ മേശവിളമ്പി പ്ലെയിറ്റിൽ ആവിയുതിരുംവിധം നിരത്തിയിട്ടാണു പിന്നെ വെല്ലുവിളി. അകമ്പടി, സ്വേച്ഛാവഴിയെ തരാതരം നാനാവിധം ലഭ്യം. ഇറച്ചിപ്പുരളൻ, നാലുനാൾ മുമ്പു പറ്റിച്ച മീൻ കറിക്കുഴമ്പ്, കടല കുറുക്കു മസാലയരപ്പിൽ തേങ്ങാക്കൊത്തിനെ പരിണയിച്ചതൊരുമട്ടം, വേറെ. ചെമ്പയറിൽ വെളു ത്തുള്ളിയും പീരയും സമാസമം പയറിൻ ചുമപ്പിലും മുളകുചോപ്പിലും മുങ്ങിനീരാടി വറമൊരിവിൻ വിജൃംഭിത പ്രത്യക്ഷത്തിൽ എഴുന്നുള്ളും പപ്പട ചേർച്ചയിൽ നിറനിരന്നങ്ങനെയൊരവതാരം...

അരിപ്പുട്ടിനേക്കാൾ കേമം ഈവഴിപ്പുട്ടെന്നു രുചിസാക്ഷ്യം. മുഖ്യ മൂലകം കപ്പയധിഷ്ഠിതമാകയാൽ പരിധിവിട്ടൊരു കഴിപ്പിന് ഇടം തിക യാതെ വിശിഷ്ടഭോജനം ബാക്കിയാവുക പതിവ്! അതിനുമുണ്ട് ഓനാച്ചന് പരിഹാരക്രിയ. ചുമന്നുള്ളി കുരുകരാ എന്നരിഞ്ഞ് കടുകു താളിച്ചതിൽ വഴറ്റി, വിഭജനത്തിനു മുമ്പത്തെ കമ്മ്യൂണിസ്റ്റ് ചുമപ്പുരാശി യിലുള്ള മുളകുപൊടിയിൽ മൂപ്പിച്ചതിൽ പുട്ടു ബാക്കിയെ ഉലച്ചു ചേർത്തു ലത്തിയെടുത്താൻ പുട്ടിനും ചോറിനും ഒരുപോലെ ചേർച്ച ഈ രുചി യലങ്കാരം പുട്ടുലർത്തെന്ന പുതുവൃത്തം എന്നതും അനുഭവബോധ്യം. ■

ഉറുമീസ് രുചികൾ

ഉറുമീസ് അളിയനെക്കുറിച്ച് ഭാര്യ മുമ്പേ ഒരാപൽസൂചന തന്നിരുന്നു. കൃഷി ടിയാന്റെ ബലഹീനതയാണ്. അതിൽ മുഴുനീളെ ആറാടാൻ വേണ്ടിയാണ് കുന്നിൻചെരിവിൽ ഒറ്റയാനായി പൊറുതി. ജൈവ വഴിയിലും പൊക്കാളി തുടിയിലും രണ്ടുമല്ലാതെ പൊതുവഴക്കത്തിൻ പടിയും കർമം ശീലം. ചെന്നു പെടും കാലത്ത് ഏതിന്റെ വിളവുകാലമാണോ അതിന്റെ പെർമ്യൂട്ടേഷൻ കോമ്പിനേഷൻസ് കൊണ്ടാകും ഉദയാസ്തമയ ദേഹണ്ഡപൂജ.

ചെന്നു പെടുന്നതൊക്കെ കൊള്ളാം. വന്നാൽ ഒരന്തിയുറങ്ങാൻ നിൽപു പൊരുത്തില്ലെങ്കിൽ വന്നപാടെ സ്ഥലം വിട്ടോളാൻ മുഖം നോക്കാതെ കർശനമായി പറയും.

സൂചന വഴി മുഴങ്ങിയ ഭീഷണി ധ്വനികൾ ഇവ്വിധം. വരുംപോലെ വരട്ടെയെന്നു കരുതി സിംഹക്കൂട്ടിൽ നടയിറങ്ങി. ഒരു പകലും ഒരന്തിയും ഉറുമീസ് അളിയനു തീറെഴുതിയാണു വന്നതെന്നറിഞ്ഞപ്പോൾ ആതിഥേയന്റെ മനസ്സിൽ സൽക്കാരമേളം ഭേരി ഉണർന്നു.

ഏലക്കായ ഇട്ടു തിളപ്പിച്ച പാൽക്കാപ്പി, (അതും കുരു പൊടിച്ചു നേർപാടെ) തിളയിടുംചൂടോടെ മുന്നിലെത്തിയതു രുചിനുകർന്നു മൊത്തിക്കുടിക്കുന്ന കൂട്ടത്തിൽ ഏറ്റത്തിലെയും ഇറക്കത്തിലെയും (വീടിരിക്കുന്നതു നടുഭാഗത്താണ്) ചെരിവിടങ്ങളിലേക്കു ദൃഷ്ടി പായിച്ചു. ഭീഷണിയുടെ ആവർത്തന പ്രത്യക്ഷം ഏതു മുറയിലാണെന്നു മുൻകൂട്ടി അറിയുവാനുള്ള ഉത്കണ്ഠയായിരുന്നു പ്രേരണ.

കടപ്ലാവിൽ കടച്ചക്ക പാകമായി കിടക്കുന്നു. പ്ലാവിൽ ചക്കയും. ചക്കയുടെ ഇരുരൂപാന്തരങ്ങളിലും പീഡനം ഉറപ്പ്. മാവിൽ മാങ്ങ വിളഞ്ഞു കിടക്കുന്നു. മുരിങ്ങമരത്തിൽ മുരിങ്ങയും. ആ വഴിയും പ്രതീക്ഷിക്കാം ചെറുതാഡനം. ഒരാശ്വാസം തോന്നി ചെയ്‌വന മട്ടത്തിൽ നാലു ധാരകൾക്കു സാധ്യതയുണ്ടല്ലോ. ആവർത്തന ചെടിപ്പ് അത്രമേൽ ദുസ്സഹമാകില്ല.

ഉച്ചയൂണിന് ചാറു പരുവത്തിൽ എത്തിയതു മാങ്ങയും മുരിങ്ങക്കോലും പാലു പിഴിഞ്ഞു വച്ചത്. മുഷിഞ്ഞില്ല. കടച്ചക്ക വെന്തതിൽ ഉള്ളി പച്ചമുളകാദികൾക്കൊപ്പം മുട്ട പതച്ചതു കൂടി ചേർത്തു തൊട്ടാൽ അക്ഷണം ഉടയും എന്ന വൃത്തത്തിലൊരു മെഴുക്കു പുരട്ടി.

ഭേഷ്... എന്നല്ല, ബലേ ഭേഷ്! അല്പം സംഭാരം, ചൂടു രസം. പപ്പടം വറുത്തത്. കരിനെല്ലി അച്ചാറ്.

പച്ചക്കറി വിരുത്തത്തിലാണെങ്കിലും അമൃതേത്ത് നന്നേ സുഖിച്ചു.

വൈകിട്ട് നാലുമണി കാപ്പിക്കൊപ്പം ഇടിച്ചക്കത്തോരൻ. അതിൽ അഭിഷേകമായി ചൊരിയാൻ തലേന്നത്തെ കുടംപുളി മീൻകറിയുടെ ചാറ് ഒന്നാം കോഴ്സിൽ. രണ്ടാം കോഴ്സിൽ പഴുത്ത കോഴച്ചക്കയിൽ ശർക്കരയും അരിപ്പൊടിയും ചേർത്ത് ഇഡ്ഡലിച്ചെമ്പിൽ തൽപ്രകൃതത്തിൽ കുമ്പിൾ തൊടാതെ വേവിച്ചെടുത്ത ചക്കയിഡ്ഢലി!

അത്താഴത്തിന്റെ മേശവട്ടത്തിലാണ് ഉറുമീസളിയൻ വെന്നിക്കൊടി പറപ്പിച്ചത്!

തവിടുകളയാത്ത നുറുക്കരിക്കഞ്ഞി ചൂടോടെ. തൊട്ടുചേർക്കാൻ പച്ചക്കുരുമുളകും മാങ്ങയും തേങ്ങ ചുട്ടതും വറ്റൽമുളകും ചേർത്തരച്ച ചമ്മന്തി. ഡയമണ്ട് ആകൃതിയിൽ ചുട്ടെടുത്ത പപ്പട സഖാക്കൾ.

കടച്ചക്കയും ഉണക്കച്ചെമ്മീൻ വറുത്തു പൊടിച്ചതും ചേർത്തു വരട്ടിയൊരു ഉലർത്ത്. മുരിങ്ങക്കായയുടെ കാമ്പെടുത്തു പൊടിമീൻ ചേർത്തു പീര വിതറി പറ്റിച്ചതൊരു അവതാരം. പച്ചച്ചക്കച്ചുളകൾ കൊത്തിയരിഞ്ഞതിൽ നീളത്തിലരിഞ്ഞ ചക്കക്കുരുവും കൊടപ്പനും പിണ്ടിയും ചേർത്ത മിശ്രിത പ്രത്യക്ഷം വറ്റൽമുളക് ചേർത്ത് ഉള്ളി തൊടാതെ ഉലർത്തിയെടുത്ത മെഴുക്കുപുരട്ടി.

കലാശക്കൊട്ടായി മധുരത്തിന് ഇരുമ്പംപുളി സഖികളെ ഭരണിയകത്ത് പഞ്ചസാരപ്പാനിയിൽ ആറുമാസം ഭജനയിരുത്തി നിറം വാട്ടി കൊഴുപ്പിച്ചു മദാലസമോഹിനികളാക്കി ആദ്യകാഴ്ചയിൽ ഗുലാബ് ജാമെന്നു തോന്നിക്കും കാഴ്ചയഴകിൽ പഞ്ചസാര ലായനിയിൽ വഴുതികളിക്കുവാൻ വിട്ടിട്ടൊരു എഴുന്നള്ളത്ത്!

ശ്രീമതിയുടെ ഉത്കണ്ഠ സത്യമായിരിക്കേയും തൽവ്യംഗിത ചെടിപ്പ് അയൽപക്കത്തെ കാറ്റിൽ കൂടി പോലും തൊട്ടുനോക്കാത്ത വിധമായിരുന്നു ഉറുമീസളിയന്റെ ചെയ്വന പെരുക്കം!

രണ്ടു നേരവും കടച്ചക്കയും മാങ്ങയും മുരിങ്ങക്കോലും ആവർത്തിച്ചെഴുന്നള്ളി; നേര്! പക്ഷേ എഴുന്നള്ളത്ത് ആനപ്പുറത്തായിരിക്കെയും ചാമരവും വർണക്കുടയും ആലവട്ടവും കണ്ണിനഴകു പകരുന്നതു തനതു മട്ടത്തിലെന്ന ഉത്സവ ന്യായം ദേഹണ്ഡപ്പുരയിൽ നിവേശിച്ചു ഉറുമീസളിയന്റെ കൈപ്പുണ്യനിറവ്!

ഈ കൈപ്പുണ്യത്തിന്റെ സംരക്ഷണമുള്ളിടത്തോളം ഉറുമീസ് മടയിൽ ഒന്നല്ല, ഒന്നിലേറെ അന്തി തങ്ങാൻ ഏതു വിളവുകാലത്തും നടയിറങ്ങുവാൻ സന്ദേഹം വേണ്ടെന്ന് നാവിന്റെ രുചി സത്യവാങ്മൂലം! ■

ചായക്കൂട്ട്

"**മാ**ഷേ നിങ്ങൾ കാപ്പിയുടെ ആളാണോ, അതോ ചായയുടേയോ?"

ചോദിച്ചത് കാർട്ടൂണിസ്റ്റ് തോമസാണ്.

"കാപ്പിയാണു പഥ്യം. പക്ഷേ, നല്ല കാപ്പി കിട്ടുമെന്നുറപ്പില്ലെങ്കിൽ ചായ മതിയെന്നു വയ്ക്കും."

കൈയിലിരുന്ന നൂലറ്റം കടന്ന ബീഡി ഒന്നാഞ്ഞു വലിച്ചു തല യൊന്നാട്ടി അടുത്തേക്കു ചേർന്നിരുന്നുകൊണ്ട് ഒരു മുന്നറിയിപ്പിന്റെ ശ്രുതിയിൽ തോമസ് വലിയൊരു രഹസ്യം പങ്കിട്ടു.

"ചായ കമ്യൂണിസ്റ്റാണ്!"

ഞാൻ അമ്പരന്നു. തോമസ് അടുത്ത വെടി പൊട്ടിച്ചു.

"ചായ ലത്തീനാണ്!"

ചായയെങ്ങനെ കമ്യൂണിസ്റ്റും ലത്തീനുമാകും? ചായ ചായയല്ലേ!

കാർട്ടൂൺ രേഖകളിലെ കണിശകൃത്യതയോടെ തോമസ് ന്യായ കാരണങ്ങൾ നിരത്തി.

"ചായയെ ഒരു പാനീയമായി വികസിപ്പിച്ചെടുത്തതാരാണെന്നാ വിചാരം?"

പൊതുവിജ്ഞാനം കമ്മിയെന്നു ഞാൻ സമ്മതിച്ചു.

"ചൈനക്കാർ. ങ്ഹാ... അപ്പോൾ ആ വേരു ഗുണം കാണിക്കാതിരി ക്കുമോ?"

"ലത്തീനെന്നു പറഞ്ഞതോ?"

"ചൈനാക്കാരാദ്യമായി ചായ വിളമ്പിയത് അവിടെ വന്ന പോർച്ചു ഗീസ് പാതിരിമാർക്കും കച്ചവടക്കാർക്കുമാണ്. വെള്ളം ചേർക്കാത്ത ലത്തീൻകാരല്ലേ അവര്. പിടിച്ചപിടിയാലേ മാമോദീസാ മുക്കി ലത്തീ നാക്കിക്കാണും."

പറഞ്ഞതു തമാശയായിട്ടാണെങ്കിലും പിന്നീടു ചരിത്രത്താളിൽ അന്വേഷിച്ചപ്പോൾ 'കമ്യൂണിസ്റ്റ്', 'ലത്തീൻ' എന്ന വിശേഷണങ്ങൾ ഒഴിച്ചു

നിർത്തിയാൽ ബാക്കി അച്ചട്ടായ സത്യമായിരുന്നു. കാർട്ടൂൺ മാത്രമല്ല ചരിത്രവും തോമസിനു വഴങ്ങുമെന്നു സാരം!

Camelia Sinesis എന്നാണു തേയിലച്ചെടിയുടെ മാമോദീസാപ്പേര്. ഔഷധ പാനീയമായി സഖാവ് ഉരുവപ്പെടുന്നതു ചൈനയിൽ നിന്നാണ്. പതിനാറാം നൂറ്റാണ്ടിൽ അവിടെയെത്തിയ പോർച്ചുഗീസുവൈദികരും വർത്തകരുമാണ് ആദ്യമായി ചായ ലഹരിയുടെ വലയിൽ കുടുങ്ങുന്നത്. ആദ്യപാദത്തിൽ ഇതു കുബേരന്മാരുടെ അലങ്കാരലഹരിയായിരുന്നു. പിന്നെപ്പിന്നെയാണിതു ജനകീയമായത്. 17-ാം നൂറ്റാണ്ടായപ്പോഴേക്കും ചായ ബ്രിട്ടനിലെ പ്രിയപ്പെട്ട പാനീയമായി മാറിയിരുന്നു. ചാൾസ് രണ്ടാമന്റെ അകത്തമ്മയായ കാതറിൻ റാണിയാണ് അതിനു മുൻകൈ എടുത്തതുപോലും.

ഇതൊന്നുമല്ല ഇതിനൊക്കെ മുമ്പേ ബി.സി. 2737-ൽ തന്നെ ചായ കണ്ടെത്തിയിരുന്നു എന്നൊരു വാദം വേറെയുണ്ട്. ചരിത്രമല്ലേ, സഹജം!

ചായക്കോപ്പയിൽ കൊടുങ്കാറ്റുകളുയർന്നതിനും ചായ സാധാരണ ക്കാർക്കു ലഭ്യമല്ലാതെ വന്നപ്പോഴുള്ള രോഷം പൊട്ടി ജ്വലിച്ചതിനും ബോസ്റ്റൺ ടീപാർട്ടിയടക്കം ദൃഷ്ടാന്തങ്ങൾ ഏറെ.

ചായ സഖാവ് ഇന്ത്യയിലേക്കെഴുന്നള്ളിയതു ബ്രിട്ടീഷ് ധാര വഴി യാണുപോലും. ചൈനയുടെ ചായക്കുത്തക തകർക്കുകയായിരുന്നു ലക്ഷ്യം. ആദ്യവരവ് ഒളിച്ചും പതുങ്ങിയുമായിരുന്നു. 1839-42-ലും 1856 -60ലും അടരാടിയ ആംഗ്ലോ ചൈനീസ് 'ഓപ്പിയം' യുദ്ധങ്ങളായിരുന്നു കാരണം. വടക്കു കിഴക്കേ പ്രവിശ്യയിലേക്കായിരുന്നു ആദ്യചുവട്. അവിടെ പക്ഷേ പച്ചപിടിച്ചില്ല. ആസ്സാമാണ് ആദ്യം ചായയെ ഹൃദയ ത്തിലേറ്റിയത്. തുടർന്നായിരുന്നു ദക്ഷിണേന്ത്യയിലേക്കുള്ള വ്യാപനം.

Chay എന്ന പേർഷ്യൻ പദത്തിൽനിന്നും തിരിനീട്ടിയ Cha എന്ന Mandarin പദമാണത്രേ 'ചായ'യായി പരിണമിച്ചത്. Cha എന്നും Char എന്നുമായിരുന്നു ആദ്യ വിളിപ്പേരുകൾ. Tea എന്ന പരിഷ്കാരപേരു പതി യുന്നതു പിന്നീട്.

മൂന്നു ശതമാനത്തോളം കഫെയിനും സമാനമായ ഉത്തേജക പ്രകൃത മുള്ള Theobromine ഉം Theophyline ഉം ഉൾച്ചേർന്നാണ് ചായ ഉരുവ പ്പെടുന്നതെന്നു ശാസ്ത്രസാക്ഷ്യം. Tannic Acid ഇല്ല എന്നതതിന്റെ അധിക മേന്മയെന്നും സാക്ഷ്യം. ചിന്താശക്തിയെ ഉഷാറാക്കുന്നു എന്ന മേനിപ്പുറത്താണത്രേ ചായ സഖാവിന്റെ ജനപ്രീതി എഴുന്നള്ളത്തിന്റെ തുടക്കം.

ചായയുടെ വകഭേദങ്ങൾ കാക്കത്തൊള്ളായിരം. അറേബ്യൻ ടച്ചു മായി 'സുലൈമാനി' മലയാളി രുചിമനസ്സു കീഴടക്കിയതിനു കടപ്പാട് ബഷീറിന്റെ പൊൻതൂലികത്തുമ്പിനോടും തിരുമൊഴികളോടും.

ചായ എന്നു പറയുമ്പോൾ ഒന്നും ചേർത്ത് മിശ്രമാക്കാത്ത, കന്യാത്വം നഷ്ടപ്പെടുത്താത്ത ചായ എന്നാണ് അർഥസൂചിക. പക്ഷേ പാലു ചേർത്തുള്ള പാൽചായയാണു പൊതുവെ പഥ്യം. പാലുമായുള്ള ഈ ബാന്ധവം Madam De Sevigne 1680ൽ തുടങ്ങിവച്ചതാണത്രേ. ചൈനീസ് ചായയിൽ പാലു പതിവില്ല. മാഞ്ചു വംശജർ പാൽവേഴ്ചയിൽ അഭിരമിക്കുന്നു. കാലിച്ചായ, കടുംചായ എന്നതിനു തന്നെ പിന്നെയുമുണ്ട് അവസ്ഥാന്തര ഘോഷങ്ങൾ ഏറെ. ലോകഭൂപടത്തിൽ ഏറെ പ്രീതി 'ലൈംടീ/ഗ്രീൻടീ' സഖാക്കൾക്കാണ്. ഹൃദ്രോഗത്തെയും ചില പ്രത്യേകതരം അർബുദങ്ങളേയും രക്തസമ്മർദ്ദത്തേയും അമിത വണ്ണത്തേയുമൊക്കെ തടുത്തു നിർത്തുവാനും അസ്ഥി ധാതുസാന്ദ്രതയെ പോഷിപ്പിക്കുവാനും ഇവയ്ക്ക് കഴിയുമെന്നാണ് അവകാശവാദം. Oolong Tea, Premium Tea, Pu-erh Tea എന്നിങ്ങനെ ചായ പ്രത്യക്ഷങ്ങൾ പല വഴി പലവിധം.

മസാലച്ചായ ഇന്ത്യയുടെ സംഭാവനയാണ്. കടുംചായയിൽ വെണ്ണയും ഉപ്പും ചേർക്കുന്ന പാരമ്പര്യം ടിബറ്റിലും ഹിമാലയൻ പ്രവിശ്യയിലുമുണ്ടായിരുന്നു. ചൂടുചായ മൊത്തി ശീലമുള്ളവരുടെ വിരുദ്ധ ചേരിയിൽ നിൽക്കുന്നു ഐസ്ഡ് ടീ. നാരങ്ങാനീരിൽ ചായ ചേർത്ത് (മറിച്ചല്ല) കഴിക്കുക ഒരു ഇറ്റാലിയൻ രുചിവഴിയാകുന്നു. ചൈനയിൽ ചിലയിടങ്ങളിൽ പ്രചാരത്തിലുള്ള വകഭേദമാണ് ചൈനീസ് ജാസ്മിൻ ടീ.

മുല്ലപ്പൂവും അതിന്റെ എണ്ണയുമാണിതിലെ മിശ്രം. ഒരു ചെറുകഷണം ഇഞ്ചിയോടു ചേർന്നുവരുന്ന ചായ ശ്രീലങ്കയിൽ വിശിഷ്ട പാനീയമാണ്. ചായയിൽ മധുരം ചേർക്കുന്നത് ഒരു 'പെണ്ണിഷ്' സമ്പ്രദായമാണെന്നു പുച്ഛിക്കുന്നവർ ചൈനക്കാരിലുണ്ട്. തേനും ജാമും മിന്റും ചായയോടു ചേർന്നവതരിച്ചു കണ്ടിട്ടുണ്ട്. കടുംചായയിൽ ഉപ്പു ചേർത്തൊരു മട്ട് കിഴക്കൻ പാക്കിസ്ഥാനിലെ ചില പ്രവിശ്യകളിലെ ശീലമാണത്രേ. ചായയിൽ വിസ്കിയും ബ്രാണ്ടിയും അറ്റകൈക്കു റമ്മും ചേർത്തുള്ള പ്രയോഗങ്ങളുണ്ടെന്നു കേട്ടാൽ മദ്യവിരുദ്ധമുന്നണി പിണങ്ങുമോ എന്തോ! ■

ഒരു ഐ.വി. ശശി രുചിക്കൂട്ട്

പതിറ്റാണ്ടിലേറെ മുമ്പൊരു സെപ്തംബർ ദിനം. ആലപ്പുഴ ഉദയാ സ്റ്റുഡിയോയിൽ ഒരു മലയാള സിനിമയുടെ ഷൂട്ടിങ് നടക്കുന്നു. സ്റ്റുഡിയോയിലെ കാന്റീനിന്റെ ഒരു മുഖം പൊലീസ് സ്റ്റേഷനായി ഒരുക്കിയെടുത്തിട്ടാണു ചിത്രീകരണം. ജയറാം, സുരേഷ് ഗോപി, സായ്കുമാർ, ജഗന്നാഥ വർമ, നെടുമുടി വേണു, ശങ്കരാടി, സോമൻ, ഉർവശി തുടങ്ങിയവരുണ്ട്. ഐ.വി. ശശിയാണ് സംവിധായകൻ.

ശശിയുടെ സംവിധാന രീതിയിലെ ചടുലത വളരെ പ്രസിദ്ധമാണ്. കാണാതെ പഠിച്ച ചുരുക്കപ്പട്ടിക ഓർത്തു ചൊല്ലുംപോലെ വ്യത്യസ്തങ്ങളായ ഷോട്ടുകൾ പറഞ്ഞുകൊണ്ടേയിരിക്കും. അതിനൊത്തു പ്രകാശവിതാനമൊരുക്കി ഒപ്പമെത്തുവാൻ ക്യാമറമാൻ ജെ.വില്യംസും സഹായികളും വിശ്രമമില്ലാതെ ജാഗരൂകരായി തിരക്കു കൂട്ടുന്നതിനിടയിൽ സംവിധായകൻ ലോക്കപ്പ് മുറിയായി തോന്നിപ്പിക്കുന്ന ഇരുമ്പഴികൾ വരച്ചുചേർത്ത സ്ക്രീനിന്റെ പിന്നിലേക്ക് ഇടയ്ക്കിടയ്ക്ക് നൂണ്ടുപോകുന്നു.

അപ്പുറം കാന്റീനിന്റെ പിൻവശമാണ്. ആപിൻവശത്താണ് അടുക്കള. സമയം പന്ത്രണ്ടിനോടടുക്കുന്നു. ഒരു മണിക്കു ലഞ്ച് ബ്രെയ്ക്കാണ്. അതിനു മുമ്പേ ഊണൊരുങ്ങണം. അതിന്റെ തിടുക്കത്തിലാണ് യൂണിറ്റ് ഭക്ഷണ വിഭാഗത്തിലെ ദേഹണ്ഡകലാകാരന്മാർ. അവർക്കിടയിലേക്കാണു സംവിധായകന്റെ നുഴഞ്ഞുകയറ്റം.

ഷോട്ടുകൾ എടുക്കുന്ന അതേ വേഗത്തിലാണ് അവിടേയും നിർദ്ദേശങ്ങൾ. തേങ്ങ ചുരണ്ടുന്നിടത്ത്, ഉള്ളി അരിയുന്നിടത്ത്, ഇറച്ചി നുറുക്കുന്നിടത്ത്... എല്ലാം!

ലഞ്ച് ബ്രെയ്ക്കിൽ അന്നത്തെ മെനുവിലെ പതിവുവട്ടത്തിനു പുറമെ സംവിധായകന്റെ വക പ്രത്യേകമൊരു ഡിഷ്.

ശങ്കരാടി ചോദിച്ചു.

“എന്താണെടേ ഇന്നത്തെ ഡയറക്ടേഴ്സ് സ്പെഷൽ?”

മറുപടി പറഞ്ഞത് ഉർവശിയാണ്.

"ബീഫ് പീര പറ്റിച്ചത്!"

സസ്യഭോജിയായ സോമൻ മുഖം ചുളിച്ചു. പക്ഷേ മറ്റുള്ളവരുടെയെല്ലാം മുഖം മിന്നി.

മീൻപീര പറ്റിച്ചതിന്റെ രുചിസുകൃതം ആവോളം നുകർന്നിട്ടുള്ളവരാണു മിക്കവാറും എല്ലാവരും തന്നെ. പക്ഷേ, ആ ചെയ്‌വനയിലൊരു മാംസപ്രത്യക്ഷം ഇതാദ്യാനുഭവം.

തേങ്ങാപ്പീരയാണു മുഖ്യതാരം. ഉപ്പും മഞ്ഞളും നറുതരിനുറുങ്ങായി അരിഞ്ഞ് ഇത്തിരിയിഞ്ചിയുമിട്ടു ചെറുകഷണങ്ങളായി നുറുക്കി കരുതണം. പാകവേവു വെന്ത ബീഫിന് എന്നിട്ടും അഹന്ത ബാക്കിയെങ്കിൽ ഉരലിലോ അമ്മിക്കല്ലിലോ വച്ചൊന്നു ചതച്ചു വഴിക്കാക്കാം. പക്ഷേ പൊടിയരുത്. പീരയിൽ ഞെട്ടുകളഞ്ഞ കാന്താരിമുളകും ചുമന്നുള്ളിയും കറിവേപ്പിലയും ലേശം മഞ്ഞൾപ്പൊടിയും ഇഞ്ചിയും ഉപ്പ് വേണ്ടുംവിധവും ചേർത്ത് കല്ലിലൊന്നൊതുക്കണം. ഇറച്ചിയും ഈ വക കൂട്ടും തമ്മിൽ പക്ഷപാതം പാടില്ലല്ലോ ചെയ്‌വനയിൽ. പരുവത്തിൽ സമാനഭാവമായെന്നുറപ്പായാൽ ബീഫ് കുലത്തോടുള്ള ആദരവിനെ മുൻനിർത്തി ഒരു നുള്ളു പെരുഞ്ചീരകം, ഇനിയൊരു നുള്ളു കുരുമുളക്, പിന്നെയുമൊരു നുള്ളു കരയാമ്പൂ, ഒരു ചെറിയ ചീളു കറുകപ്പട്ട ഇവ പ്രത്യേകം വേറെ ചതച്ചത് ഇക്കൂട്ടത്തിൽ വിതറി ഉപ്പും കുടംപുളിയും ചേർത്തു മൊത്തത്തിലൊന്നു തിരുമ്മി യോജിപ്പിക്കാം. ആ കർമവഴിയിൽ ഒരു കുമ്പിൾ വെള്ളം കൂടി ഇട ചേർത്താൽ മിശ്രിതബാന്ധവത്തിനൊരു ഐക്യദാർഢ്യം കൂടും. ഇനി ഈ കൂട്ടുകക്ഷിയെ പതംവരുത്തിവെച്ച ഇറച്ചി നുറുക്കുകളോട് ആലിംഗനാശ്ലേഷത്തിനായി ആനയിക്കാം.

ഇത്തിരിയോളം വെളിച്ചെണ്ണ ഒരു പേരു പറയുവാൻ മാത്രം മൺകലത്തിലൊഴിച്ച് തിളപരുവമെത്തുമ്പോൾ മൊത്തം മൺകലത്തിന്റെ അകത്തേക്ക് സഖ്യകക്ഷികളൊരുമിച്ചു പ്രവേശം.

ആവിയുയർന്ന്, മിശ്രിതലയനം എണ്ണമിനുങ്ങി നാവിൽ കൊതിയുടെ ജലഘോഷയാത്ര ഉതിർക്കുന്ന സുഗന്ധം ഉണരുമ്പോൾ, പാകം, പരിപാകം!

■

പുഴയോരത്തെ മുല്ലപ്പൂക്കൾ

ആരെ പരിചയപ്പെടുമ്പോഴും ആമുഖ കുശലമായി ജോളി പറയുക തന്റെ തൊഴിൽ മീൻകച്ചവടമാണെന്നാണ്. അങ്ങനെ പറയുന്നത് കപട വിനയത്തോടെയല്ല, സത്യസന്ധതയോടെയും അതിന്റെ അഭിമാന ത്തോടെയുമാണ്.

ഏഴാറ്റുമുഖം പുഴക്കരയിൽ മൂന്നുപേർ ചേർന്ന് തോട്ടയിട്ട് പിടിച്ചെടു ക്കുന്ന പുഴമീൻ ചന്തയിൽ കൊണ്ടുപോയി വിറ്റുകിട്ടുന്ന 15 രൂപ മൂന്നായി പങ്കിട്ട് ആ അഞ്ചുരൂപ വറുതിയുടെ നടുച്ചുഴിയിൽ കഠിനാധ്വാനം പ്രാർത്ഥനയാക്കി ഉഴറുന്ന അമ്മയുടെ കൈയിൽ അണ്ണാറക്കണ്ണനും തന്നാ ലായത് എന്ന ഭാവത്തിൽ കൊണ്ടു കൊടുക്കുമ്പോൾ അനുഭവിച്ച അഭിമാനം ഇപ്പോഴും നുരയിട്ടു നിൽപുണ്ട് മനസ്സിൽ.

ഇന്ന് ശരാശരി 150 കോടിയുടെ ടേണോവറിൽ പതിനായിരക്കണ ക്കിന് ടൺ മത്സ്യവിഭവങ്ങൾ കയറ്റി അയയ്ക്കുന്ന നാലാളറിയുന്ന സീ ഫുഡ് ട്രേഡറായി വളർന്നതിന്റെ പിന്നിലെ പ്രധാന മൂലധനം അന്ന് ആ അഞ്ചുരൂപാ നോട്ട് കൈയിൽ കിട്ടുമ്പോൾ ആ വലിയ പ്രാരബ്ധ ങ്ങൾക്കിടയിൽ അമ്മയുടെ കണ്ണിൽ നിന്നൂറിയ ആശ്വാസക്കണ്ണീരിലെ അനുഗ്രഹ വർഷമാണെന്നു ജോളി വിശ്വസിക്കുന്നു.

ജലവിഭവ കയറ്റുമതി വ്യവസായരംഗത്തെ ജോളിയുടെ വളർച്ചയുടെ ഗ്രാഫിനോടു ചേർത്ത് സ്കൂൾ വിട്ടു വന്ന ശേഷമുള്ള ഏഴാറ്റുമുഖ പുഴക്കരയിലെ പൂർവ്വാശ്രമ മത്സ്യബന്ധന സാഹസങ്ങൾക്കിടയിലെ ഒരു പാർശ്വചിത്രമുണ്ട്. അതു മോഹിപ്പിക്കുന്ന ഒരു രുചിയോർമയാണെന്ന താണ് 'രുചിസല്ലാപ'ത്തിൽ ഈ പുരാവൃത്തം കടന്നുവരുന്നതിനു ന്യായം.

തോട്ട പൊട്ടിച്ച് അതിൽ പിടഞ്ഞു കൈയിൽപെടുന്ന മീനുകളാണ് പുഴക്കരയിലെ അധ്വാനത്തിന്റെ ലക്ഷ്യം. ചന്തയിൽ കൊണ്ടുപോയി വിറ്റാൽ വില കിട്ടണമെങ്കിൽ സാമാന്യം യോഗ്യന്മാരായ മൽസ്യകുമാര ന്മാർ കുടുങ്ങണം. അവരുടെ അവതാര പ്രത്യക്ഷത്തിനായുള്ള കാത്തിരി പ്പിനിടയിൽ വീശുതോർത്തിൽ കുടുങ്ങി കുറെ പൊടിവരാലുകൾ മുമ്പി ലെത്തും.

പുഴക്കരയിലെ മണലിൽ ഒരു ചെറിയ കുഴി കുഴിച്ച് അതിൽ ഈറ്റയില നിരത്തി വരാൽ പ്രജകളെ അതിലേക്കു കുടഞ്ഞു നിരത്തും. അതിന്റെ മീതെ വീണ്ടും ഇലകൊണ്ടൊരു വിരിപ്പ്. പിന്നെ മീതെ മണൽ വിതറും. പുഴമണലിൽ ഇന്നത്തെപോലെ മാലിന്യങ്ങൾ അടിഞ്ഞു കലർന്നിട്ടില്ല അന്ന്. പളുങ്കുതരിപോലുള്ള മണൽ ശുദ്ധമായിരുന്നു. ആ മണലിനു മീതെ ഇല്ലിക്കമ്പും ചുള്ളിയും നിരത്തി തീ കൂട്ടുമ്പോഴേക്കും പുഴയിൽ എടുത്തുചാടാൻ ഊഴമാകും. എത്ര തവണ എടുത്തു ചാടി, പിന്നെ നീന്തിക്കയറി പരാക്രമം കാട്ടിയാലാണ് ടാർജറ്റ് തികയുക എന്നതു പുഴയമ്മയ്ക്കും മത്സ്യദേവകൾക്കും മാത്രമല്ലേ അറിയൂ!

രാവിലെ കുടിച്ച പഴങ്കഞ്ഞി മാത്രമാണ് അകത്തുള്ളത്. ഉച്ചയ്ക്ക് സ്കൂൾ കോമ്പൗണ്ടിലെ കിണറ്റിൽ നിന്നുള്ള വെള്ളവും കിണറ്റിലേക്ക് ചാഞ്ഞുനില്ക്കുന്ന ചാമ്പ മരവല്യമ്മയുടെ കനിവുമായിരുന്നു ആശ്രയം.

അധ്വാനത്തിന്റെ ഉന്മേഷത്തിൽ വിശപ്പ് ആളിയുയരും. അതറിയാവുന്നതുകൊണ്ടാണ് ഈറ്റയിലയിൽ അതിനായുള്ള കരുതൽ മുമ്പേ ഒരുക്കിയത്. കമ്പും ചുള്ളിയും എരിഞ്ഞും കെട്ടും തീ അണഞ്ഞു കഴിഞ്ഞിരിക്കും.

മണൽ ചുട്ടുപഴുത്ത് അതിന്റെ ചൂട് അങ്ങനെ നീറി നിൽപുണ്ടാകും. സ്വയം നീറി ചുട്ടുനിൽക്കുക മാത്രമല്ല കീഴ്ത്തടത്തിലെ മണൽ സഖാക്കൾക്കുകൂടി ആ ചൂട് പങ്കിട്ട് അതേ താപത്തിലേക്ക് അവരെ അനുനയിപ്പിക്കുവാനുള്ള വിശാലത കൂടി മേൽനിര മണൽതരികൾക്കുണ്ടാകും.

മുകളിൽനിന്നും വാടിയ ഈറ്റയില എടുത്തു മാറ്റി നോക്കിയാൽ താഴത്തെ ഇലയിൽ നിറയെ മുല്ലപ്പൂക്കൾ നിരന്നു പുഞ്ചിരിക്കുംപോലെ പൊടിവരാൽ കൂട്ടം വേവോളം വേവു വെന്തു ക്ഷണിക്കുന്നതു കാണാം. ഉപ്പ്, മുളക്, പുളി തുടങ്ങിയ ഉപചാരങ്ങൾക്കൊന്നുമുള്ള പാങ്ങും ക്ഷമയുമില്ല. അതൊക്കെ അന്നനാളത്തിലെത്തുമ്പോൾ അകത്തുനിന്ന് ദ്രവദ്രാവങ്ങളായി ഉൾച്ചേർന്നുകൊള്ളും.

വരാലിന്റെ വാലറ്റം പിടിച്ച് മുകളിലേക്ക് ചുണ്ടിനോടു ചേർത്തുയർത്തി വായിലേക്കൊരു കുടയലാണ്. നാവു പൊള്ളി സ്വരനാളിയെ ചെറുതായൊന്നു ഭീഷണിപ്പെടുത്തി ആമാശയ ഭിത്തിയിലൂടെ പ്രത്യക്ഷം അപ്രത്യക്ഷമായി പിടഞ്ഞകത്തേക്കെത്തുമ്പോഴുള്ള രുചിഘോഷത്തിൽ നാവു സ്വയം കുടയും. നിമിഷങ്ങൾകൊണ്ട് ഈറ്റയില കാലി; വിശപ്പിന്റെ ഒരു ദശാംശത്തിനു പരിഹാരമായി!

■

പഴംപൊരിയും ബീഫും

ചാറധികം നീട്ടാതെ കുറുക്കി, എന്നാൽ റോസ്റ്റെന്നു പേരു കേൾപ്പിക്കാതെ വേവു വേണ്ടും വെന്തു മസാല വീര്യം നുകർന്നു പ്രത്യക്ഷത്തിൽ എരിവിന്റെ നെയ് രുചി വിളങ്ങി അവതരിക്കുന്ന ബീഫ് കറി പലതവണ കഴിച്ചിട്ടുണ്ട്. ഊണിനോടൊപ്പവും ചപ്പാത്തി, അപ്പം, ദോശ, പൊറോട്ട, കപ്പ തുടങ്ങിയ തമ്പ്രാക്കൾക്ക് അകമ്പടിയായും അല്ലാതെ തത്സ്വരൂപത്തിൽ തനിയേയും. ചെയ്‌വന ചിട്ട വേണ്ട മട്ടത്തിൻപ്രകാരം ആയിരുന്നപ്പോഴൊക്കെ നാവും മനസ്സും അതിനെ സ്നേഹപൂർവം ആശ്ലേഷിച്ചിട്ടുമുണ്ട്.

പഴം നുറുക്കും പഴം പൊരിയും എന്നും ബലഹീനതകളായിരുന്നു. പഴം നിറച്ചതിനോട് അത്ര (ഒരുപക്ഷേ അതിന്റെ ഗർഭാവസ്ഥ തീർക്കുന്ന അകലം മൂലമാകാം) കമ്പം തോന്നിയിട്ടില്ല. വിധിപ്രകാരം പഴുപ്പു പാകമായ നാടൻ ഏത്തപ്പഴം തൊലിയുരിഞ്ഞു പകുത്തു നടുവിലെ അരിയും നാരും വകഞ്ഞുമാറ്റി ഉചിത വലുപ്പത്തിൽ മുറിച്ച് മാവിൽ മുക്കാതെയും അഥവാ മുക്കുന്നുവെങ്കിൽ പഴഭാഗത്തിന്റെ പ്രാമുഖ്യത്തിനു ഊനം വരുത്താതെ മാവിന്റെ സാന്നിധ്യം പരിമിതപ്പെടുത്തിയും നെയ്യിൽ/എണ്ണയിൽ വെന്തുള്ള ആ എഴുന്നുള്ളത്തിന്റെ ഭംഗി അതൊന്നു വേറെയാണ്. പ്രത്യക്ഷം പ്രതിഷ്ഠ വാഴയിലയിൽ കൂടിയായാൽ രുചി സൗഭഗം പിന്നെ പറയുകയും വേണ്ട.

മേൽ സഖാക്കൾ രണ്ടും രുചി സാമ്രാജ്യത്തിൽ പ്രൗഢഗരിമകളോടെ രണ്ടു പ്രവിശ്യകളിൽ വാണരുളും കാലത്താണ് ഇവ തമ്മിലൊരു ബാന്ധവം പതിവുണ്ടെന്ന വാർത്ത കാതിലെത്തുന്നത്. ആദ്യമത് അസംബന്ധമെന്നു കരുതി തള്ളി. പിന്നെപ്പിന്നെ അനുഭവസാക്ഷ്യങ്ങളുടെ സംഖ്യ വർധിച്ചപ്പോൾ 'ഉവ്വോ' എന്നായി രുചിശങ്ക.

ആഷിക് അബുവിന്റെ അധ്യക്ഷതയിൽ നിർമാണ സ്ഥാപനത്തിന്റെ ഓഫീസിനു താഴെ 'പപ്പായ' എന്നൊരു കഫത്തേരിയയുണ്ടായിരുന്നു. വടക്കേ ജനതാ റോഡിൽ. ചലച്ചിത്രപരവും ചലച്ചിത്രേതരവുമായ ചർച്ചകളിലേക്ക് 'ഇയക്കുനർ' വിളിച്ച് അവിടെ പോയിട്ടുമുണ്ട്. കാപ്പിയാണു

പഥ്യമെന്നതുകൊണ്ടു നിറനിറഞ്ഞു പതഞ്ഞ കാപ്പിക്കുരു മൊരിഞ്ഞ സ്വാദു വിളംബരമായി വരുന്ന ഒരു കോപ്പച്ചാൽ വലുപ്പം കാഫിയിൽ ഒതുക്കും പാനോപചാരം (ഇതര ഘോഷ വ്യംഗ്യങ്ങൾ അവിടെ കണ്ടിട്ടു മില്ല.) ചിലപ്പോഴത് ഇഞ്ചിമൂലകം ചേർത്തുള്ള പഴച്ചാറു നേർപ്പിച്ചതിലു മൊതുങ്ങും. മേൽ ബാന്ധവത്തിന്റെ സാക്ഷ്യക്കാർ 'പപ്പായ'യിലെ ഏറ്റവും പ്രീതി നേടിയ 'ഐറ്റം' 'പഴംപൊരി ബീഫ് കറി കോംബി' യാണെന്നു കൂടി മൊഴിഞ്ഞതോടെ അന്നത്തെ സന്ദർശനത്തിന്റെ ഉപ ലക്ഷ്യം രുചി പരീക്ഷണമാക്കാമെന്നു മനക്കോട്ട കെട്ടി. ഉച്ചയ്ക്കു മുമ്പാ യാണു ചെന്നത്. മുമ്പു പോയിട്ടുള്ളത് സായാഹ്നങ്ങളിലായിരുന്നു. അകത്തെത്തുമ്പോഴേ ചതി മനസ്സിലായി. ഉള്ളിടം പകലുകളിൽ നൃത്താ ഭ്യസനത്തിനു സംവരണം ചെയ്തിരിക്കുന്നു. റീമ കല്ലിങ്കൽ നേതൃത്വം നല്കുന്ന 'മാമാങ്കം' നൃത്തക്കളരിയുടെ താളതുടികളാണവിടം കൈയടക്കിയിരിക്കുന്നത്. 'പപ്പായ' വിരിയുന്നത് അസ്തമയത്തോടു ചേർന്നു മാത്രം. ഭാര്യ നേർപാതിയാകുമ്പോൾ ഈ പകുക്കൽ ന്യായം.

പീടിക തുറന്നു കച്ചവടം ഉണർന്നാൽ ആദ്യം അലമാരിയിൽ കാലി യാകുന്ന പലഹാരമെന്തോ അതാണ് അന്നത്തെ ദിവ്യൻ എന്നു വി.കെ. എൻ. പണ്ടേ പറഞ്ഞുതന്നിട്ടുണ്ട്. 'പപ്പായ'യിലും രാവുചേക്കേറും മുമ്പേ വിറ്റൊഴിയുന്ന ആദ്യ 'സോൾഡൗട്ട്' എന്ന ബഹുമതി മേൽ സംയുക്ത ത്തിനാകുന്നു. ആഷിഖിന്റെ ബാപ്പ സ്വന്തമായി ഹോട്ടലല്ല, ഹോട്ടലുകൾ നടത്തിയിരുന്നതുകൊണ്ട് ഏതു വിഭവവുമെടുത്ത് എമ്പാടും ചേർത്തും ചെരിച്ചും ചരിച്ചും പരീക്ഷിക്കുവാനും രുചിക്കുവാനും പോയനാളുകളിൽ പണച്ചെലവുണ്ടായിരുന്നുകാണില്ല.

പടിഞ്ഞാറേ പ്രവിശ്യയിൽ കൽവത്തിയിലും പള്ളുരുത്തി വെളിയിലും ഇങ്ങു കിഴക്കു തുതിയൂരിലും ഏലൂർ കടമ്പവഴി പാതാളത്തും പുണി ത്തുറയോടൊട്ടി മരടു വിളങ്ങുവാൻ തുടങ്ങുന്ന തിരിവിലുമൊക്കെ ഈ ദ്വന്ദ്വപ്രത്യക്ഷം സുവിദിതമെന്നു തുടരന്വേഷണം വെളിപ്പെടുത്തി.

തേടി ഒന്നൊന്നിനോടു ചേർത്തു രുചിച്ചപ്പോഴോ?

ഫലശ്രുതി അപരിമേയം; അനന്യം; അനുപമം.

■

വേപ്പിലക്കട്ടി

വേപ്പിലക്കട്ടിയുടെ രുചിയോർമ്മയിൽ ആദ്യം തെളിയുക കത്യക്കടവിലെ വീട്ടിലെ ഉരൽമുറിയിൽ ആയത്തിൽ പൊങ്ങിയും താണും 'ശ്ശ്' എന്ന ശീൽക്കാരത്തോടെ ഉരൽക്കുഴിയിലെ മിശ്രിതത്തിൽ വന്നിടിയുന്ന ഉലക്ക യുടേയും അതിൽ വിട്ടും പിടിച്ചും വന്നു വീഴുന്ന അമ്മയുടെ വളയിട്ട കൈകളുടെയും ചിത്രമാണ്. സഹായത്തിന് ആളുണ്ടായാലും സ്പെഷ്യാ ലിറ്റി വിഭവങ്ങൾ സ്വന്തം കൈകൊണ്ട് തനതായി ഒരുക്കണമെന്ന ശാഠ്യ മുണ്ടായിരുന്നു അമ്മയ്ക്ക്.

തേങ്ങ വറുത്തതിൽ നിന്നു തുടങ്ങും വേപ്പിലക്കട്ടിയുടെ ചെയ്‌വന. എണ്ണ തൊടാതെ വേണം പീര വറചട്ടിയിലെത്തുവാൻ. പീര എന്നാൽ പീര മാത്രം; കൊത്തും ചീളും നിഷിദ്ധം.

വറചൂടിൽ പീരയിൽ നിന്നു കിനിയുന്ന എണ്ണക്കൂറിലേക്കാണ് വേപ്പില യുടെ അവതാരം. ഉലക്ക കൊണ്ട് ഒന്നു മാടി ഒതുക്കി ഇരുവരേയും സമരസപ്പെടുത്തിക്കഴിഞ്ഞാണ് ആചാരമട്ടിലുള്ള മർദ്ദനമുറ. മല്ലി, മുളക്, (കുരുമുളകും മേമ്പൊടി തുല്യം) ഉഴുന്നു പരിപ്പ് തുടങ്ങിയ ഉപദംശങ്ങളും കൂടിച്ചേർന്നു പീര നാരിൽ എല്ലാം ചേർന്നൊട്ടി നാരു പിളർന്നു തുണ്ടാകും വരെ മിശ്രിതം ഉലക്കലാളനമേൽക്കും. (ചുക്കും ഉലുവയും അനുബന്ധി കളും ചേർക്കുക പതിവുണ്ട് ചിലർ ഈ ഘട്ടത്തിൽ. പക്ഷേ അമ്മപതി വിൽ ആ വഴിപ്രയോഗങ്ങൾ കണ്ടിട്ടില്ല.) മിശ്രിതം ഒതുങ്ങി വഴങ്ങി എന്ന് അമ്മയ്ക്കും ഉലക്കയ്ക്കും ബോധ്യമായി അതിന് ഉരൽ സാക്ഷ്യവുമാ യാൽ പിന്നെ പുളിയവതാരത്തിന് ഊഴമായി.

വാളൻപുളിസുന്ദരിയെ ഉപ്പു തിരുമ്മി ചാർത്തി ഉരലിലെ മിശ്രിത ത്തിലേക്ക് ആനയിക്കും. ആദ്യം ഉലക്കത്തുമ്പുകൊണ്ട് ഇരുവരേയും പരിചയപ്പെടുത്തും. പിന്നെ ഉരുമ്മി വകഞ്ഞ് ഒതുക്കി, അമർത്തി ഒരു മെയ്യാക്കി മെല്ലെ ഉലക്കയുയർത്തി ആഞ്ഞിടിക്കും. ഇടിച്ച് ഇടിച്ച് ചമ്മന്തി പ്പൊടി ഉരുവാകും വരെ കർമ്മകാണ്ഡം തുടരും. മുറത്തിൽ കടലാസ് വിരിച്ച് അതിൽ പരത്തി നിരത്തി കാറ്റും വെളിച്ചവും കൊള്ളിച്ച ശേഷം മാത്രം സംഭരണികളിലേക്കു പ്രവേശം.

പേനുലക്കടി

രുചിവഴിയിൽ എരിവിന് എരിവും പുളിക്കു പുളിയും സമ്മിശ്രം. എണ്ണ ഇനിക്കില്ല. നാരും തുണ്ടും കൂടിക്കലരാതെ വേറിട്ടും എന്നാൽ പാരസ്പര്യം മുറിയാതെയും പ്രത്യക്ഷം.

അമ്മയുടെ കൈപ്പുണ്യത്തിലെ രുചിമാഹാത്മ്യത്തിന്റെ കടുത്ത ആരാധകനായിരുന്നു നടനാകും മുമ്പുള്ള നാളുകളിൽ ബാലചന്ദ്രൻ ചുള്ളിക്കാട്. വേവു ചൂടു വിട്ടൊഴിയാതെ വാർത്തു വിളമ്പുന്ന ആവി പറക്കുന്ന ചോറിൽ വേപ്പിലക്കട്ടി തിരുമ്മിച്ചേർത്ത് അമർത്തിക്കുഴച്ച് ഉരുളകളാക്കി പ്ലേറ്റിൽ നിരത്തും കവി ആദ്യം. പിന്നെ ഓരോ ഉരുളയും ധ്യാനപൂർവം കൈയിലെടുത്ത് ഓമനിച്ച് നാവിനർപ്പിക്കും.

ഒരു നാരും തുണ്ടും വറ്റും വിടാതെ നാവിനാലാശ്ലേഷിച്ച് അരമണിക്കൂറെടുത്തു കവി പ്ലെയ്റ്റ് കാലിയാക്കുന്ന കാഴ്ച ഏറ്റവും ലളിതമായി പറഞ്ഞാൽ നയനാഭിരാമം. ഇത്രയും ഏകാഗ്രതയോടെ സ്വന്തം കവിതയിലൊഴികെ മറ്റൊന്നിലും ബാലൻ അഭിരമിച്ചിരിക്കില്ല. വേപ്പിലക്കട്ടിയും ചോറും ഇടകലർത്തുന്ന കൂട്ടത്തിൽ വറുത്ത പപ്പടം ഉടച്ചു ചേർക്കുന്ന എന്റെ പതിവ് ബാലൻ കവി അംഗീകരിച്ചിരുന്നില്ല. ■

മൂത്തതിന്റെ പൊടിക്കൈ

കുഞ്ഞീഷ്ണര് മൂത്തതു പാചക വിശാരദനൊന്നുമല്ല. പക്ഷേ, അള മുട്ടിയാൽ ഒരുമ്പെടാതെ പിന്നെന്തു വഴി? നല്ല പാതി ലക്ഷ്മിക്കുട്ട്യാർക്ക് ആശാട്ടി ലാവണത്തിൽ വർഷാവർഷം സ്ഥലം മാറ്റം. വെള്ളിയാഴ്ച സ്കൂൾ വിട്ടു ബസ്സും ട്രെയിനും മാറി മാറി മൂത്തതു സവിധമെത്തുമ്പോൾ ശനിയാഴ്ച പ്രാതലിനു നേരമാകും. ഞായർ അന്തിക്ക് പിടഞ്ഞിറങ്ങിയാലേ മേൽവഴി മാറിമാറി തിങ്കൾ ദിവസം ഒന്നാം മണിയടിക്കുമ്പോഴേക്കും സ്കൂളിലെത്തുവാൻ പറ്റൂ. അവധിക്കാലത്ത് ലക്ഷ്മിക്കുട്ട്യാർ കനിഞ്ഞുണ്ടാക്കുന്ന അച്ചാറുവർഗം മാത്രം കൂട്ടി പച്ചമുളക് ഞെരടിയ മോരുമൊഴിച്ചുള്ള അമൃതേത്തിൽ തിങ്കൾ തൊട്ട് വെള്ളിവരെ താണ്ടണമെന്നു ശത്രുക്കൾക്കുപോലും മൂത്തതിനോടു പറയുവാനാവില്ല. ആയമ്മ ഭരിക്കുന്ന അടുക്കളയ്ക്കകത്ത് ഇനിയൊരാളെ കയറ്റുവാൻ മൂത്തതിന്റെ നേരുനെറിവനുവദിക്കുന്നുമില്ല. അപ്പോൾ പിന്നെ ഒരുമ്പെട്ടു സ്വയമിറങ്ങുക തന്നെ.

അവ്വിധം ഇറങ്ങുമ്പോൾ ശീലവഴി ശിക്ഷണം വട്ടപ്പൂജ്യമാകയാൽ പരീക്ഷണ സാഹസികത അനിവാര്യവും.

റേഷൻകടയുടെ ഇടപാടാണ് മൂത്തതിനെന്നതുകൊണ്ട് രാവിലത്തെ മട്ടം കഴിഞ്ഞാൽ പിന്നെ ഉച്ചയ്ക്കു മാത്രമേ സാഹസത്തിനിട കിട്ടാറുള്ളൂ. കാർഡുടമകൾക്ക് അന്നം മുടങ്ങാതിരിക്കുവാൻ വേണ്ടി പ്രവൃത്തിസമയം കഴിഞ്ഞാലും കസ്റ്റമർ സർവീസ് തുടർന്ന് ഒടുക്കം വീടെത്തുമ്പോൾ നേരം നേരുംപടി ഇരുണ്ടുരാവെത്തിയിരിക്കും. അതുകൊണ്ടു ക്ഷിപ്രസാധ്യവഴികൾ അവലംബിക്കുക ശീലമായി. ലക്ഷ്മിക്കുട്ട്യാർക്കു ചത്തതും കൊന്നതും തിന്നുശീലമില്ലാത്തതുകൊണ്ട് വാരാന്ത്യങ്ങളെ സസ്യവഴിയേ നിർബാധവും ഇടദിവസങ്ങളെ മാംസ മത്സ്യവഴിയേ തോന്നുംപടിയും മൂത്തത് അനുവർത്തിച്ചു അർമാദിച്ചുപോന്നു.

മക്കളുള്ളതു രണ്ടും ഉപരിപഠനത്തിനു സംസ്ഥാനത്തിനു വെളിയെ. വാങ്ങാനും അരിയാനും ശിങ്കിടി സിൽബന്ധി അനുവർഗം കൂടൊട്ടില്ല താനും. അപ്പോൾപിന്നെ സ്വയംപര്യാപ്തമാകാൻ... ഇണക്കവഴികൾ തേടുക ശീലമായി.

ഉണക്കമീനും ഉണക്കയിറച്ചിയും രുചിരസനകൾക്കായുള്ള മുഖ്യ അവലംബസ്രോതസ്സായത് അങ്ങനെയാണ്. ഇറച്ചി പച്ചപ്പരുവത്തിൽ വാങ്ങി മെല്ലെ അമ്മിക്കല്ലിൽ പുള്ള വരുതിയിൽ ഒന്നൊതുക്കി ഗർവടക്കി ഉപ്പുമഞ്ഞളാദികൾ പുരട്ടിവച്ചാൽ അനുസരണയോടെ വിളിപ്പുറത്തു ചടഞ്ഞിരുന്നുകൊള്ളും. മത്സ്യവഹകൾ പിന്നെ ഉണക്കു തികഞ്ഞു തൽപ്പരുവത്തിൽതന്നെ ലഭ്യമാകയാൽ ആ ക്ലേശമില്ല.

ഉണക്കയിറച്ചിയിൽ കൈക്രിയ ചാറുവിരുത്തത്തിലും അല്ലാതെ ഉലർത്തു വൃത്തത്തിലും പതിവുണ്ട്.

വെള്ളുള്ളിയിതളിന്റെ നാലിരട്ടി കണക്കിൽ ചുമന്നുള്ളിയും മുളകു പൊടിയും കടുകു താളിച്ചതിൽ തിളയെണ്ണയിൽ ചൊരിഞ്ഞു സ്വർണ നിറം താണ്ടി തവിട്ടുരാശിയെത്തുമ്പോൾ ഉണക്കയിറച്ചി ചേർത്തുലർത്തി യെടുത്താൽ വിളമ്പുന്ന ചോറിൽ നേർപാതി ഒതുക്കുവാൻ മാത്രം വമ്പതിനുറപ്പ്.

എന്നാലും ചാറാകാനൊരു ചാറു കൂട്ടി വേണ്ടേ ചോറുരുള കുഴയ്ക്കാൻ എന്നോർത്തൊരു കുണ്ഠിതം വേണ്ട.

തിയ്യൽ വൃത്തത്തിലാണ് മൂത്തതിന്റെ ആ വഴി സാഹസം.

ങ്ഹേ? ഇറച്ചി കൊണ്ടു തീയലോ?

അമ്പരപ്പു സ്വാഭാവികം.

അതെങ്ങിന്യാ? തീയലാകുമ്പോൾ പുളി രുചിക്കണ്ടേ?

ഉവ്വല്ലോ; വേണല്ലോ...

ഇറച്ചിയും പുളിയും തമ്മിലൊരു അന്യോന്യമെങ്ങിന്യാ?

ചേരുംപടി ചേർന്നാൽ ആരും ഏതും ചേർന്നിണങ്ങുമെന്നതിന് ചെയ്വന സാക്ഷ്യം. പുളി സ്രോതസ്സ് കുടംപുളി, വാളൻ പുളിയാദി ധാര കളിൽ നിന്നു മാത്രമേ ആകാവൂ എന്നു ദേഹണ്ഡ വൃത്തം പാട്ടുകളിലെ വിടെയും രുചിയുടെ പാണന്മാർ പാടിയിട്ടില്ല. ഉവ്വോ?

നാടൻ തക്കാളിക്കെന്താ പുളിയില്ലേ? ആ പുളിയും ഇറച്ചിയും തമ്മി ലൊരു ബാന്ധവത്തിന് എതിരു പറയുവാൻ ആർക്കാ രുചി സാമ്രാജ്യ ത്തിൽ നാവുതരിക്കുക!

തക്കാളി ചാറാക്കി ആ പുളിയിനിക്കും ചാറിൽ ഉണക്കയിറച്ചി, ഇഞ്ചി, പച്ചമുളകാദികൾ ചേർത്തു വേവാൻ വിടും. അതിനൊപ്പം സമാന്തരമായ തേങ്ങാപ്പീര വറചട്ടിയിൽ വറുത്തു തവിട്ടുനിറമെത്തുമ്പോൾ മല്ലി, മഞ്ഞൾ, വറ്റൽ മുളകാദികൾ ഇടചേർത്ത് അമ്മിക്കല്ലിലരച്ചു കുഴമ്പ് പരുവത്തിലെത്തിക്കും. പിന്നെ രണ്ടും ചേർത്ത മിശ്രിതത്തിൽ നാട്ടുമര്യാദ യ്ക്കുവേണ്ടി കടുകുതാളിച്ചു തൂവിയാൽ ഇറച്ചി തീയ്യൽ വെടിപ്പായി ചോറിലേക്കു പകർന്ന് ഉരുള കുഴയ്ക്കാം.

ഇനിയൊരു ചമ്മന്തി കൂടിയാകാമെന്നുണ്ടെങ്കിൽ അതു മത്സ്യമൂല കത്തിലാക്കാം. ഉണക്കമീൻ വെള്ളത്തിലിട്ടു കുതിർത്ത് ഉപ്പുപാട നീക്കി വറുത്തെടുത്തതിനെ തുണ്ടുകളാക്കി പിന്നി ചുമന്നുള്ളി, വറ്റൽമുളക്, തേങ്ങാപ്പീര എന്നിവയോടൊപ്പം പാകത്തിനുപ്പും ചേർത്ത് അമ്മിക്കല്ലി ലെത്തിച്ചു പുള്ളഭേദ്യവഴിയെ കൂട്ടിയരച്ചു മിശ്രിതമാക്കിയാൽ കട്ടച്ചമ്മന്തി മേശ പ്രത്യക്ഷത്തിനു ഹാജർ! ■

വീണ്ടും ചില ചായക്കാര്യങ്ങൾ

മിശ്രിതം എന്തായാലും അതിന്റെ അളവുമാത്രയും മിശ്രണത്തിലെ അനുപാതത്തെ വിന്യസിക്കുന്ന കൈപ്പുണ്യവുമാണ് രുചി-ഗുണ-വീര്യങ്ങളെ നിർണയിക്കുന്നതെന്നാണ് ചായ മനീഷികൾ പറയുന്നത്.

ചായ മിശ്രിതം വീശിയടിച്ചു പതപ്പിച്ചു ഗ്ലാസിലേക്കാക്കുന്ന അത്യദ്ഭുതകരമായ കാഴ്ച ഒരുകാലത്തു നാടൻ ചായപ്പീടികകളിലെ വിസ്മയ കൗതുകമായിരുന്നു. ഒരു മഗ്ഗിൽ മുക്കാലോളം ചായ നിറച്ച് കൈ നിവരും പാടോളം ഉയർത്തി താഴെ ആറിഞ്ചിലേറെ മാറിയിരിക്കുന്ന കപ്പിലേക്ക് വീശിയൊരൊഴിക്കലാണ്! ഒരു തുള്ളി ചീളിപ്പോകാതെ കിറുകൃത്യമായി മഴവിൽചാപവളവിൽ ചായ ഒഴുകി താഴത്തെ കപ്പിൽ വന്നു വീഴും. അതേ വിരുതോടെ തന്നെയാണു താഴെ കപ്പിനു പകരം അഞ്ചാറു ഗ്ലാസ് നിരത്തി അളവു കൃത്യതയോടെ പതപ്പിച്ച ചായ അവയിലേക്ക് വീശിയൊഴിക്കുന്നതും. അതു കഴിഞ്ഞു കൈയിലെ മഗ്ഗിന്റെ അരികുവട്ടം ഗ്ലാസുകളോടു ചേർത്തുരുമ്മിക്കൊണ്ടുള്ള ഒരു ഫിനിഷിങ് ടച്ചുമുണ്ട്.

മാർക്കറ്റ് റോഡിലെ കൊച്ചിട്ട്യാതിയുടെ കടയിൽ ഈ അദ്ഭുതക്കാഴ്ച കണ്ടു മോഹിതനായി എത്രവട്ടം നിന്നുവെന്നതിനു കണക്കില്ല. ഈ ചെയ്‌വനപ്രക്യതം മലയാളിയുടെ തനതെന്നാണു കരുതിയിരുന്നത്.

അല്ല! പടിഞ്ഞാറൻ സഹാറയിലും മൊറോക്കയിലും അൾജീരിയയിലും ലിബിയയിലും സിംഗപ്പൂരിലും മലേഷ്യയിലും നിന്നു കടൽ കടന്നു വന്നതാണത്രെ അഭ്യാസമുറ. എത്ര ഉയരത്തിൽ നിന്ന്, എത്ര വളവിൽ, ഏതു ഫോഴ്സിൽ, എത്ര തവണ എന്നതിനെ ആശ്രയിച്ചു ചായ വിളവിൽ വ്യത്യാസങ്ങളുണ്ടാകുമത്രെ. മലേഷ്യയിൽ ചുവടുവച്ചുകൊണ്ട് ഇപ്രകാരം ചായ വീശിയടിച്ചു വ്യത്യസ്ത ചാപങ്ങൾ തീർക്കുന്ന നൃത്തരൂപം വരെയുണ്ടത്രെ!

തിരുവനന്തപുരത്തെ നാടൻ ചായക്കടയിൽ ചെന്നു വെള്ളച്ചായ എന്നു പറഞ്ഞാൽ ചായസ്പർശമില്ലാതെ പാലു നേർപ്പിച്ച ഒരു ഗ്ലാസ്സാണു മുന്നിലെത്തുക. കൊച്ചിക്കാർക്കു പിന്നെ അതിനെ അങ്ങനെ മറച്ചും മറിച്ചും പറയാതെ 'പാലുംവെള്ള'മെന്നു തുറന്നു പറഞ്ഞാണു ശീലം.

ഓസ്ട്രേലിയക്കാർ വൈറ്റ് ടീ എന്നു വിളിക്കുന്നതു നമ്മുടെ പാൽച്ചായ സഖാവിനെത്തന്നെയാണ്.

ലോകമെമ്പാടും ഏറ്റവും കൂടുതൽ പാനം ചെയ്യപ്പെടുന്ന മനുഷ്യ നിർമിത പാനീയം ചായയാണ് ആ ചായയിലെ ഒരു ചെയ്‌വന ഇന്നും കണ്ണിനെയും മനസ്സിനേയും മോഹിപ്പിക്കുന്ന ഒരോർമയാണ്. ബഷീറിന്റെ എറണാകുളം വാസക്കാലത്തെ സ്ഥിരം കേന്ദ്രമായിരുന്ന കൊളംബോ ഹോട്ടലിൽ വെച്ചാണു ഞാനതാദ്യം കാണുന്നതും രുചിക്കുന്നതും. സമോവറും ചായകൂട്ടലും റസ്റ്റോറന്റിലെ മുഖ്യഹാളിലിരുന്നാൽ കാണാം.

പാലു തിളപ്പിച്ചു നന്നായി പതപ്പിച്ചു ഗ്ലാസിൽ മൂന്നിലൊന്ന് അളവിൽ പകർന്നശേഷം ചായപ്പോഞ്ചിയിൽ നിന്നും കടുപ്പത്തിലുള്ള ചായ ഡിക്കോഷൻ അതിനുമീതെ തുല്യ അളവിൽ ഒഴിക്കും. ഈ ബ്ലാക്ക് ആൻഡ് വൈറ്റ് മിശ്രിതത്തിനു മുകളിൽ പിന്നെ പകരുക പാൽച്ചായ പതപ്പിച്ചതോ അല്ല ആദ്യമേ പകർന്ന പാലു പതപ്പിച്ചതോ ആകാം. തമ്മി ലിളക്കില്ല. മൂന്നും മൂന്നായി തന്നെ മേശപ്പുറത്തു നിരക്കുന്ന ചായ ഗ്ലാസിലെ ത്രിവർണ പ്രത്യക്ഷം കാണേണ്ട കാഴ്ചയാണ്.

വലിച്ചു കുടിക്കുമ്പോൾ ഓരോരോ നിരയായി മൊത്തി പതയും നീരും നാവുവഴി രുചി സുകൃതമായലിഞ്ഞൊലിച്ച് അകത്തേക്കിറങ്ങുമ്പോഴുള്ള അനുഭൂതി അനുഭവിച്ചുതന്നെ അറിയണം. ബിരിയാണിച്ചായ എന്നായി രുന്നു സഖാവിന്റെ വിളിപ്പേര്. നിര തരാതരംപോലെ മൂന്നിൽക്കൂടിയെന്നു വരാം; ക്രമം മാറാം; സമോവറിന്റെ വിചാരകനായ അയ്മുട്ടിക്കായ്ക്ക് നല്ല മൂഡുള്ള ദിവസമാണെങ്കിൽ അറ്റകൈ പ്രയോഗങ്ങൾ പലതുണ്ട്; ഡിക്കോഷൻകൊണ്ടു പാൽപ്പത നിരയിൽ ചില കലാപ്രകാശനങ്ങൾ. നക്ഷത്രമായും ചന്ദ്രക്കലയായും പൂവായുമെല്ലാം ഡിക്കോഷൻ നൂലിഴ നേർത്തു പാൽപ്പത നിരയിൽ ചിത്രങ്ങളായി വരച്ചുചേർക്കുന്ന വിരുതിന്റെ താഴെയേ പാവറട്ടിപ്പള്ളിപ്പെരുന്നാളിലെ ഏഴുനില അമിട്ടിനൊടുവിൽ മാനത്തു വിടരുന്ന മുപ്പത്തിമുക്കോടി വർണങ്ങൾ മിന്നുന്ന കുടവിസ്മയം നിൽക്കൂ.

ഇന്നത്തെ പരിഷ്കാര കഫെ ഹബ്ബുകളിൽ കാപ്പികൊണ്ട് ചിത്രപ്പണി കൾ കാണിച്ചു വിസ്മയിപ്പിക്കുന്നവർ അഹങ്കരിക്കണ്ട. അയ്മുട്ടിക്ക അര നൂറ്റാണ്ടിനു മുമ്പേ ഇതവതരിപ്പിച്ചിരിക്കുന്നു. അദ്ദേഹത്തിന്റെ പൂർവികർ അതിനും എത്രയോ മുമ്പേയും!

■

ചക്കക്കുരു കൊണ്ട് ഊണുത്സവം

കുന്നിന്റെ തുഞ്ചത്ത് ദൂരക്കാഴ്ചയിൽ മുട്ടത്തൊണ്ട് അടുക്കിവച്ചപോലെ തോന്നും മിസ്സിസ് കോശിയുടെ വീട് കണ്ടാൽ. മിസ്സിസ് കോശിയുടെ നല്ല നാളുകളിൽ കോശി മാഷ് സ്വന്തം കല്പനയിൽ പണിതതാണ് സ്വപ്നക്കൂടെന്നു പേരിട്ടു വിളിക്കുവാൻ തോന്നുന്ന ഈ സുന്ദര രമ്യ മോഹനഹർമ്യം. കോശി മാഷ് മരിച്ചിട്ടു വർഷം പതിനാറു പിന്നിട്ടതു സാക്ഷ്യപ്പെടുത്തുന്നു. കുന്നിന്റെ പള്ളയിൽനിന്നും തുഞ്ചത്തെ വീട്ടിലേക്കുള്ള വഴിയിൽ ദ്വാരപാലകരെപ്പോലെ മുതിർന്നും മുതിരാൻ തുടിച്ചും ചെടിച്ചും തളിർത്തും വിരാജിക്കുന്ന വരിക്കപ്ലാവു നിര.

പ്രാതലിൽ തുടങ്ങി കൈപ്പുണ്യമാർന്ന രുചിവേഴ്ചയുടെ മോഹവർഷം. ദ്വാരപാലകന്മാരുടെ ക്വാട്ട തീർന്ന കാലമാണ്. അതുകൊണ്ടു ചക്കയേ ഇല്ലാതുള്ളൂ. ചക്ക ശേഷിപ്പായ കുരു ശേഖരത്തിൽ സമൃദ്ധം. കുരുവിനെ കുരുവായും കുരുവല്ലാതെ ചക്കയെപ്പോലും അതിശയിപ്പിക്കുന്ന രുചിയമൃതായും ചമയിച്ചൊരുക്കി ചരിത്രം സൃഷ്ടിച്ചു കോശി ശ്രീമതി. ഓരോന്നുണ്ടാക്കുമ്പോഴും ചെയ്വനപ്പെരുക്കം ചുണ്ടിലുരുവിടും...

ചക്കക്കുരു തൊണ്ടു കളഞ്ഞ് അടയ്ക്കാ നുറുക്കും പോലെ അരിഞ്ഞു കാഞ്ഞ വെയിലത്തുവച്ചുണക്കുന്നതെന്തിനാ...? നാലു മുഴു വെയിൽ കൊണ്ട് ഉണക്കു പാകമായാൽ പിന്നെ അതുകൊണ്ടെന്താ ചെയ്യാൻ മേലാത്തേ....

....കുറച്ചെടുത്തു ദേ പൊടിച്ചു. അതിലൊരു വേവുവ്യത്യാസത്തിനിച്ചിരെ റവ തൂവി; എന്നിട്ടു ജീരകവും ശർക്കരയും തേങ്ങാപ്പീരയും ചേർന്നു പുട്ടിനു തിരുമ്മി. അതിലു ലേശം കറുകപ്പട്ടയും ഗ്രാമ്പൂവും ഏലക്കായയും ചതച്ചൊതുക്കിയതു കൂട്ടിച്ചേർത്തു പച്ചച്ചിരട്ടയിൽ വാരിപ്പൊത്തി അഞ്ചാറു കിസ്മിസ് വാങ്ങി വിതറി ചിരട്ടക്കണ്ണിലൂടെ വരുന്ന ആവിയിൽ വേവിച്ചെടുത്താൽ എമ്മാതിരി പുട്ടാണ് മേശപ്പുറത്തെത്തുകാന്നറിയ്യോ...?

കടലയും പഴവുമല്ല മാഷിന് ഇതിന്റെ കൂടെയിഷ്ടം. പരിപ്പു പച്ചമുളകും ഉള്ളിയും കറിവേപ്പിലയും ചേർത്തു വേവിച്ച്, അടുപ്പത്തു നിന്നു വാങ്ങി പച്ചവെളിച്ചെണ്ണ മീതെ ഒന്നു വിതാനിച്ചു മേശ നിരത്തിയ തിൽ പപ്പടവറ കൂടി പൊടിച്ചു ചേർത്തൊരു ദിവസം ചക്കക്കുരുപ്പൊടി വിതറി വിതാനിച്ചതിൽപ്പിന്നെ കുരുവിട്ടൊരു കളിയില്ലെന്നായി ഉച്ചയ്ക്കും.

...ചക്കക്കുരു അരിഞ്ഞ് മുരിങ്ങക്കോലിന്റെ ദശ മാത്രം ചീവിയെടുത്ത് പുളിമാങ്ങാച്ചീളൊരെണ്ണം അരിഞ്ഞതു കൂടി അതിൽ ചേർത്ത് ഇച്ചിരെ തേങ്ങാ പിഴിഞ്ഞ് രണ്ടാംപാലിൽ ഉപ്പു ചേർത്തു പറ്റിച്ചെടുക്കുമാദ്യം. കടുകു താളിച്ചതിൽ ഉലുവ, പച്ചമുളക്, ചുവന്നുള്ളി, വെളുത്തുള്ളി, ഇഞ്ചി യാദികളെ വരട്ടി പാതിവഴിയിൽ രണ്ടു വറ്റൽമുളകു കീറിയതു കൂടി ച്ചേർത്ത് മുളകുപൊടി, മഞ്ഞൾപ്പൊടി, മല്ലിപ്പൊടി ത്രിമൂർത്തികളെ ലയിപ്പിച്ചെടുത്ത മിശ്രിതം ഇതിലേക്കാവാഹിച്ച ശേഷം എണ്ണ വേറിടും വേവെത്തുമ്പോൾ പറ്റിച്ചുവച്ച ആദ്യ ത്രിമൂർത്തികളിലേക്ക് പകർന്ന് ഇളക്കി ഐക്യദാർഢ്യപ്പെടുത്തും.

മാറ്റിവച്ച ഒന്നാം പാൽ കൂടി ഒഴിച്ചു തിളതിളച്ചാൽ പിന്നെയിറക്കി മേശ നിരത്തിയാൽ ആ വരവിന്റെ നറുംമണം നുകർന്നു മാഷ് അതിനെ അരുമയായി വിളിക്കുമായിരുന്ന പേര് 'മപ്പാസ്'.

ചക്കക്കുരു അരിഞ്ഞത് മഞ്ഞൾ തൊട്ട് ഉപ്പു മിനുക്കി പറ്റിച്ചെടുത്ത തിൽ തേങ്ങാപ്പീരയും ഒരു പുളിയലങ്കാരത്തിന് അഞ്ച് ഇരുമ്പംപുളിയും മുളകു പൊടിയും ചേർത്ത് അമ്മിക്കല്ലിൽ പുള്ള കൊണ്ട് ആദ്യം ഒതു ക്കിയും പിന്നെ വീശിയിട്ട് ഉരുട്ടിയരച്ചും ചമ്മന്തിപ്പരുവത്തിലെത്തിച്ചത് കടുകും ഉള്ളിയും രണ്ടു വറ്റൽമുളകു കീറിയതും താളിച്ചു ചേർത്താൽ ചമ്മന്തികളിൽ രുചി മഹിമയിൽ ഇവൾ റാണി!

-ചക്കക്കുരു പറ്റിച്ചെടുത്തു കടുകു താളിച്ചതിൽ ഉള്ളിയും മുളകു പൊടിയും വിതറി ഉലർത്തിയെടുക്കുന്ന പതിവു മട്ടത്തിൽ മിസ്സിസ് കോശിയുടെ ഒരു പാഠഭേദം സമ്മാനിച്ച അധികരുചിമേനി വർണിക്കു വാൻ വയ്യ. ഇളംകരിക്കിന്റെ ദ്രാവകാവസ്ഥ വിട്ട് കനമുറയ്ക്കും മുമ്പുള്ള വഴുവഴുക്കൻ പരുവത്തെക്കൂടി തൽച്ചെയ്‌വനയിൽ ഇടചേർത്തുലർത്തി ഇതിൽ കരിക്കുവഴി മധുരത്തെ തട പിടിക്കുവാൻ മുളകുപൊടി മാത്രം ഇച്ചിരെ കൂട്ടിവെച്ചപ്പോൾ അമ്പമ്പോ... മേശ പ്രത്യക്ഷത്തിൽ മറ്റെല്ലാ മെഴുക്കുപുരട്ടി, തോരൻ ജനുസുകളും പുറകിൽ പുറകിലെന്ന് നാവു സാക്ഷ്യം!

■

സവാള വടയുടെ പരിണാമം

ഷൺമുഖ സുബ്രഹ്മണ്യ ചക്രപാണി എന്ന പേരു കേൾക്കുമ്പോൾ മനസ്സിൽ തെളിയുന്നത് കറുത്തു തടിച്ചു കുടവയർ ചാടിയ ഒരു മധ്യ വയസ്കന്റെ രൂപമാണെങ്കിൽ തെറ്റി കൂട്ടരേ... സുമുഖസുന്ദരനായ ഒരു പരിഷ്കൃത യുവാവാണു കഥാപുരുഷൻ. പാന്റ്സും ഇൻ ചെയ്ത സ്ലാക്ക് ഷർട്ടുമാണ് പുറത്തിറങ്ങുമ്പോൾ വേഷം. ബെർമുഡയും മുട്ടോളം തെറുത്തുവച്ച ഫുൾകൈ ടീഷർട്ടും വീട്ടിലും. ഭൂമി മലയാളം തൃപ്പൂണി ത്തുറയുടെ കലർപ്പുകന്മഷം ചേരാത്ത ഉച്ചാരണശ്രീ വിളങ്ങുന്ന മലയാളം നാവിൽ നിറപ്രത്യക്ഷം.

സൗഭാഗ്യവാൻ നവവിവാഹിതനത്രെ.

കവിത ഭാരതിയമ്മാൾ ശ്രീമതി നഗരത്തിലെ വിമൻസ് കോളേജിൽ ഹോംസയൻസിൽ ആശാട്ടി. നിത്യവും വിദ്യാർഥിനി വഹകളോട് അങ്കം വെട്ടി ഗെയ്റ്റഡ് കോളനിയിലെ വില്ല പൂകുമ്പോൾ പാചകകലയിലെ ശേഷിച്ച സൈദ്ധാന്തിക കലിയത്രയും രാകി മൂർച്ചകൂട്ടി വില്ലയടുക്കള യിൽ കൊട്ടിക്കയറ്റും. ക്ലാസുമുറിയിൽ ഉപ്പുതൊട്ടു കർപ്പൂരം വരെ ഗ്രാം മാത്രകളിൽ ഉഴിഞ്ഞു പറഞ്ഞുപഠിപ്പിച്ച ശീലവഴക്കത്തിൽ അതുവിട്ടൊരു അങ്കം വില്ല കളരിയിലും അചിന്ത്യം, അപ്രാപ്യം. അഞ്ചു ഗ്രാം തൊട്ടു രണ്ടു കിലോഗ്രാം വരെ കണിശകണിശമായി അളന്നുപകരാൻ ഉത്ത രാധുനിക തുലാസ് അതിനാൽ അടുക്കളയിൽ ടേബിൾടോപ്പിൽ മുഖ്യ പ്രതിഷ്ഠ.

മധുവിധുകാലമാകയാലും തൽപുതുമോടിവഹ അധിക പ്രിയം കണവനോടു തിങ്ങിവിതുമ്പുകയാലും നവനവ പരീക്ഷണങ്ങളുടെ തുടർസമർപ്പണങ്ങളാൽ നിബിഡം, സമൃദ്ധം തീൻമേശ എന്നും; തൽ കെടുതികളുടെ പീഡനത്താൽ വശംകെടുവാനുള്ള വിധിയോഗം ഷൺമുഖ സുബ്രഹ്മണ്യ ചക്രപാണിക്കും.

നേർപാതി തൻ ചെയ്വന സാഹസങ്ങൾ തിയറിവിട്ടു പ്രാക്ടിക്കലി ലെത്തുമ്പോഴുള്ള ഭ്രംശങ്ങളിലെ പീഡനദുരിതങ്ങൾ സഹനസീമ കട ക്കവേ, ഷൺമുഖ സുബ്രഹ്മണ്യ ചക്രപാണി പ്രാണരക്ഷാർഥം ഒരുമ്പെട്ടു

സഹസേവയ്ക്കിറങ്ങി. മധുവിധുവിന്റെ ആദ്യനാളുകളിൽ നവവധുവിനെ രുചി പിഴവുകളുടെ പേരിൽ പഴിചാർത്താതെ പ്രീതിമുനമ്പിൽ തുടരുവാൻ വിട്ട് ശ്രീമൻ പരിഹാരവഴികൾ തേടിയത് ശിഷ്യഗണങ്ങളുടെ പ്രബന്ധങ്ങളിൽ മേമ്പൊടി മിനുക്കലുകൾ വരുത്താറുള്ള മട്ടത്തിലായിരുന്നു.

'ഷ.സു.ച.പാണി' പത്നീസമേതം തൽവിധം സസുഖം മരുവും നാളുകളിലൊന്നിലാണ് അവരുടെ വില്ലയിലൊരു സന്ദർശനത്തിനെത്തിയത്.

മുന്നിൽ നിരന്ന പാത്രങ്ങളൊന്നിൽ കൊത്തുപൊറോട്ടപോലെ ചിക്കിപ്പരത്തിയവിധം സവാളത്തുണ്ടുകൾക്കിടയിൽ ചുമപ്പിന്റെ നേർത്ത നാരുകൾപോലെ തക്കാളി നാടകൾ ഇടചേർന്ന ഒരവതാരം കണ്ടു. കവിതാഭാരതീ മാഡം കുടിവെള്ളം കൊണ്ടുവരാൻ ഉൾവലിഞ്ഞ തക്കംനോക്കി ഭർതൃശ്രീ അടക്കത്തിൽ ബോധിപ്പിച്ചതാവുമിത്.

ശാസ്ത്രീയമായി സവാള വട ഉണ്ടാക്കുവാനായിരുന്നു നേർപാതിയുടെ ശ്രമം. പണി പാളി. തിളയെണ്ണയിൽ വെന്തുകോരിയപ്പോൾ മാവും സവാളയും ബന്ധം വിച്ഛേദിച്ചു വെവ്വേറെ സ്വാതന്ത്ര്യം പ്രഖ്യാപിച്ചു. വേണ്ടതു വേണ്ടപ്പോൾ വേണ്ടവിധം തോന്നണതാണു സിദ്ധിയെങ്കിൽ സിദ്ധീസമ്പന്നനായ ഭർതൃശ്രീ ആപൽബാന്ധവനായി. വഴക്കിട്ടുമാറിനിന്ന മാവുശകലങ്ങളെ സമനീളങ്ങളാക്കി ഒതുക്കി മൂലകൂട്ടി.

തക്കാളിയും പച്ചമുളകും കുരുകുരാ അരിഞ്ഞു. പന്നെ കടുകുതാളിച്ചു തേങ്ങാപ്പീര വറുത്തെടുത്തതിൽ അതു കൂട്ടിയിളക്കി. മാവുത്യജിച്ച സവാളത്തുണ്ടുകളേയും അക്കൂട്ടത്തിൽ ഇടചേർത്തു. മുട്ടയടിച്ചു പതപ്പിച്ചതിൽ മുക്കിനീരാട്ടി മാവിൻശകലങ്ങളെ അതിലേക്ക് ചൊരിഞ്ഞു മിശ്രം മിശ്രമിശ്രിതമാക്കി ബാക്കി മുട്ട പതപ്പിച്ചത് അവയിലേക്ക് തുള്ളികളായി ഇറ്റിച്ചുവീഴ്ത്തി. കട്ടപിടിക്കുവാൻ വിടാതെ കൊത്തു പൊറോട്ട ചിക്കുംശീൽക്കാര ശ്രുതിയിൽ ആഞ്ഞുപിടിച്ചു ചികഞ്ഞു വരട്ടിയെടുത്തു. മേശ പ്രത്യക്ഷമാക്കും മുമ്പേ കുരുമുളകുപൊടി വിതറി ഒരു കൂദാശ കൂടി!

മൂലസങ്കല്പം കവിതാഭാരതി മാഡത്തിന്റെ അലസിപ്പോയ സവാളവടയായിരിക്കേതന്നെ ചെയ്വന തുടർച്ചയിൽ വന്നെത്തി ഭവിച്ച വിഭവതൽസ്വരൂപം പ്രമാദം മോഹനമെന്ന് നാവിന്റെ രുചി സത്യവാങ്മൂലം. പേറ്റന്റ് എടുത്തുവച്ചാൽ ക്ലബ്ബുകളിലും നക്ഷത്രവിരുന്നുകളിലും മേശവീര്യം കൂട്ടുവാൻ ഈ സ്നാക്ക് സുന്ദരി നിറഞ്ഞാടി വിലസും. കട്ടായം! ■

ഉപ്പിലിട്ടതോളം വരുമോ ഉപ്പ്

"ഉപ്പോളം വരില്ല ഉപ്പിലിട്ടത്" എന്നു പണ്ട് 'വൈശാലി' സിനിമയിൽ വെള്ളം കുടിക്കുവാൻ മടിച്ച തള്ളമാനിനെ ഉപ്പുകൊണ്ടു വശീകരിച്ചു വെള്ളം കുടിപ്പിച്ചു കാണിച്ചുകൊണ്ട് പവിത്രൻ എന്ന പവി ഭരതന്റെ കാതിൽ മന്ത്രിച്ചു.

അതിനു പ്രതിമന്ത്രമായി "പവിയോളം വരില്ല പവിത്രൻ" എന്നു ഭരതനും.

പക്ഷേ പവി വാക്യം തുരത്തുന്നു രുചി സാക്ഷ്യം.

"ഉപ്പിലിട്ടതോളം വരുന്നില്ല ഉപ്പ്!"

എല്ലാ ഉപ്പിലിട്ടതുമാർക്കും ഈ അവകാശ പ്രഖ്യാപനത്തിനവകാശമില്ല. പക്ഷേ ചില മേശകളിൽ ചില നേരങ്ങളിൽ പ്രത്യക്ഷപ്പെടുന്ന അവതാരങ്ങളിൽ വിരൽതൊട്ടു നക്കിക്കടിക്കുമ്പോൾ രുചിയിന്ദ്രിയങ്ങൾ സമസ്ത സാഷ്ടാംഗമായി അപ്രകാരം ഏറ്റുചൊല്ലിപ്പോകുന്നു.

ആ മട്ടിലൊരനുഭവമട്ടം തരപ്പെട്ടത് ഏറാടി ഭവനത്തിലെ തീൻമേശ വിളമ്പത്താണ്. 'ഏറാടി' എന്നു കേട്ട് ഇണ്ടൽ വേണ്ട. വീട്ടുപേരാണ്. ചെന്നത് സന്ധ്യക്കായതുകൊണ്ട് നിയോഗം അത്താഴ ശുശ്രൂഷയ്ക്കായി.

പക്ഷിമൃഗാദികളുടെ തൽസമയവധം സന്ധ്യകഴിഞ്ഞ് അവലക്ഷണമെന്ന എഴുതാലിഖിതം വായിച്ച ഓർമയിലോ എന്തോ സാഹസത്തിനു മടിച്ചു ദേഹണ്ഡ കാര്യക്കാരി കുടുംബശ്രീ തെയ്യമ്മ. എന്നാലോ, തൽപേരിൽ തീർത്തും നിരാശ വേണ്ടെന്നു ഭർതൃശ്രീമാൻ ശിമയോനെന്ന സൈമൺ വക്കീലിന്റെ രുചിവഴക്ക പെരുമ കേൾവി ആശ്വസിപ്പിച്ചു.

പ്രത്യാശ തെറ്റിയില്ല.

സൊറവട്ടത്തിനിടയിൽ അടുക്കള വറചട്ടിയിൽനിന്നും ഉണക്കപ്പരവ വറവിന്റെ വശ്യപരിമളം ഊണുമുറി വഴിയൊഴുകി സ്വീകരണ മുറിയിലെത്തി.

ഏറെ വൈകിയില്ല, അത്താഴത്തിനുള്ള കൊമ്പുകുഴൽ വിളി.

കഞ്ഞി വൃത്തത്തിലാകുമ്പോൾ വട്ടവിധം സാമ്പ്രദായികമാകുന്നതിലും ഒരു ശേലുണ്ടെന്ന് മേശ ഒരുക്കം ബോധ്യപ്പെടുത്തി. കിണ്ണം

മുഴുത്തത് കഞ്ഞിക്ക്, ചെറുവക അനതാരികൾക്ക് കോപ്പകളിൽ പല വലുപ്പത്തിൽ പലയിനങ്ങൾ. കഞ്ഞി കോരാൻ ചിരട്ടക്കരണ്ടി. ചെറുകിണ്ണങ്ങളിൽ ഇനതാരികൾക്ക് പെയ്തിറങ്ങുവാൻ ചെറു കരണ്ടികൾ സ്റ്റീൽ മട്ടത്തിൽ. കിണ്ണം കോരാൻ നാട്ടുവഴക്കത്തനിമയിൽ പ്ലാവില ഒടിച്ചു കുത്തിയ കുമ്പിളും!

കഞ്ഞിവീഴ്ത്തെന്നു പഴമട്ടിൽ പറഞ്ഞാലെന്ത്!? വളയിട്ട കൈ കൊണ്ടു ചിരട്ടക്കരണ്ടി കോപ്പ അടി ചേർത്താസകലം ഇളക്കി പാതി വറ്റും പാതി വെള്ളവും കൃത്യതയോടെ പകുത്തു കോരി കിണ്ണത്തിലേക്കു പകർന്നപ്പോൾ പൊക്കാളിയഴകിന്റെ തവിട്ടു മിനുപ്പിൽ നെയ്യിനെ പ്രണയിച്ചു നെയ്പ്പീരയായി വെന്തിണങ്ങി ലയിച്ച തേങ്ങാംശം ഊയലാടി വിളങ്ങി തെളിഞ്ഞുകണ്ടു. ആചാരവടിവിൽത്തന്നെയാണ് കഞ്ഞി സുന്ദരി അന്നനട!

ഗന്ധവഴി മുമ്പേ വരവറിയിച്ച പരവയുണങ്ങൻ വറ വെന്തു കടും മഞ്ഞ ബ്രൗൺ ചായ്‌വിൽ ഞെരിപൊരി നിവർന്ന പ്രകൃതത്തിൽ മുഴു പ്രത്യക്ഷം ചെറു കിണ്ണത്തിൽ ആദ്യം. മറ്റൊന്നിൽ കാന്താരി. ഉള്ളി മിശ്രിതത്തിൽ വെളിച്ചെണ്ണ തൂവി ഞെരടിയതിന്റെ അകമ്പടിയോടെ ഉപ്പുമാങ്ങയുടെ എഴുന്നള്ളത്ത്.

ശിമയോൻ പറഞ്ഞു:

മാങ്ങാപ്രതലത്തിലെ മിനുക്കംകണ്ട് അദ്ഭുതം വേണ്ട. ഞെട്ടടർത്തി കഴുകി, ശുദ്ധം തെളിച്ചു. വെള്ളം വാർന്നു കഴിഞ്ഞു ഭരണിയിലുപ്പു വേഴ്ചയ്ക്കു മുമ്പ് കൈവെള്ളയിൽ ഇറ്റ് സ്നേഹമെടുത്തു മാങ്ങാ സുന്ദരിമാരെ ഒരു തലോടലുണ്ടു തെയ്യമ്മ. മക്കൾ മൂന്നിനെ പെറ്റെങ്കിലും അവയ്ക്കൊന്നിനും പിന്നെ തൽകാരണഭൂതനായ എനിക്കും അത്ര സ്നേഹമസൃണമായ തലോടലിന് യോഗമുണ്ടായിട്ടില്ല...

ഞാൻ സങ്കല്പിച്ചു നോക്കി: ...

ഓരോ മാങ്ങയുമെടുത്ത് തഴുകി തലോടി കൈയിലെ സ്നേഹമിനുക്കം എണ്ണമിനുക്കമായി ചാർത്തുമ്പോൾ മാങ്ങ സുന്ദരികൾ ചുളിവു മടക്കുകൾ നിവർന്ന് നിർവൃതിയിലാറാടി അംഗപ്രത്യംഗം വിരിഞ്ഞു ലാസ്യവടിവിൽ ആ കരങ്ങളിൽ ചേർന്നമരുന്നു... പിന്നെ അവയെ തോളിൽ ചേർന്നു മാറിലെ ചൂടിലമർന്ന് ഉറക്കമായ കുഞ്ഞിനെ ഉണർത്താതെ സസൂക്ഷ്മം സശ്രദ്ധം തൊട്ടിലിൽ കിടത്തുംപോലെ ഭരണിക്കകത്തു മുല്ലമൊട്ടുപോലെ നിരത്തി വിരിച്ച ഉപ്പിൻ പരലുകളിലേക്ക് മെല്ലെ കിടത്തും. ഭരണി നിരനിറഞ്ഞു മൂടി അടയ്ക്കും മുമ്പ് കിറുകൃത്യം ആറു മാസം നീളുന്ന പരുവയാന വേളയിൽ പുഴു കൃമി ശല്യങ്ങളിൽ നിന്നും കാവൽ കരുതലിനായി കശുവണ്ടിത്തൊണ്ട് രണ്ടുനാലിതൾ കൂട്ടത്തിൽ വിതറും തെയ്യമ്മ!

പിന്നെ മേശ പ്രത്യക്ഷത്തിലെ മാങ്ങാമിനുക്കം രുചി സാക്ഷ്യത്തിൽ ഉപ്പിനെ നിഷ്പ്രഭമാക്കും ഉപ്പിലിട്ടതായി വിളങ്ങി തിളങ്ങാതെന്തുവഴി?

വെളുത്തുള്ളി, ചുമന്നുള്ളി, തേങ്ങാക്കൊത്തു സമാസമം വറ്റൽമുളക് ചുമപ്പിൽ താളിതമായി ഇഴചേർന്ന പയറും ഉണക്കച്ചെമ്മീൻ തേങ്ങാവടിവിൽ ചമ്മന്തിപ്പരുവത്തിലരചേർന്നുരുവായതും കനലിൽ ചുട്ട പപ്പടക്കാഴ്ചയും ഒപ്പത്തിനൊപ്പം നിരന്നപ്പോൾ മനസ്സിൽ മതികൊതി നിറനിറ പാടി.

എന്നാൽപ്പിന്നെ അങ്കം തുടങ്ങാം എന്നു കരുതുമ്പോൾ അതാ കൺപ്രത്യക്ഷത്തിൽ ഒരു ചെറുകോപ്പയിൽനിന്നും കരണ്ടികൊണ്ട് ഈന്തപ്പഴം, ഉള്ളി, മുളക് സഖാക്കളെ പുളിവെള്ളത്തിൽ ആറാടിച്ചെടുത്ത സുന്ദരിയെ കോരി ഒരു ചെറു കിണ്ണത്തിൽ പകരുന്നു വക്കീലദ്ദ്യേം. എന്നിട്ടു ചെറുപളുങ്ക് ഭരണിപോലൊരു കുപ്പിയിൽനിന്നും വേപ്പിലക്കട്ടിയുടെ തരികൾ ഒരു ചെറു കരണ്ടി നിറവടിവിലെടുത്തു സുന്ദരിവടിവിൽ വിതറി കരണ്ടികൊണ്ടൊരു ക്രോസ് വിസ്താരം. രണ്ടും സ്വതന്ത്രവും മൗലികവുമായ തൽപ്രത്യക്ഷങ്ങളിൽത്തന്നെ രുചിപ്പെരുമയും സ്വീകാര്യതയുമുള്ളവരായിരിക്കേ മിശ്രിതവൃത്തത്തിലൊരു പോയിന്റ് ഓഫ് ഓർഡറെന്തിന് എന്ന വിസ്മയം നീണ്ടുനിന്നില്ല.

ആംഗ്യം ആജ്ഞയായപ്പോൾ അനുസരണ രുചി സല്ലാപ വഴക്കം.

തൊട്ടൊരുതരി നാവിൽ ചേർത്തപ്പോൾ ഇതുവരെ അനുഭവിച്ച രുചിയൊന്നും രുചിയല്ലെന്നു രുചി പരമ്പര ദൈവങ്ങളെ സാക്ഷിനിർത്തി തൽഞൊടിക്കു സത്യം, സത്യം, സത്യമായി സത്യം മാത്രമായി ആണയിട്ടു നാവ്.

രുചിമൂർച്ഛ ഇതനന്യം!

സമസ്തം, സമക്ഷം, സാഷ്ടാംഗ പ്രണാമം!

■

കർക്കടകത്തിന്റെ രുചി

ആദ്യമായി കർക്കടക കഞ്ഞി രുചിക്കുന്നത് പാലക്കാട്ട് ചിറ്റൂരിലുള്ള സ്കൂൾ നാളുകളിലാണ്. അപ്പന്റെ കൂടെ കുട്ടികൃഷ്ണ മേനോന്റെ പ്രൗഢ മായ പൊറയത്ത് തറവാട്ടു ബംഗ്ലാവിൽ ചെന്നപ്പോഴാണു രുചിയോഗ മുണ്ടായത്; പാതി മരുന്നിന്റേയും പാതി കഞ്ഞിയുടേയും സ്വാദായിരുന്നു. മരുന്നുകഞ്ഞിയെന്നും ഔഷധക്കഞ്ഞിയെന്നും ചങ്ങാതിക്കു വിളി പ്പേരുണ്ടത്രെ.

മഴയും വെയിലും ഇന്നത്തെപ്പോലെ തോന്ന്യാസംപെയ്തു തുടങ്ങും മുമ്പുള്ള കാലം. മഴക്കാലത്ത് തോരാമഴ രാപകൽ ഭേദമന്യെ നിത്യ സുലഭം. കാർമേഘങ്ങളുടെ തേർവാഴ്ച ഇരുണ്ട മാനത്ത്. മണ്ണ് തണുത്ത് മനുഷ്യർ കോച്ചിത്തുടങ്ങുമ്പോൾ തിമർത്തു പെയ്യുന്ന മഴയ്ക്കൊപ്പം ആഞ്ഞു വീശുന്ന കാറ്റിൽ രോഗാണുക്കൾ പറന്നെത്തും. പ്രതിരോധ കുത്തിവയ്പുകൾ നാട്ടുനടപ്പാകും മുമ്പായതുകൊണ്ടു സ്വയം, കരുതൽ പ്രതിരോധ വഴികൾ തേടാതെ വയ്യ. അതിനിടയിൽ കർക്കടകമെത്തു മ്പോഴേക്കും പത്തായപ്പുര ശോഷിച്ചിട്ടുമുണ്ടാകും. ചിങ്ങം പുലരണം ഇനി അറ നിറയാൻ. മറ്റു വിളവുകളുടെ ലഭ്യതയും പരുങ്ങലിലാകുമ്പോൾ പോഷകക്കുറവ് പഞ്ഞനാളുകൾക്ക് അകമ്പടി ചേരുക വിധിവഴക്കം. അതിനെ മറികടക്കുവാൻ ഔഷധസേവ ഏകവഴി. പിന്നെയുമുണ്ട് കരുതൽ ആവശ്യപ്പെടുന്ന ന്യായകാരണങ്ങൾ. ചിങ്ങം പുലർന്നാൽ, ഓണമൊരുങ്ങിയാൽ കൊയ്ത്തിന്റേയും വിതയുടേയും വളമിടലിന്റേയും അധ്വാന നാളുകളുടെ ചാക്രിക വൃത്തം തുടരെ ഉരുളുവാനുള്ളതാണ്. അതിനുവേണ്ട ശേഷി ഊർജമായി കോശങ്ങളിൽ സംഭരിക്കുവാനും ഈ സേവ ഉതകും.

ഇങ്ങനെയൊരു പൂർവാശ്രമകരുതൽചിന്തയിൽ നിന്നാണു കർക്ക ടകക്കഞ്ഞി പ്രായവംശഭേദമെന്യേ മലയാളി ശീലമാക്കിയതെന്നു കുട്ടി കൃഷ്ണ മേനോൻ അതിലളിതമായി ചൂടാറാകഞ്ഞിയോടൊപ്പം ഓതി ത്തന്നു. കുടിലിലും കൊട്ടാരത്തിലും ഒരുപോലെ ഒരുക്കാനാകുമെന്ന താണിതിന്റെ പ്രത്യേകത. വയ്ക്കുന്നതും വിളമ്പുന്നതും മൺകലത്തിലും ചട്ടിയിലും വെള്ളിപ്പാത്രത്തിലും തളികയിലുമാകുമെന്നേയുള്ളൂ. ഒരുക്കുമ്പോഴുള്ള ചെയ്വന ഒന്നുതന്നെ. രുചിയിലും ഭേദമില്ല. ചേരുവ കളിൽ പാലിന്റെയും ശർക്കരയുടെയും തേങ്ങാപ്പീരയുടേയും അധിക സാന്നിധ്യം രുചിവഴികളിൽ അലങ്കാരമാക്കാം.

സാർവത്രികമായ പതിവ്ഇനതാരികളിൽ ഉലുവയും ഞവരയരിയും ഗോതമ്പുനുറുക്കും ചെറുപയറുമാണ് മുഖ്യതാരങ്ങൾ. ഗോതമ്പു നുറു ക്കൊഴികെയുള്ള സഖാക്കളെ തലേന്നേ കുതിർക്കാൻ വച്ച് അവയുടെ ഗർവൊന്നു ശമിപ്പിക്കുക നാട്ടുമര്യാദ. രാവിലെ മതി ഗോതമ്പു നുറുക്കു മായുള്ള ബാന്ധവം. ആവശ്യത്തിനു വെള്ളത്തിൽ സഖാക്കൾ തിളയേറി നൃത്തമാടി വേവെത്തി രുചിസമർപ്പണത്തിനു തയ്യാറാകും. വിവിധയിനം ഔഷധവേരുകളും കായ്കളും സുഗന്ധവ്യഞ്ജനങ്ങളും ചേരുപടിയും ആവശ്യംപടിയും ഇടചേർന്നാണു കർക്കടകക്കഞ്ഞിയായി ജ്ഞാന സ്നാനം ഏൽക്കുന്നത്. വേവിക്കുന്നതു വെള്ളത്തിലാകാം. അരക്കപ്പ് തേങ്ങാപ്പാലും അരക്കപ്പ് പശുവിൻ പാലും ചേർത്തിട്ടാകാം. കൂട്ടത്തിൽ നെയ്യഭിഷേകം കൂടി വേണമെന്നുണ്ടെങ്കിൽ എതിർപ്പൊന്നുമില്ല. മുഖ്യ താരങ്ങൾ വേവെത്തിക്കഴിഞ്ഞേ പാലുമായുള്ള വേഴ്ച ആകാവൂ എന്നു മാത്രം. അതുകഴിഞ്ഞ് ശർക്കരയും ഉപ്പും. പിന്നെയേ ഉള്ളി, ചുക്ക്, മല്ലി,

ഏലയ്ക്ക, ആഗാലി, വരട്ടുമഞ്ഞൾ, കുറുന്തോട്ടി, തഴുതാമ, അയ്മോദകം, കരിക്കുറിഞ്ഞി തൊട്ടുള്ള ബാന്ധവമാലോചിക്കാവൂ.

ഔഷധച്ചേരുവകളുടെ കുറിപ്പടി പട്ടിക ഇതിലും നീളാം. ഏത് എത്രയെന്നതിന് ചേരുംപടി, ആവശ്യംപടി എന്നുതന്നെ ഉത്തരം. ഇടചേരുവകളും അധിക ചേരുവകളും സ്വന്തം തൊടിയിലും പ്രാന്തഭാഗത്തെ പുരയിട പറമ്പുകളിലും ചെരിവുകളിലും മടക്കുകളിലും ലഭ്യമായിരുന്നു അന്നൊക്കെ. ഇപ്പോൾ പിന്നെ റെഡിമെയ്ഡ് കിറ്റുകൾ വിപണിയിൽ സുലഭം. ഓർമ്മയിലെ കർക്കടകചൂരു ആവാഹിച്ചെടുത്തു സ്റ്റൗവിലേറ്റിയാൽ സംഗതി കുശാൽ!

■

ദോശകൊണ്ടൊരു യുദ്ധം

ഇന്ത്യാ-പാക് അതിർത്തി യുദ്ധത്തിൽ പങ്കെടുക്കവേ ഒരു മൈനപകടത്തിൽ വലതുകാലിന്റെ മുട്ടിന് കീഴെ ജന്മനാടിനു കുരുതി ഓഹരി നൽകിയ ശേഷമാണ് മേജർ ഇട്ടി സൈനികസേവനം വിട്ടു നാട്ടിലേക്ക് പൊറുതികൂടിയത്. വയനാട്ടിൽ വൈത്തിരിയിൽ ഹരിതഭംഗി വഴിയുന്ന പ്രകൃതിസുകൃത മിഴിവിന്റെ നടുവിൽ മനോഹരമായ ഒരു കൊച്ചു ബംഗ്ലാവിന് അതിർത്തി യുദ്ധത്തിന്റെ ഓർമയ്ക്ക് 'ബോർഡർ വില്ല' എന്ന പേരിട്ടു സാമോദം നേർപാതി അച്ചാമ്മയെന്ന അച്ചുവിനോട് ഒരു വാക്കിനടുത്ത വാക്കിന് ശണ്ഠകൂടിയും മറുവാക്കിന് ആശ്ലേഷവഴിയേ ഇണക്കം ഇഴുക്കമാക്കിയും ഇട്ടിച്ചൻ നാൾപോക്കി വന്നു.

യുദ്ധം കണ്ടവനു പേടി പിന്നെ പാതിരാക്കടലിനപ്പുറത്തെന്നപോലെയാണ് ഇട്ടിച്ചന്. ക്ഷോഭത്തിൽ അക്ഷോഭ്യൻ. അച്ചു എന്നാൽ നേരെ വിരുദ്ധ പ്രകൃതവും. ഒരു ചെറുകാറ്റു വീശിയാൽ 'ഈശോയെ വല്ല കൊടുങ്കാറ്റിന്റെ തുടക്കമോ മറ്റോ ആണോ' എന്ന് ആകുലപ്പെടുന്ന ജനുസ്സ്!

മീനങ്ങാടിയിൽ ഒരു കല്യാണത്തിൽ പങ്കെടുത്തു മടങ്ങുമ്പോൾ 'അതിർത്തി മന്ദിര'ത്തിലൊന്നു കയറി. ചെല്ലുമ്പോൾ അന്തരീക്ഷതാളം ഇടഞ്ഞു എതിർ കോർത്തു നിൽക്കുന്നു!

അച്ചാമ്മയ്ക്ക് അങ്ങനെയിരിക്കുമ്പോൾ തട്ടുകടയിൽ നിന്നും എന്തെങ്കിലും പാഴ്സൽ വാങ്ങാനാശ നാമ്പിടും. ആണുങ്ങൾക്ക് ആ വഴി പോകുമ്പോൾ എപ്പോൾ വേണമെങ്കിലും ആവാം. പെണ്ണുങ്ങൾക്കിങ്ങനെയൊക്കെയല്ലേ തരപ്പെടൂ എന്നു വാദം; ന്യായം.

വീട്ടിൽ ദോശമാവിരിപ്പുണ്ട്. കല്ലുമുണ്ട്. ആ ദോശ നിത്യവും കൈപ്പാടുള്ളിലുള്ളതല്ലേ! അതു വേണ്ട. തട്ടുകടയിലെ തട്ടുദോശ ആറെണ്ണം വാങ്ങി അടുക്കളയിലെ കലത്തിൽ മീൻ കുടംപുളിയിട്ടു പറ്റിച്ചതിന്റെ ശേഷിപ്പു ചാറു തൊട്ടൊരു പിടി പിടിക്കാമെന്നൊരു മോഹമങ്ങ് മോഹിച്ചു.

തന്റെ പാനവിഷയങ്ങളിൽ അച്ചു ഇടങ്കോലിടാത്തോളം ലഘുലളിതങ്ങളായ അച്ചുവാശികൾക്ക് ഇട്ടിച്ചനെന്നും പച്ചക്കൊടി കാണിക്കും.

കൊടിപച്ച കണ്ടു തോട്ടം മേൽവിചാരിപ്പുകാരൻ ശങ്കു ആജ്ഞാവിധേയനായി തട്ടുകടയിലേക്കോടി. ദോശ പാഴ്സൽ പറഞ്ഞു. അടുത്ത

തിയേറ്ററിലെ സിനിമാ പോസ്റ്ററുകളിലൂടെ അലസസഞ്ചാരം നടത്തി മടങ്ങിവന്നപ്പോഴേക്കും പാഴ്സൽ റെഡി!

അച്ചാമ്മ പാഴ്സൽ തുറന്നു നോക്കിയപ്പോൾ പക്ഷേ, ശരിക്കും നെഞ്ചത്തു കൈവച്ചുപോയി!

ദോശയല്ലേ എന്നു ചോദിച്ചാൽ ദോശതന്നെ. പക്ഷേ, തട്ടുമട്ടത്തിലല്ല അവതാരം. അടുക്കളയിൽ താൻ ഒന്നിടവിട്ടുണ്ടാക്കുന്ന പരത്തി നീട്ടിയ ഒശത്തി ദോശ പാഴ്സലിനകത്തു നിന്നും അച്ചുവിനെ നോക്കി കൊഞ്ഞനം കുത്തുന്നു! കൊതിക്കനവുകണ്ട സോസർ വട്ടത്തിലുള്ള തട്ടുപരുവം എവിടെ? തളർന്നു മടങ്ങിയ ഈ വൃദ്ധദോശ എവിടെ?

ധർമപത്നിയുടെ ഹൃദയം നുറുങ്ങുന്ന വിലാപശ്രുതികേട്ടു ജാഗരൂകനായി മേജർ സാബ് ഉണർന്നു കാര്യാലോചന നടത്തി. തട്ടുകടയിലെ പതിവു ദോശ നിപുണൻ രാമു അവധിക്കു നാട്ടിൽ പോയപ്പോൾ പകരം വന്നത് പളനിയിൽ പൊന്നുസ്വാമി ഹോട്ടലിലെ എക്സ്സർവീസ് വേലു. വേലുവിന്റെ ദോശ വഴക്കം പൊന്നുസ്വാമി മട്ടം. ടി. ദുരന്തത്തിൽ ശങ്കു കുറ്റക്കാരനല്ലെന്നു കണ്ട് അവനെ വെറുതെ വിട്ടും വച്ചു ഇട്ടിച്ചൻ ആപൽബാന്ധവനായി സടകുടഞ്ഞുയിർന്ന നേരത്താണ് എന്റെ വരവ്.

"...കുശലമൊക്കെ പിന്നെ. ഇയാളാദ്യം സവാള, വറ്റൽമുളക്, വെളുത്തുള്ളി, തക്കാളി ഇതൊക്കെയെടുത്തു തരിതരിയായരിഞ്ഞേ."

'ഓപ്പറേഷൻ അച്ചു'വിൽ ലെഫ്റ്റനന്റായി അനുസരണയോടെ അണിചേർന്നു.

ശങ്കു വാങ്ങിവന്ന ഒശത്തിദോശകളെ ഒന്നിനുമേൽ ഒന്നായി അടുക്കി ചേർത്തുവച്ചു പട്ടാളവടിവിൽ ചുരുൾ ചുരുട്ടി. പിന്നെ മൂർച്ചയുള്ള കത്തിയെടുത്തു നാടപരുവത്തിൽ അരിഞ്ഞുവീഴ്ത്തി.

കടുകു വറുത്തതിൽ എന്റെ ചെയ്വനക്കൂട്ടം ചൊരിഞ്ഞു ചൂടുവാട്ടമെത്തുമ്പോൾ ഉപ്പും മസാലപ്പൊടിയും ചേർത്തു മൂപ്പിച്ചശേഷം ആയതിലേക്ക് ദോശ നാടകളെ ഇടചേർത്തു കൂട്ടിയിളക്കി. വെന്ത ദോശ ഉണർന്നു വീണ്ടും പൂത്തുഷാറാകുംവരെ വേവ്. കാഴ്ചയിൽ വീതികൂടിയ നൂഡിൽസ് പ്രത്യക്ഷം. മട്ടത്തിൽ, ഉപ്പുമാവുചായ്വ്. രണ്ടു മല്ലിയില നാമ്പ് കുറുകനേയും വിലങ്ങനേയും അലങ്കാരമായി ചേർത്തു. മല്ലിയിലെ ചൂട് ശ്വസിച്ചു വിതുമ്പും മുമ്പേ മേശയവതാരമാക്കി വിളമ്പി വിതാനിച്ചു.

"....മീൻ കുടംപുളി ചാറ് അകമ്പടി പോന്നോട്ടെ..."

അർധശങ്കയിലാണ് അച്ചാമ്മ ഒരു തവി ദോശ നാടക്കൂട്ട് മീഞ്ചാറ് തൊട്ടു നാവിൽ വച്ചത്. രുചിവഴി ഘോഷം അന്നനാളംവഴി തായമ്പക മുറുകിയതപ്പാടെ അച്ചു മുഖത്തു വിളങ്ങി.

ശത്രുപാളയം കീഴടക്കിയതിന്റെ ഉൻമാദവീറിൽ മേജർ സാബ് ലെഫ്റ്റനന്റിനേയും കൂട്ടി തദനന്തരത്തിലേക്ക് നടതള്ളി. ■

കടച്ചക്കയുടെ ദശാവതാരം

ഇത്തിക്കരയാറിനോടു തൊട്ടുരുമ്മി കിന്നാരം പറഞ്ഞുള്ള തൊടിയുടെ മധ്യത്തിലാണ് ഷിഹാബും നേർപാതി സബീനാ ബീഗവും പൊറുതി.

ഇവരുടെ തൊടിയിലെ ഫലവൃക്ഷങ്ങൾക്കും ലതകൾക്കും ഒരു പ്രത്യേകതയുണ്ട്. നാട്ടിൽ എവിടെ കായ്ക്കുന്നതിനും ഒരു മാസം മുമ്പേ കായ്ക്കും... കാച്ചിലായാലും ചേനയായാലും കൂർക്കയായാലും കടച്ചക്ക യായാലും തേൻവരിക്കയായാലും അവയുടെ രുചിപ്രതീക്ഷയിൽ അക്ഷമ രായി നാട്ടുകാർ കാത്തുനിൽക്കേ ഷിഹാബ് - സബിനാമാരുടെ തൊടി യിൽ ഒരു മാസം മുമ്പേ ഇവ വിളയും. വെറും വിളയലല്ല, നിറവോടെ നിറതിങ്ങിയുള്ള എമ്മാതിരി വിളവാണെന്നതു കണ്ടറിയണം. ഇരുവരു ടേയും സ്നേഹപൂർണമായ പരിപാലനത്തിന്റെ ജൈവപുണ്യം ഇറ്റുന്ന കരുതലാവണം അതിന്റേയും നിമിത്ത സ്രോതസ്സ്.

നാട്ടിലെങ്ങും കടപ്ലാവ് കായ്ച്ചു കടച്ചക്ക പ്രത്യക്ഷമായിട്ടില്ലാത്ത നാളുകളിലൊന്നിൽ ഷിഹാബിനെ കാണാൻ ചെല്ലുമ്പോഴുണ്ട് തൊടി യിലെ കടപ്ലാവുകൾ നാലിലും കനംതൂങ്ങി കടച്ചക്കകൾ കൊതി വിളുമ്പി തുളുമ്പിയാടുന്നു.

പറയാൻ മറന്നു. അടുക്കളക്കലയിലും ഷിഹാബും സബീനായും തികഞ്ഞ പൊരുത്തത്തോടെയാണ് ഇടചേർച്ച. പച്ചക്കറി വഴി ഷിഹാബ് സ്വയം സംവരണം ചെയ്തെടുക്കുകയും മത്സ്യ-മാംസാദികളുടെ ചെയ്വന കുത്തക സബീനായുടെ മൊഞ്ചുള്ള വിരുതിന് തീറു നൽകു കയും ചെയ്തിരിക്കുകയാണ്. ആഴ്ചയിൽ മൂന്നു ദിനം പച്ചക്കറിപക്ഷവും നാലുദിനം എതിർപക്ഷവുമായി തരാതരം തിരിച്ചാണ് ദേഹണ്ഡ വിചാരണയിലെ പ്രയോഗപ്രത്യക്ഷം. രണ്ടിലും കൈപ്പുണ്യം ഒന്നി നൊന്നു കേമം, കെങ്കേമം എന്നത് പലകുറി രുചിസാക്ഷ്യം!

ചെന്നുപെട്ടത് പച്ചക്കറി വാഴ് വിന്റെ അധീശനാളിലാണ്.

കടച്ചക്കയോടുള്ള എന്റെ കൂറ് ആതിഥേയനറിയാവുന്നതുകൊണ്ട് മേശ പ്രത്യക്ഷത്തിൽ ആധിപത്യം ആ മുഖ്യ വടിവിലായി. അതുവരെ ശീലം കടച്ചക്കയുടെ വറുത്തരച്ച കറിയും ചെമ്മീൻ തേങ്ങ അരച്ച

കടച്ചക്ക കൂട്ടാനും പിന്നെ ഉള്ളി തെളിവിൽ ചുമന്ന മുളകു താളിച്ചുള്ള ഉലർത്തു മട്ടവുമൊക്കെയാണ്. ആ വഴി പ്രത്യക്ഷങ്ങളെ പ്രതീക്ഷിച്ച് ഊണുമേശയിൽ ഹാജരായപ്പോൾ ആവി ചൂടോടെ നിരന്ന പാത്രങ്ങൾ അക്ഷരാർഥത്തിൽ അടിയറവു പറയിപ്പിച്ചു.

ഉലർത്തു വിരുത്തത്തിൽ കടച്ചക്കയും ഉള്ളി മുളകു മൂപ്പിച്ചതും ചേർന്ന് ഉലയും മുമ്പേ കാമ്പുറയ്ക്കാതെ തളർന്ന പരുവത്തിലുള്ള കരിക്കിൻ ദശകളെ നേർത്ത നാടകളായി അരിഞ്ഞതു ചേർത്ത് ഉലർത്തി യെടുത്ത പ്രത്യക്ഷം കാഴ്ച മാത്രയിലേ വായിൽ രുചിയോളങ്ങൾ തീർത്തു.

പുറകെ അവതരിച്ചത് ഓലൻ. പയറും തേങ്ങാപ്പാലും വറ്റൽമുളകും കടുകുതാളിച്ചതുമൊക്കെ ഓലന്റെ പതിവു വിരുത്തത്തിൽ തന്നെ. പക്ഷേ, കുമ്പളങ്ങാ-വെള്ളരിക്കാ നുറുങ്ങുകൾക്കു പകരം മുഖ്യവേഷത്തിൽ കടച്ചക്കച്ചീളുകളുമായുള്ള എഴുന്നള്ളത്ത് രുചി ഓളങ്ങളെ കടലിരമ്പ ങ്ങളാക്കി.

കാന്താരി മുളകും ചുമന്നുള്ളിയും ചതച്ചതിൽ വെന്ത കടച്ചക്ക ഉടച്ചതു തിരുമ്മി കൂട്ടിച്ചേർത്ത് പച്ച വെളിച്ചെണ്ണ തൂവി മുന്നിലെത്തിയ ചട്ട്ണി കണ്ടപ്പോഴേ ബോധ്യമായി ഒരു വിളമ്പ് ചോറിനെ നിലംപരിശാ ക്കുവാൻ ഇവനിലൊരു നുള്ളു ധാരാളമെന്ന്!

കലാശക്കൊട്ട് മുൻ പ്രത്യക്ഷങ്ങളെയെല്ലാം കടത്തിവെട്ടി.

ഊണിനു മുമ്പ് അപ്പം-സ്റ്റൂ ദ്വയത്തിന്റെ ഒരാദ്യപർവം. അപ്പം മാവു പരുവത്തിൽ കല്ലിലേക്കു പകരും മുമ്പ് അതിൽ പച്ചക്കുരുമുളകും ജീര കവും അരച്ചു ചേർത്ത് അതിന്റെ രുചിമട്ടത്തിൽ ചുട്ടെടുത്തിട്ടായിരുന്നു മേശനിരത്ത്. സ്റ്റൂവിന്റെ പതിവ് ചേരുവകളായ പച്ചമുളക്, സവാള, ഇഞ്ചി, ബീൻസ്, കാരറ്റ്, കശുവണ്ടി - കിസ്മിസുകൾ എന്നിവ പാലിലാറാടവേ സഹയാത്രികനായി ഇടചേരാറുള്ള ഉരുളക്കിഴങ്ങിന്റെ സ്ഥാനം കടച്ചക്ക കൈയടക്കി അവതാര സജ്ജമായതോടെ പ്രകൃതം പാടേ മാറി. വെന്ത കടച്ചക്കാ കഷണത്തിന്റെ കീഴ്പാതി വിരൽ തൊടണ്ട, നേർക്കൊന്നു നീട്ടിയാൽ അക്ഷണം ഉടഞ്ഞലിയുവാൻ എപ്പോഴേ തയ്യാർ എന്ന അടി യറവു വൃത്തത്തിൽ വിതുമ്പി അരികുദശകളെ ചാറിൽ ഇടചേർത്ത് ചാറ് കുറുക്കി കട്ടിച്ചാറാക്കി മാറ്റിക്കൊണ്ടുള്ള പ്രത്യക്ഷം അപരിമേയമായ രുചി സാധ്യതകളെ കാഴ്ച മാത്രയിൽത്തന്നെ വിളംബരം ചെയ്തു!

ഇലയറ്റത്ത് വറുത്ത കായ നുറുക്കിനു പകരം കടച്ചക്ക വറുത്ത ഉപ്പേരികൂടി വിരുന്നിനെത്തിയതോടെ ഏതു ശ്രേഷ്ഠം, ഏതേതു ശ്രേഷ്ഠ തിൽ ശ്രേഷ്ഠതരം എന്നു വ്യവച്ഛേദിച്ചു പറയുവാനാവാത്തവിധം രുചി പെരുന്നാളിലെ തായമ്പക പെരുകി മുറുകി. നാവുഭാഗ്യം സുകൃതം ശേഷം അവർണനീയം!

■

ഉള്ളിപ്പൂവ്

സെലരി എന്ന വാക്ക് എലിസബത്തമ്മാമ്മയുടെ നാവിനു വഴങ്ങില്ല. പകരം ടി സഖിക്ക് നാട്ടുവഴക്കത്തിലൊരു പേരുണ്ടെന്ന് പറഞ്ഞാശ്വസിപ്പിച്ചു മോളിയേട്ടത്തി, ഉള്ളിപ്പൂവ്. ഇനി ആ പേരു പറഞ്ഞാൽ കടക്കാരൻ തൽനാമം മേൽസഖിയെ ഉദ്ദേശിച്ചാണെന്നു മനസ്സിലാക്കാതെ വരുമോ എന്ന ശങ്ക അപ്പോഴും ബാക്കി. ഇത്ര കഷ്ടപ്പെട്ട് എന്നാൽപിന്നെ ഈ സുരസുന്ദരിയെ എഴുന്നള്ളിക്കുന്നതെന്തിനാണെന്നൊട്ടു കരുതാനും വയ്യ. പൗത്രി സുന്ദരി കുരുന്നിന്റെ ആജ്ഞയാണ്, അവധി ദിന പൊറുതിക്കു വരുമ്പോൾ മേശനിരപ്പിൽ മേൽസഖി പ്രത്യക്ഷം നിർബന്ധമെന്ന്. അമ്മാമ്മ എളുപ്പം പരിഹാരം കണ്ടു. പേരു ചൊല്ലി വിളിക്കുന്നതെന്തിന്? കണ്ടാലറിയാവുന്ന സഖി സുന്ദരിയെ ചൂണ്ടി അടയാളപ്പെടുത്തി കൈവശപ്പെടുത്തിയാൽ മതിയല്ലോ.

അങ്ങനെ വശത്താക്കിയ ഉള്ളിപ്പൂവു സമം സെലറി സമം ടി. സഖിയെ കഴുകി ബീൻസ് നുറുക്കുംപോലെ കുരുകുരെ അരിഞ്ഞൊതുക്കി. അളവിൽ കുറവെങ്കിലും വലുപ്പത്തിൽ സമപാകത്തിൽ പച്ചമുളകുമരിഞ്ഞ് ഒപ്പത്തിനൊപ്പം തൽസമം വലുപ്പത്തിൽ ചുമന്നുള്ളി അരിഞ്ഞുകൂട്ടിയതും ചേർത്ത് ഈ ഇരുകൂട്ടങ്ങളേയും കടുകു താളിച്ചതിൽ ചട്ടിവറയ്ക്കെഴുന്നള്ളിച്ചു. ചകിരിനാരിട കലരാതെ ചുരണ്ടിയെടുത്ത പീരതേങ്ങ അതിൽ ഇടകലർത്തി. ഗർവു വിട്ടുള്ളിയും പീരയും പച്ചമുളകു വിരുത്തത്തിൽ ശ്രുതി ചേർന്നെന്നുറപ്പിച്ച് ഉള്ളിപ്പൂത്തുണ്ടുകളെ അവയിലേക്ക് ചൊരിഞ്ഞ് ഉപ്പു തിളച്ചു വേവാൻ വിട്ടു. പാതി വേവെത്തിയപ്പോൾ ഒരു ബോധോദയം. പാതിവേവായാൽ ഉള്ളിപ്പൂ തോരൻ ഭോജ്യസജ്ജം. പക്ഷേ, തനതു മട്ടത്തിലൊരു കൈക്രിയ അതിലുൾച്ചേർക്കാതെങ്ങനെയാണ് അതേച്ചൊല്ലി വമ്പിന് ഒരർഹത കിട്ടുക! കുരുന്നു സുന്ദരിക്ക് മുട്ട ഇഷ്ടമാണ്. പക്ഷേ, ആഴ്ചയിൽ ഒന്നെന്ന റേഷനിങ്ങിൽ ഒതുക്കി നിർത്തിയിരിക്കുകയാണ്, കുരുന്നിനമ്മ മൽപുത്രി. ആ വിലക്കു ലംഘിക്കുന്നതിൽ പൗത്രിയുമായി ഒരു രഹസ്യ ധാരണയുടെ മസൃണ സാധ്യത അധിക പ്രചോദനവുമായി.

മുട്ട പതപ്പിച്ച് ഉപ്പോളം ഉപ്പിനുപ്പു ചേർത്ത് മെല്ലെ കരണ്ടിയിൽ കോരിയെടുത്തു കരണ്ടി പേറും കൈ മറു കൈത്തണ്ടയിൽ തട്ടി തട്ടി തുള്ളി തുള്ളിയായി പാതി പാതി വേവെത്തിയ ഉള്ളിപ്പൂ തോരനിൽ ഇറ്റിച്ചു. തുള്ളികൾ ആ വേവുനിറവിൽ ഇളം മഞ്ഞപൊട്ടുകളായി അലങ്കാരസമം ഇടചേർന്നു.

മേശ നിരന്നപ്പോൾ ഉള്ളിപ്പൂവിന്റേയും പച്ചമുളകിന്റേയും നുറുങ്ങുകളോടു ചേർന്നു സ്വയമൊട്ടി മറുപ്രത്യക്ഷമാകാതെ വഴങ്ങി ലയിച്ചു നില്ക്കുന്ന ഉള്ളി ചേരുവകൾക്കും മീതെ മേൽ ഇളം മഞ്ഞപ്പൊട്ടുകൾ വിരിയുവാൻ വിതുമ്പുന്ന പൂമൊട്ടുകളെപ്പോലെ നിറവായി, അഴകായി, രുചിശ്രുതി ചേർന്നു മോഹിപ്പിക്കും വിധമായി അവതാരം!

മുട്ടവഴിയേ അധികപ്രീതി ഉറപ്പാകുകിൽ മകളറിയാതെ ഇനിയുമാകാം ഒരു രഹസ്യവേഴ്ച എന്ന ചിന്ത ഉള്ളിൽ തിക്കുമുട്ടിയപ്പോൾ മുട്ടയൊന്നെടുത്തു നൽവേവു പാകത്തിൽ പുഴുങ്ങി മഞ്ഞക്കരു മാറ്റി വെള്ളയെ

കുരുന്നുകളായി കരണ്ടി ഭേദ്യത്താൽ നുറുക്കിയെടുത്ത് വെജിറ്റബിൾ കട്‌ലറ്റിനുള്ള മിശ്രിതത്തിൽ ചങ്കൂറ്റത്തോടെ ഇടചേർത്തു.

ആ കൂട്ടുമിശ്രിതത്തെ കട്‌ലറ്റ് ആകൃതിയിൽ ഉരുട്ടി ഞെരുക്കി പരത്തി റവയിൽ ഉരുട്ടി എണ്ണയിൽ വറുത്തെടുത്തു. വറക്കും മുമ്പ് മിശ്രിതമട്ട ത്തിലോ വറുത്തുകോരി ഭോജനമധ്യത്തിലോ അകക്കൂട്ടിലെ വെള്ളശകല ങ്ങൾ കണ്ണിൽപ്പെട്ടാൽ കാഴ്ച മാത്രയിൽ ഉണരുക വെളുത്തുള്ളിത്തുണ്ടു കൾ എന്ന പ്രതീതി. വെജിറ്റബിൾ കട്‌ലറ്റിന്റെ മിശ്രിതത്തിൽ വെളുത്തുള്ളി അരിഞ്ഞുചേർക്കുന്നതിനെ ഇന്നാട്ടു രുചി സാമ്രാജ്യത്തിന്റെ ഭരണഘടന നിരോധിച്ചിട്ടില്ലായ്കയാൽ തൽചെയ്‌വനയിൽ തുന്ദിലയായി അമ്മാമ്മ വഴിക്കണ്ണുമായി കുരുന്നു കുരുന്നിനെ സഹർഷം നോക്കിനിന്നു! ■

മക്രോണിയും സോയാചങ്ങും: രണ്ടു രസക്കൂട്ടുക്കകൾ

സ്വതന്ത്രമായി രുചിനില്പ്പില്ലാത്ത രണ്ടു വഹകളാകുന്നു മക്രോണിയും സോയാചങ്ങും. എന്നാൽ ചേരേണ്ടിടത്ത് ഇടകൊണ്ടാൽ ചേരുന്നിടത്തെ അധികരുചിയായി നാവിൽ വിളങ്ങുവാൻ ഇരു ചങ്ങാതിമാരും നിപുണ രാണെന്നു പലകുറി സാക്ഷ്യപ്പെടുത്തിത്തന്നു ഭാമേടത്തി.

സ്വസാന്നിധ്യം നാവുസ്പർശമാത്രയിൽ അലിയുവാൻ പാകത്തിന് വിനീത വിധേയമാക്കിക്കൊണ്ടാണു മക്രോണിയുടെ ഇടചേർച്ചാവഴി. ആദ്യ പ്രത്യക്ഷം നൂഡിൽസിലും ഫ്രൈഡ് റൈസിലും; പിന്നെ ഉപ്പു മാവിൽ. മൂന്നിടത്തും രുചിസാന്നിധ്യത്തിൽ മികവധികം. പാഠഭേദങ്ങളുടെ തുടർക്കഥയായി പിന്നെ. ചേമ്പ്, ചേന, ഉരുളക്കിഴങ്ങ്, പച്ചക്കായ, മരച്ചീനി, കടച്ചക്ക, കൂർക്ക തമ്പുരാട്ടിമാരുടെ പലവഴി എഴുന്നള്ളത്തുകളിൽ ചാറു മട്ടത്തിലായാലും ഉലർത്തുവിരുത്തത്തിലായാലും അകമ്പടി അലങ്കാര മായി മക്രോണി! കാമ്പുറയ്ക്കാത്ത ഇടപ്പരുവത്തിലെ കരിക്കിൻദശ ആകൃതി കൃത്യതയോടെ ഇടചേർന്നത് എന്നു വേണമെങ്കിൽ ദൂരക്കാഴ്ച യിൽ സംശയിക്കാം.

സമീപദൃശ്യത്തിലേ ഉള്ളുപൊള്ളയായ നാളിപ്രകൃതം തിരിച്ചറിയൂ. തനിച്ചുനില്ക്കുവാൻ മുതിരാതെ വ്രീളാപൂർവം മുഖ്യപ്രത്യക്ഷത്തോടു ചേർന്നൊട്ടി ഉള്ളിവിധങ്ങൾക്കും വറ്റൽ ചീളുകൾക്കും അനുബന്ധ ചായ്‌വായാണ് അകമ്പടി. ഭാമേടത്തി പറഞ്ഞതുപോലെ കട്ടിക്കുറുക്കു പോലുള്ള ചാറുവിധം വടിച്ചുനക്കുമ്പോൾ മക്രോണി രുചി വേറിട്ടു നില്ക്കാതെ മുഖ്യ രുചിയങ്ങ് വീറധികമായി നാവിലലിഞ്ഞു ചേരുന്നു.

പച്ചക്കറി വഴിയേ മാത്രമല്ല ബാന്ധവം. മാംസതരതരാദികളിൽ ഇട ചേരുമ്പോഴും അതേ രുചിക്കൂട്ടിലെ മൃദുമയ പാകത്തിനും അരവെരി വിലെ ആർദ്രമസൃണ ചേലിനും മക്രോണി സാന്നിധ്യത്തിന്റെ വേഴ്ച പ്രഭവ നിമിത്തമെന്നത് രുചിബോധ്യം.

നീളത്തിലരിഞ്ഞ വെളുത്തുള്ളി ചീളുകൾക്കല്പം വണ്ണമേറിപ്പോയോ എന്ന് ആദ്യ കാഴ്ചയിൽ ആശങ്കയങ്കുരിപ്പിക്കും തൽചേർച്ച. പക്ഷേ,

നാവു സാക്ഷ്യത്തിൽ വെളുത്തുള്ളിക്കൊപ്പം, ഉള്ളി, കൊത്തമല്ലി, കരയാമ്പൂ, കറുകപ്പട്ട, കുരുമുളക്, മഞ്ഞളാദി വൻകിട തമ്പ്രാക്കളുടെ വിരുത്തത്തിലും നിറവോടെ തുടിതുള്ളി ചുവടുവച്ചാടുന്നു മക്രോണി രുചി ഗരിമ!

മക്രോണി കാഴ്ചയിൽ സുന്ദരിയെങ്കിൽ അതൊട്ടും തീണ്ടാത്ത പ്രകൃത പ്രത്യക്ഷമത്രെ സോയാചങ്ങിന്റെ ഉണക്കുനുറുങ്ങുകൾ. ഇടഞ്ഞു കനംപിടിച്ചു ദാർഢ്യഹുങ്കിൽ വേറിട്ടുനില്ക്കുന്ന നുറുക്കുകൾക്കു പക്ഷേ, അഹങ്കാരം കാഴ്ചമാത്രയിൽ മാത്രമാകുന്നു. ജലസമാധിയുടെ ആദ്യ വിനാഴികയിൽത്തന്നെ ഗർവിന്റെ മൂച്ചുവിട്ട് അവ വഴങ്ങുവാനൊരുങ്ങി തൽസന്നദ്ധത വിളംബരം ചെയ്യുന്നു.

പോത്തിറച്ചി എല്ലില്ലാതെ വരട്ടിയുലർത്തുമ്പോൾ കൂട്ടത്തിൽ ചേർന്ന സോയാചങ്ങ് പ്രജകളെ കാഴ്ചകൊണ്ടു വേർതിരിച്ചു കാട്ടാമോ എന്നത് ഭാമേടത്തിയുടെ പതിവു വെല്ലുവിളി. അത് അസാധ്യമെന്നത് സത്യം. മൂപ്പു പാകമാണ് ഇറച്ചിക്കഷണങ്ങൾക്കെങ്കിൽ തൊട്ടുനോക്കുമ്പോഴുമതെ വഹ രണ്ടും ഒരേവിധമായിരിക്കും. നാവു പ്രത്യക്ഷത്തിലേ രുചിഭേദം കൊണ്ടേ വേറിട്ടറിയൂ. അങ്ങനെയറിയുമെന്നു കരുതി സോയാചങ്ങ് നുറുങ്ങുകൾ മൂലപ്രകൃതത്തിലെ രുചിയില്ലാരുചിയുമായാണ് ചേർച്ചാനന്തര പ്രത്യക്ഷം എന്ന ശങ്ക വേണ്ട. അരപ്പുമസാലയിൽ ആമോദപൂർവം ഉരുണ്ടുപിരണ്ട് ഇറച്ചിനെയ്യ് ആവോളം വലിച്ചെടുത്തിട്ടു തന്നെയാണ് ഇടനില. രുചിവഴിയേയും പാതിപ്രകൃതം മാംസക്കൂറിലാണ്. കോശദശ ചൗവാദികളുടെ അസാന്നിധ്യത്തിൽ നിന്നു വേണം ഇവനിവനെന്നു നുണഞ്ഞറിയുവാൻ. ചാറുമട്ടത്തിലെന്നതിനേക്കാളേറെ കുറുക്കുപ്രകൃതത്തിലും വരട്ടുവൃത്തത്തിലുമാണ് ഇടചേർച്ചയിൽ സോയാചങ്ങിനു രുചിശ്രുതി ഏറുക.

മക്രോണിയെപ്പോലെ സസ്യാദി ഉലർത്തുകളിലും കുറുക്കുചാറുകളിലും സോയാചങ്ങ് ഇണങ്ങിച്ചേരുമെങ്കിലും മക്രോണിയെപ്പോലെ വെള്ളുള്ളി ചീള് സദൃശത്തിൽ അങ്ങൊട്ടിയലിയുവാൻ മാത്രം വിനയം ചങ്ങ് പ്രകൃതത്തിന് പക്ഷേ, അപ്രാപ്യം. വേവിച്ചല്പം എഴുന്നുനില്ക്കുമെന്നു കരുതി ശങ്ക വേണ്ട; നാവനുഭവത്തിൽ രുചിശ്രുതി ഏറ്റി ചേർന്നു തന്നെയാണ് അവതാരം.

പൊതുപ്രകൃതത്തിൽ അലിഞ്ഞ് അതിന്റെ ഉപദംശമായി വഴങ്ങുന്ന മക്രോണി വിധമല്ല; പലതുള്ളതിൽ ഇനിയൊന്നുകൂടിയായി ഇഴചേർന്നു പൊതുരുചി ജനുസ്സിലേക്ക് ഇടയാതെ ഇടചേർന്നു വരുന്ന വിധമാണ് സോയാ ചങ്ങിന് വഴക്കം പ്രാപ്യം. സാമ്പാറിൽ കഷണങ്ങൾക്കിടയിൽ ചതുരവടിവിൽ ഇനിയൊരു കഷണമാക്കി ഇടചേർത്തു കണ്ടു ഭാമേടത്തി ഒരിക്കൽ; നന്നെന്നു സാക്ഷ്യപ്പെടുത്തിച്ചു രുചി രസന.

മക്രോണി മക്രോണി മാത്രമായി നാടകീറി അരിഞ്ഞ സവാള വെളുത്തുള്ളി, തക്കാളി, വറ്റൽമുളക് കൂട്ടത്തോടൊപ്പം വെന്തുകുഴകുഴഞ്ഞ് കടുകു താളിച്ചു തീൻ മേശയിലെത്തിയപ്പോൾ തക്കാളി ചായ്വിനപ്പുറത്തും തനിക്കൊരു രുചിധാര വ്യംഗ്യപ്രാപ്യമെന്ന് തെളിയിച്ചു.

സോയാചങ്ക് പോത്തിറച്ചി നുറുക്കുകളെ ത്യജിച്ചു താൻതാൻ മാത്രമായി വരട്ടിയുലർന്ന് എരിവരവിൽ ചേർന്നൊട്ടിയ ഉള്ളി മസാലക്കൂട്ടങ്ങളിൽ കുരുമുളകിന്റെ മേധാപ്രഭാവത്തിന്റെ കൈപിടിച്ചു മേശപ്രത്യക്ഷമായി വെജിറ്റേറിയൻ ബീഫുലർത്തിന്റെ തനതു രുചി വൈശിഷ്ട്യം കൊണ്ടു വിസ്മയിപ്പിച്ചു തൊട്ടുപുറകെ. അത് ഈ രുചിപുരാണത്തിന്റെ വാലറ്റം!

■

അമ്പിളിച്ചെമ്മീൻ

മദിരാശിയിലെ തിരക്കഥാ നാളുകളിൽ ഒരു ദിവസം. മഹാലിംഗപുരത്തുള്ള ബ്രൗൺ സ്റ്റോൺ സമുച്ചയത്തിൽ നിർമാതാക്കളുടെ അതിഥി മന്ദിരത്തിലാണു താമസം. ദേഹണ്ഡ കലയിൽ രുചി വൈവിധ്യങ്ങളുടെ മൂത്താശാരി കൂടിയാണ് നിർമാതാവ് വി.ബി.കെ. മേനോൻ. ആ ലാവണത്തിൽ തയ്യാരിപ്പു യോഗം ഒരാൾക്കു പതിച്ചു നൽകിയിട്ടുണ്ടെങ്കിലും സഹായി പദവിയേ കർമവഴി ടി.യാനു ലഭിക്കാറുള്ളൂ. നിർമാണത്തിന്റേയും സാമ്പത്തിക സമാഹരണത്തിന്റേയും സങ്കീർണബദ്ധതകൾ രാവിലെ 11 മണിയോടെ ഒതുക്കി സഹായിയേയും കൂട്ടി അദ്ദേഹം മാർക്കറ്റിൽ പോകും. പച്ചക്കറി മട്ടത്തിലും മത്സ്യമാംസാദി വൃത്തങ്ങളിലും അതതു ദിവസത്തെ രുചിയോഗം മനോധർമ വിരുത്തത്തിൽ വിഭാവനം ചെയ്ത് ആ വഹകളുമായി വരും.

വെട്ട്, നുറുക്ക്, അരിയൽ, ചീകൽ, നുള്ളൽ തുടങ്ങിയ ഒരുക്ക ശുശ്രൂഷകൾ സഹായിയദ്ദേ്യത്തിന്റെ വക. അതിനിടയിൽ കഥാപുരുഷനെ തേടി ഫോണുകൾ ചറപറാ വന്നുകൊണ്ടിരിക്കും. പത്തു വിളിയിൽ ഒന്നെന്ന അനുപാതത്തിൽ ഉച്ചയൂണിനു തങ്ങൾകൂടിയുണ്ടാകുമെന്ന വിളംബര സന്ദേശങ്ങളാണ്. മേനോന്റെ ഊണുമേശയിൽ ഒരു സമയം നാലുപേർക്കേ ഇരിപ്പിടമുള്ളൂ എങ്കിലും ആതിഥ്യമനസ്സിൽ സാംഖ്യപരിമിതി അപ്രസക്തം.

അന്നു വാങ്ങി വന്ന വഹകളിൽ ഇരുമ്പംപുളിയെന്നും ചെമ്മീൻ പുളിയെന്നും മാറിമാറി പേരു വിളിക്കുന്ന ചെറുപുളിക്കുലകൾ രണ്ടുമൂന്നു പ്രത്യേകമുണ്ടായിരുന്നു. മത്സ്യവംശത്തിലെ ചെമ്മീൻ സുന്ദരികൾക്കൊപ്പം അതു പ്രത്യേകം മാറ്റിവച്ചു.

"അമ്പിളി വരും. അത് അമ്പിളിയുടെ ഐറ്റമാണ്."

അമ്പിളി എന്നത് ജഗതി ശ്രീകുമാറിന്റെ ചെല്ലപ്പേരാണ്. അന്ന് ജഗതി 24 മണിക്കൂറിൽ 24 മണിക്കൂറും അഭിനയത്തിരക്കിലാണ്. നിന്നു തിരിയുവാനിടമില്ലാത്തത്ര ബഹുലം. അന്ന് എങ്ങനെയോ തന്റേതല്ലാത്ത കാരണങ്ങളാൽ ഒരു പകൽ നടുവ് ഒഴിവുകിട്ടി തൽവിവരം മേനോനെ വിളിച്ചു

പറഞ്ഞിരുന്നു. അതിന്റെയാണു മുന്നൊരുക്കം. ജഗതിയിൽ നല്ലൊരു പാചക കലാനിധി പ്രകാശിതനാകുവാൻ ഒളിമറഞ്ഞിരിക്കുന്നു എന്നത് അനുഭവിച്ചറിയുവാനിരുന്ന പുതുവെളിപാട്.

അമ്പിളി വന്നു.

വർക്കിങ് ഡ്രെസ്സിലാണ് വരവ്. കാവിമുണ്ട്. നിറച്ചേർച്ചയുള്ള അര സ്ലീവ് സ്ലാക്ക് ഷർട്ട്. നെറ്റിയിലെ ചന്ദനക്കുറിക്കും നിറച്ചായ്‌വ് ആ മട്ടത്തോട്.

വാതിൽപടിയിൽ വന്നു നിന്നൊരു കുരുക്ഷേത്ര വീക്ഷണം ആദ്യം. നാരും തൊണ്ടും നീങ്ങി ചെമ്മീൻ സുന്ദരികൾ ചേലയുതിർന്ന നഗ്നാംഗി കളായി രുചി പരിരംഭണത്തിനുള്ള ഊഴം കാത്ത് ചെറുചട്ടിയിൽ വ്രീളാ വ്യംഗ്യകളായി മരുവുന്നു. പുളികൾ ഞെട്ടടർന്ന് ഞെട്ടോടു ചേർന്ന കറുത്ത നാരുകൾ ത്യജിച്ചു പുളി പുളി മാത്രമായി നിരന്ന് ഒരു തളിക യിൽ.

അമ്പിളി മുഖം പ്രസന്നം. കൈകൾ കൂട്ടിത്തിരുമ്മി അങ്കത്തിനു കച്ച മുറുക്കി.

ചെമ്മീൻ പറ്റിക്കാൻ വയ്ക്കാം; ഒന്നിനെ നാലായി പൂളി പുളികളെ വേറെ നിരത്താം. തുടർന്ന് വേണ്ട ഇനതാരികളുടെ കൂട്ടുമട്ടം തൽമാത്ര യിൽ ഒരു പ്രോപ്ടിംഗിന്റേയും ആവശ്യമില്ലാതെ ജപമാത്ര സമം ആ ചുണ്ടിൽ.

മുളകുവറ്റൽ രണ്ടായി കിള്ളിയതു മൂന്ന്, പച്ചമുളക് നെടുകെ കീറിയത് അഞ്ച്, മുഴുത്ത സവാള രണ്ടെണ്ണം ഇതൾ വിടർത്തി നീള ത്തിൽ വീതിയിൽ അരിഞ്ഞത്, ചുമന്നുള്ളി വട്ടത്തിലരിഞ്ഞത് ഒരു പത്തെണ്ണം, കറിവേപ്പില തണ്ട് രണ്ട്, വെളുത്തുള്ളി പതിനഞ്ച് അല്ലി ഒരു വിരൽ വലുപ്പത്തിൽ ഇഞ്ചിയുമായി ചേർത്തു കല്ലിലൊതുക്കിയത്, മഞ്ഞൾ-മല്ലി-മുളകുപൊടികൾ ചേർത്തരച്ചത്, ഉലുവ-കടുക് സമാസമം ഓരോ നുള്ള്, തേങ്ങാപ്പാല്, രണ്ടാമനും ഒന്നാമനും വെവ്വേറെ...

നിമിഷാർധം കൊണ്ട് എല്ലാം സജ്ജം. ഇഷ്ടതാരത്തിനൊപ്പം ദേഹണ്ഡ ശുശ്രൂഷയിലെ പങ്കാളിത്തം തരമായതിന്റെ അധിക ചുറു ചുറുക്കു സഹായിയദ്ദ്യേത്തിന്! ഓരോന്നും ഒരുക്കുമ്പോൾ, ഒരുങ്ങുമ്പോൾ അമ്പിളി ദൃഷ്ടിയുടെ സൂക്ഷ്മനിരീക്ഷണവും ആംഗ്യവഴിയേ തുടർ നിർദേശങ്ങളും.

മൺചരുവത്തിൽ വെളിച്ചെണ്ണ തൂവി കാഞ്ഞു പാകമായി പച്ചമുളകും ഇഞ്ചി-വെളുത്തുള്ളി മിശ്രിതവും ചൊരിഞ്ഞിളക്കി ഉലഞ്ഞു വരുതിയി ലെത്തിച്ച് പൊടിമിശ്രിതം ഇടചേർത്തിളക്കാം. അരപ്പുകൂട്ടം മൂത്തു വരുമ്പോൾ മൂത്ത വിവരം ഗന്ധവഴിയേ അറിയാം. അവ്വിധമറിഞ്ഞാൽ

മുന്നേ നീളത്തിലരിഞ്ഞ സവാള ചൊരിഞ്ഞിടാം. ഗർവൊതുങ്ങി സവാള ക്കുഞ്ഞുങ്ങൾ വാടി വിനയാന്വിതരായി കൂമ്പി വരുമ്പോൾ തളികയിൽ അക്ഷമരായി കാത്തുനിൽക്കുന്ന പുളികളെ ചേർത്തിളക്കാം. അവരും വഴങ്ങി വന്നാൽ പിന്നെ ശങ്ക വേണ്ട കന്യാദാന മുഹൂർത്തമായി. ചെമ്മീൻ പറ്റിച്ചതിന് കറിച്ചട്ടിയിലേക്ക് തമ്മിലൊട്ടാതെ ഒന്നൊന്നായി വേവു പ്രവേശം. എല്ലാം ഇടചേർന്ന് മിശ്രിതം മസൃണമാകുമ്പോൾ പിഴിഞ്ഞുവെച്ച രണ്ടാംപാൽ ചേർത്ത് ചട്ടി മൂടി വേവിന്റെ രഹസ്യ ശുശ്രൂഷ. അതിനു മുമ്പ് പാകമാത്രയ്ക്ക് ഉപ്പു വിതറാൻ മറക്കണ്ട. ചെറുവേവു മതി പുളിക്കൂട്ടത്തിന്. ഏറിയാൽ സർവാംഗം വെന്തു പൊടിയും. ജാഗരൂകമായി മനക്കണക്കിൽ പാകം ഗണിച്ചു മൂടി തുറന്ന് ഒന്നടി ചേർത്തിളക്കി അതിൽ ഒന്നാം പാലഭിഷേകം. മുമ്പേ തന്നെ ഇതിനു സമാനമായി ആദ്യം കടുകും പിന്നെ ഉലുവയും വറചട്ടിയിൽ തിളയെണ്ണ യിൽ വിതറിയത് വെന്തു പൊട്ടിത്തുള്ളുമ്പോൾ വറ്റൽമുളകും ചുമന്നുള്ളിയും കറിവേപ്പില തണ്ടടർത്തിയതും പകർന്നാടി മൂപ്പു മൂപ്പെത്തിച്ചൊരുക്കിയിരിക്കണം. ആയവയെ മുൻ കറിച്ചട്ടിയിൽ ഒന്നാം പാൽ തിള വിങ്ങുമ്പോൾ തൽക്ഷണം മീതെ വിതാനിച്ച് തീയണച്ച് പകർന്ന് ജഗതി ബ്രാൻഡ് മേശ പ്രത്യക്ഷമാക്കാം.

ജഗതി ബ്രാൻഡ് ചെമ്മീൻ രുചിഘോഷം ഹാജർ.

ദോശ, ഇഡലി, ചപ്പാത്തികൾക്കൊപ്പവും ചോറിലൊഴിച്ചും സ്വച്ഛ സുന്ദരി വശ്യവടിവിൽ രുചി രസ്നകളെ മോദിപ്പിച്ചു മോഹിപ്പിക്കുന്ന പ്രത്യക്ഷത്തിന് അമ്പിളി നിഘണ്ടുവിലെ നാമപദ സൂചിക 'ചെമ്മീൻ മപ്പാസ്' എന്നും.

നവരസങ്ങൾ രുചിവഴിയേ ക്ഷിപ്രസാധ്യം! ■

ചിത്രദോശ

മുപ്പത്തിയാറ്/അറുപത്തിനാല് എന്നിങ്ങനെ എണ്ണംപറഞ്ഞു ദോശയുടെ രൂപാന്തരങ്ങൾ അവതരിപ്പിക്കുന്ന ദോശമേളകളും ദോശവിലാസം ഭോജനാലയങ്ങളും പലയിടത്തും കണ്ടിട്ടുണ്ട്. അവിടത്തെ മേശ പ്രത്യക്ഷങ്ങളിലൊന്നും ഇന്നോളം കണ്ടിട്ടില്ലാത്ത രണ്ടു ജനുസ്സ് ദോശസുന്ദരികളെ രുചിച്ചു നിർവൃതിയടയുവാൻ യോഗമുണ്ടായി ഈയിടെ.

റിപ്പബ്ലിക് ദിനത്തലേന്നു പള്ളിപ്പുറത്തൊരു ചടങ്ങിൽ പങ്കെടുത്തു മടങ്ങുംവഴി പഴയ ചങ്ങാതി പരശുവിന്റെ വീട്ടിലൊന്നു കയറി. പരശു വിവാഹം കഴിച്ചിരിക്കുന്നതു വാരാണാസിയിൽ പാർപ്പുറപ്പിച്ച ഒരു തമിഴ് ബ്രാഹ്മണ കുടുംബത്തിൽ നിന്നാണ്. വാരാണാസിയിലും കാശിയിലുമെങ്ങും തീൻമേശ തൊട്ടുവഴക്കമില്ലാത്ത പുതുപുതുരുചിപ്രകൃതങ്ങൾ ഇന്നാട്ടു സംസ്കൃതിക്ക് പരശുപത്നി വേണി സംഭാവനയായി നൽകിവരുന്ന പുകൾ കാതിലെത്തിയിട്ടു നാളേറെയായി. നേരനുഭവത്തിന് അന്നോളം യോഗമുണ്ടായില്ല.

നല്ല നസ്രാണിയൊരുവൻ വിരുന്നിനെത്തിയതിന്റെ പരിഗണനയിൽ മുട്ടദോശയിലായിരുന്നു വേണീവ്യാപനം ആദ്യം.

മുട്ട വെള്ള വെള്ളയായും ഉണ്ണി മഞ്ഞക്കുരു ആ വിധമായും വെവ്വേറെ പതപ്പിച്ചു പ്രത്യേകം ഒരുക്കിവച്ചു. ഒരു സവാളയ്ക്കു മൂന്നു പച്ചമുളകെന്ന അനുപാതത്തിൽ കൊത്തിനുറുക്കി ദോശമാവിൽ നിവേശിച്ചിട്ട് തതദ്ദേഹത്തെ ഊത്തപ്പകനത്തിൽ കല്ലിൽ പരത്തി. മുട്ടമഞ്ഞയും മുട്ടവെള്ള പതപ്പിച്ചതും ഡിസ്പോസബിൾ സിറിഞ്ചുകൾ (മെഡിക്കൽ സ്റ്റോറുടമയാണു പരശു; അതുകൊണ്ടു സുകര ലഭ്യം)ക്കുള്ളിൽ നിറച്ചു. കല്ലിൽ വേവു വെന്തുവരും ദോശ സുന്ദരിയിലേക്ക് ഇടതുകൈയിലും വലതു കൈയിലും ഓരോ സിറിഞ്ച് പിടിപോലെ പിടിച്ചു മെല്ലെ ചാമ്പിച്ചു ദോശപ്രതലത്തിൽ അലങ്കാര ചിത്രവടിവുകൾ തീർത്തു. കേക്കിന്റെ ഐസിങ്ങിന്റെ മുകളിൽ പൂക്കളും ചിത്രവടിവിൽ സന്ദേശങ്ങളും വരച്ചുതീർക്കുന്ന അതേ സൂക്ഷ്മശ്രദ്ധയോടെ, വിരുതോടെ! ഉമ്മറമുറ്റത്തും പടിപ്പു മുമ്പിലും അരിപ്പൊടി കോലങ്ങൾ വരച്ച പഴക്കം ഓർമ

വച്ച നാൾ തൊട്ടേ സ്വന്തമാക്കിയ വേണിയുടെ കരവിരുതിനു സാക്ഷ്യമായി കല്ലിൽനിന്നും വിടർന്ന് ഓരോ ദോശവൃത്തപ്രതലത്തിലും വ്യത്യസ്തമായി ഒന്നിനൊന്നു മികച്ച ചിത്രവടിവലങ്കാരങ്ങളോടെ മേശ മുകളിലെ പ്ലെയ്റ്റുകളിൽ എഴുന്നള്ളിവന്ന സുന്ദരീനിരകൾ. തരാതരം ആവശ്യാനുസരണം ചമ്മന്തിപ്പൊടികളുടെ നിരഘോഷത്തിൽ നിന്നും രുചിപ്പടി നുള്ളുകൾ മീതെ വിതറി ശകലങ്ങളാക്കി പീച്ചിയും നുറുക്കിയും നാവിലെത്തിച്ചപ്പോൾ അതുവരെ നുകരാത്ത ദോശപുണ്യം രുചിയായി വിളങ്ങി നാവിൽ എന്നേറ്റുപറയാതെ വയ്യ സഖാക്കളേ...

മേൽപ്പടി ദോശവിരുത്തത്തിൽ നിറഞ്ഞു മരുവി ഒരു പരുവമെത്തുമ്പോഴേക്കും അതുകൊണ്ടും മതിവരാഞ്ഞ് അതാ വരുന്നു വേണീ ബ്രാൻഡ് പുതിയൊരു ദോശമട്ടം. അതു പിന്നെ തികച്ചും വെജിറ്റേറിയനത്രെ! ചെയ്‌വന ലളിതവും.

കല്ലിൽ പരന്ന ദോശവൃത്തം വേവുപാകമെത്തുമ്പോൾ മസാല കൂട്ടിയുണ്ടാക്കിയ ബഹുവർണ മിക്സ്ചർ ഒരു കുമ്പിളെടുത്ത് അതിൽ വൃത്താകൃതിയിൽ വിതറി അതിനു നടുവൃത്തത്തിൽ കശുവണ്ടി നുറുക്കും കിസ്മിസും ചേർത്തൊരു വലിയ തിലകം വട്ടം മിനഞ്ഞു. (അതിഥിയുടെ പ്രൗഢിക്ക് ആനുപാതികമായി ഈ വട്ടത്തിനു വലുപ്പമേറ്റാം. ഉൾച്ചേരുവകളിൽ ഈന്തപ്പഴച്ചീള്, ബദാം, പിസ്താ, ചെറി തുടങ്ങിയവയുടെ ശകലങ്ങളെ അതിഥിതാരങ്ങളായി കശുവണ്ടി-കിസ്മസ് മിശ്രിതത്തിനു ചുറ്റും അലങ്കരിക്കാം).

മുട്ടച്ചിത്ര ദോശ (പേരിനു പകർപ്പവകാശം വേണിക്കല്ല, എനിക്ക്.) കളുടെ ഘോഷ പ്രത്യക്ഷാനന്തരം ഡെസർട്ട് എന്ന സായ്‌വ് മട്ടത്തിലാണ് മിക്സ്ചർ മിശ്രിതദോശ സഖിയുടെ അവതാരം. രുചിയിൽ താരതമ്യം അസാധ്യം.

ഒന്ന് എവറസ്റ്റ്, ഇനിയൊന്ന് ആൽപ്സ്, രണ്ടും കൊടുമുടികൾ! ■

തുരുത്തിലെഴുതിയ രുചിക്കവിത

കാറിൽ ചെല്ലാവുന്നിടം കഴിഞ്ഞ് നാലു പടികൾ കയറി ഒരു പാലം കടക്കണം. വലിയ വീതിയില്ല പാലത്തിന്. രണ്ടു തെങ്ങിൻ തടികൾ ഇരുകരകളിലും ഉരുമ്മി ചേർത്തു വച്ചിട്ടുണ്ട്, അത്രതന്നെ. പാലം കടന്ന് ഇരുവശത്തുമുള്ള ചെമ്മീൻകെട്ടു തളങ്ങൾക്കിടയിലൂടെയുള്ള വരമ്പിലൂടെ നടന്നു തൊടിയിലെത്തി. തൊടിക്കപ്പുറത്ത് വലിയൊരു കുളം. വലുതെന്നു പറഞ്ഞാൽ സാധാരണ വീടുകളിൽ കാണാവുന്ന കുളത്തിന്റെ ഒരിരുപതിരട്ടി കുറഞ്ഞതു കാണും. കുളത്തിൽ തൊടിയോടു ചേർന്നൊരു കടവ്. കടവിൽ മച്ചുവയ്ക്കും തോണിക്കുമിടപ്രകൃതത്തിലൊരു ജലനൗക.

കുളത്തിനു നടുവിലായൊരു കുഞ്ഞുതുരുത്ത്. അവിടെ പ്രഥമദൃഷ്ടിയിൽ ഒരു കുഞ്ഞമ്പലം പോലൊരു ചെറുകൂര. കൂര നിൽക്കുന്ന തുരുത്തിൽ നിന്ന് ഇങ്ങു കടവിലേക്കു നേർത്ത വടം പോലൊരു കയർ വലിച്ചുകെട്ടിയിരിക്കുന്നു. ജലനൗകയിൽ കയറി അതിൽ പിടിച്ചുവലിച്ചു നൗക നീക്കി നീക്കി വേണം തുരുത്തിലെത്തുവാൻ. തിരിച്ചിങ്ങോട്ടും വഴിവിധമിതുതന്നെ! അടുത്തു ചെല്ലുമ്പോൾ തുരുത്തിൽ കൂരയ്ക്കു ശ്രീകോവിലിന്റെ ആകൃതി. നടുത്തളം പോലുള്ള ഭാഗം അടുക്കള. ചുറ്റുപാടും ചതുരത്തിണ്ണ. തിണ്ണയോടു ചേർന്ന് വാവട്ടമുള്ള മരത്തടി മുറിച്ചുണ്ടാക്കി രണ്ടിഞ്ചു കനവ്യത്യാസത്തിൽ സ്റ്റൂളുകൾ പോലെ ചുറ്റും ഇരിപ്പിട നിര. ചതുരനിര ഓരോന്നിലും നടുഭാഗത്തായി ക്ഷേത്രമണി പോലൊരു മണിയും ചരടും ചേർന്ന് ഓരോ തൂക്കുവിളക്കും. കൂരയ്ക്കകം നാലു വശവും കൂത്തമ്പല ശൈലിയിൽ മരഭിത്തികൾ. വായു, പ്രകാശസഞ്ചാരത്തിന് സ്വച്ഛ തുറവി.

നടുക്കുള്ളത് ഒരു ബാറായിരുന്നുവെങ്കിൽ ആന്റിക് ശ്രുതിയിൽ ഒന്നാന്തരമൊരു ജോയിന്റ് എന്നു മനസ്സിൽ മന്ത്രിച്ചതേയുള്ളൂ. ഇടം പരിചയപ്പെടുത്തി കുഞ്ഞുമൊയ്തീൻ പറഞ്ഞു:

"ബാറായിരുന്നു. ഇപ്പോഴല്ല. മോനൊരുത്തൻ ഒരു തുള്ളിപോലും സേവിക്കാതെ കരൾ കരിഞ്ഞ് നല്ല പ്രായത്തിൽ സിറോസിസിനു

കീഴടങ്ങിയപ്പോൾ ഉണർന്നു പുനർചിന്ത. ബാർ ലൈസൻസ് സ്വമേധയാ മടക്കി. റസ്റ്റോറന്റ് മാത്രം തുടരുന്നു...

റസ്റ്റോറന്റ് എന്നു പറഞ്ഞതിൽ ഓരോ ദിവസവും ഓരോ മെനുവാണ്. ഏതെന്നു പുലർച്ചയ്ക്കാണ് ബോധോദയം. പിന്നെ കിഴക്കെങ്കിൽ കിഴക്കു വെള്ള കീറി കോഴി കൂവിക്കഴിയുമ്പോഴേക്കും വിഭവച്ചിട്ട പ്രകാരം മുന്നൊരുക്കം തയ്യാറായിരിക്കും. അന്നന്നത്തെ മെനു മൂന്നു കാലിലുറപ്പിച്ച ബ്ലാക്ക് ബോർഡിൽ ചോക്കിലെഴുതി മൂലയ്ക്കൽ സ്ഥാപിച്ചിട്ടുണ്ടാകും.

ചെന്ന ദിവസം നല്ല ദിവസം. 'കൊഴുമുട്ട', 'നിറചുറ്റപ്പം' സായാഹ്നത്തിലെ ഇടത്തീറ്റ. ടി. സഖാക്കൾക്കൊപ്പം വിലയീടാക്കാത്ത വിളമ്പളവിനു പരിധിയില്ലാത്ത തിളചൂടുവിടാത്ത കടുംമുളകു കാഫി മൺഗ്ലാസിൽ. ഈ മെനു അനന്യം!

ചുക്കു കാപ്പിയും മസാല കാഫിയും കുരുമുളകു കാഫിയും കഴിച്ചിട്ടുണ്ട്. പക്ഷേ, 'മുളകു കാഫി'? മൺഗ്ലാസ് ചുണ്ടോടു ചേർത്ത് പൊള്ളും ചൂടൊന്നു നാവു തൊട്ടു മൊത്തി. നാവറ്റത്തു നിന്നും പാൻക്രിയാസ് വരെ വെടിമരുന്നു ചീറിക്കത്തുംപോലെ എരിവിന്റെ നീറ്റലൊരു മിന്നലായി ആളിയിറങ്ങി. ആ നിമിഷം പുരികം നിവർന്നു. നെറ്റി വിയർത്തു. വറ്റൽമുളകു ചുട്ടതും കരിപ്പെട്ടി പൊടിച്ചതും കാപ്പിക്കുരു പൊടിച്ചതും ചേർന്ന് വറവറയ്ക്കു മേമ്പൊടി കരയാമ്പൂവും കറുകയും ചേർത്ത് ഒരു പെരുക്കു പെരുക്കിയാണു മുളകു കാഫിയുടെ പ്രത്യക്ഷാവതാരം പോലും...

ഇതര വിഭവങ്ങളും കാതിലാദ്യം.

നാവു വഴി ബാന്ധവാരംഭം.

'കൊഴുമുട്ട' സഖാവിന് ആദ്യ രണ്ടക്ഷരങ്ങളുടെ വിധി തുടർച്ചയിൽ ആകൃതി കൊഴുക്കട്ടയുടേത്. പുറംതോടിൽ വറുത്ത അരിപ്പൊടിയിലരച്ചു ചേർത്ത ജീരകത്തിന്റെ സ്വാദു മിനുക്കം. ഉള്ളകം അന്ത്യാക്ഷര വ്യംഗത്തിന്റെ തത്പ്രത്യക്ഷം തന്നെ. താറാവിൻമുട്ട ഉടച്ചു പതപ്പിച്ചതിൽ കടുകു വലുപ്പത്തിൽ പച്ചമുളകും ചുമന്നുള്ളിയും ഇടചേർന്ന് സർവാംഗം ആവിച്ചെമ്പു ചൂടിൽ വേവുപുഴുങ്ങിയിട്ടാണ് സമഗ്രാവതാരം. ഓർഡർ അനുസരിച്ചേ സഖാവ് ആവിച്ചെമ്പിൽ പ്രവേശിക്കൂ. പാളപ്പിഞ്ഞാണത്തിൽ വിളമ്പി മുന്നിലെത്തുമ്പോഴും പുകശീലിൽ ആവി പറപ്പിച്ചുകൊണ്ടാണ് ആഗമനം. തൊട്ടു തൊടാതെ തൊട്ടു കിള്ളി പീസ് പീസാക്കി നാവിലേക്ക് സമർപ്പിച്ചാൽ മതി. തൊണ്ട പൊള്ളി, കുടൽ പൊള്ളി നിമിഷനേരം കൊണ്ട് അദ്ദേഹം അലിഞ്ഞലിഞ്ഞ് വഴി ലയിച്ച് ആമാശയം പുൽകിലയിക്കും!

ഒരു 'കൊഴുമുട്ട'യിൽ ഒരു മുട്ട എന്നാണ് കണക്ക്. രണ്ടെണ്ണം വിഴുങ്ങിയാൽ കലോറി മാത്രയിൽ ഒരു മുഴുത്ത ഊണു പിന്നിൽ നിൽക്കും!

'നിറചുറ്റപ്പ്'ത്തിന് ഒറോട്ടയുടേയും ഊത്തപ്പത്തിന്റേയും ചെയ്‌വന വഴിയേയാണ് ആദ്യപാദത്തിൽ സഞ്ചാരം. അരി-ഗോതമ്പുപൊടി മിശ്രിതത്തിൽ നുള്ളു മൈദപ്പൊടി ചേർത്ത് മിനുക്കിയത്രെ മാവു തയ്യാരിപ്പ്. പച്ചക്കായത്തൊലിയും മാട്ടിറച്ചിയും ഒരേ വലുപ്പത്തിൽ കട്‌ലറ്റ്, ചെയ്‌വന പരുവത്തിൽ കുരുകുരാ അരിഞ്ഞതിൽ കുരുമുളകു പൊടിച്ചതും ഉപ്പും തൂവി മസാലപ്പൊടി വിതാനിച്ച് ഇഞ്ചി, വെളുത്തുള്ളി സഖികളെ സമം മേൽനുറുക്കളവിൽ തന്നെ കഷണിച്ചു കൂടെച്ചേർത്ത് വറുത്തര വേവിൽ വരട്ടി വേവിക്കുകയാണ് സ്വതന്ത്രമായ രണ്ടാംപാദം. മൂന്നാംപാദം പാരസ്പര്യ കാണ്ഡം. ദോശക്കല്ലിൽ രണ്ടു വട്ടച്ചുറ്റ് മാവു പരത്തും. കാൽ വേവെത്തും മുമ്പേ ഒന്നിൽ രണ്ടാം പാദത്തിലെ മിശ്രിതം അരയിഞ്ചു വട്ടം അരികിൽ ചുറ്റും വിട്ടു ബാക്കി നടുക്കു നിരത്തി തൽക്ഷണം കാൽ വേവെത്തി നിൽക്കും സഹദോശ പൊടിയാതെ അടർത്തിയെടുത്ത് ആദ്യ ദോശയ്ക്കും മീതെ പള്ളികൊള്ളുന്ന മിശ്രിതത്തിനും മേൽ ചുറ്റായി പുതപ്പിക്കും. ചട്ടുകംകൊണ്ട് ഇരുദോശകളുടേയും വിട്ടുവച്ച അരയിഞ്ചു വട്ടഭാഗം ഒന്നമർത്തി കൂദാശ ചെയ്തു സംയോജിപ്പിക്കും. അവർ പരസ്പരാലിംഗന ഹരത്തിൽ ഒന്നായി വെന്തു വറ്റുമ്പോൾ പിന്നെ മറിച്ചും തിരിച്ചും മൂടിവെച്ച് ഓരോ വട്ടം വേവിച്ചാൽ വിള്ളൽ വീഴ്ത്താതെ നേരേ കോരി തീൻമേശയിലെ പാളപിഞ്ഞാണിയിലേക്ക് എഴുന്നള്ളിക്കാം.

ഞെട്ടുചുന ചുവ വിടാതെ ഇറ്റി മുളകുനിറം തേമ്പി നിൽക്കുന്ന കണ്ണിമാങ്ങാ സഖിയുടെ അച്ചാർ ഭാഷ്യമാണ് 'നിറചുറ്റപ്പ്' സഖാവിന് തോഴ്മ അകമ്പടി! ഒരെണ്ണം അകത്തെത്തുമ്പോൾ പ്രാപ്യമാകുന്ന രുചിസാഫല്യത്തിനും പോഷക നിറവിനും ഒപ്പമെത്തുവാൻ മട്ടൻ ബിരിയാണി രണ്ടു പോരാ മാഷ്ഷേ!

'മൂപ്പരു മൂപ്പരെ'ന്നു വിളിച്ചും വിളി കേട്ടും യഥാർഥ പേരു മറന്നു പോയിരിക്കുന്നുവത്രേ ഉടമസ്ഥൻ. ചക്കരക്കടവ് താണ്ടി മൂന്നാം മൈലിൽ രണ്ടാംകവല പിന്നിട്ടു തോട്ടിൻകരയിലെത്തി 'മൂപ്പർടെ കട' എന്നു പറഞ്ഞാൽ അക്ഷണം ദിശ പറഞ്ഞുതരും ചുറ്റുവട്ടക്കാർ.

■

ഭരതൻ ടച്ചുള്ള വിരുന്ന്

കലൈഞ്ജർ കരുണാനിധി നഗറിൽ ഭരതൻ സ്വന്തം വീടു തീർക്കും മുമ്പേ ഒരു വാടകവീട്ടിൽ കുറച്ചിട താമസിച്ചിരുന്നു. 'ചാമരം' നാളുകളിൽ ഞങ്ങളുടെ പതിവുസംഗമം അവിടെയായിരുന്നു. ആദ്യജാത ശ്രീക്കുട്ടി ജനിച്ചിട്ട് ഏറെയായിട്ടില്ല. അങ്ങനെയിരിക്കേ ഒരാഘോഷ ദിവസം വന്നു. അന്നൊക്കെ ഭരതന്റേയോ കെ.ജി. ജോർജിന്റേയോ വീട്ടിൽ ആഘോഷം വർഷത്തിൽ പലതുണ്ടാകും. ഓണം, വിഷു, ഈസ്റ്റർ, ക്രിസ്മസ്, നവവത്സരം എന്നീ പതിവു ചിട്ടയിലും അല്ലാതെ പ്രത്യേക മട്ടത്തിലും. ഇതു രണ്ടാമതു പറഞ്ഞ കൂട്ടത്തിൽ ഒന്നായിരുന്നു. ഇവരിരുവരുടെ കുടുംബങ്ങൾ മാത്രമല്ല, പൊതുസുഹൃത്തുക്കളും കുടുംബങ്ങളും ഒത്തു ചേരുന്ന രാവുകളുടെ ലഹരി സംഗീതം സ്മൃതിതുമ്പത്തിപ്പോഴും ഇറ്റി നില്ക്കുന്നു.

ഈ പ്രത്യേക ഘോഷദിനത്തിനു ഭരതനും ലളിതയും ചേർന്നൊരു പുതിയ പരീക്ഷണം നടത്തുവാൻ തീരുമാനിച്ചു. വീട്ടിൽ കുറച്ചു വൈൻ സ്വയം ഉണ്ടാക്കാം. പലതരം പഴവർഗങ്ങൾകൊണ്ടുണ്ടാക്കിയാൽ വീര്യവും ഗുണവുമുണ്ടാകും എന്നു പവിത്രന്റെ വിദഗ്ധോപദേശം കൂടി യായപ്പോൾ ചെയ്വന ആ വഴിയാക്കി. വലിയൊരു കൽഭരണിയിൽ 20 ദിവസം മുമ്പേ പഴവർഗാദികൾ ആർഭാടപൂർവം വീഞ്ഞിനു കെട്ടി വച്ചു. ആഴ്ചയിതൊന്നു കഴിഞ്ഞപ്പോൾ പുളിച്ചുപുളിച്ചു വശ്യഗന്ധം ഭരണി സ്ഥാപിച്ച ഭാഗത്തുനിന്നും നിർബാധം ഒഴുകുവാനും തുടങ്ങി.

അതിനകം മദിരാശിയിൽ എത്തിയിരുന്ന പവിത്രൻ അടുത്ത നിർദ്ദേശം വൈകാതെ നല്കി. ദിവസവും ഭരണി മൂടി തുറന്നു സമൃദ്ധ മായി ഇളക്കി വീണ്ടും മൂടണം. അതു കൃത്യതയോടെ ചെയ്യുന്നുണ്ടെന്നു ഉറപ്പു വരുത്തുവാൻ പവിയുടെ വക പരിശോധന ദിവസം രണ്ടുനേരം! പരിശോധനാഘട്ടത്തിൽ ഭരണിക്കകത്തുനിന്നുമുതിരുന്ന മോഹിപ്പിക്കുന്ന പ്രലോഭനം മറികടക്കുവാൻ അശക്തരായി ലളിതയറിയാതെ പവിത്രനും പവി മറവിൽ ഭരതനും ഓരോ കുമ്പിൾ പാതി പാകമെത്തിയ വീഞ്ഞും വിഴുങ്ങുക പതിവുമായി.

നാളിതു കഴിയുന്നതിനൊപ്പം ഭരണിക്കകത്തെ അളവ് കുറയുക സ്വാഭാവികം; ആഘോഷ ദിനം വീഞ്ഞു തികയാതെ വരാമെന്നതൊരു അപകടം. അതിലേറെ അപകടമാവുക വിവരം ലളിതയറിഞ്ഞാലുള്ള പുകിലാണ്. തിളപ്പിച്ചാറിയ വെള്ളം ശ്രീമതി അറിയാതെ ഭരണിയിലെ മിശ്രിതത്തിലേക്ക് പകർന്ന് അളവൊപ്പിക്കുകയാണ് അതിനു പരിഹാര മായി കണ്ടത്. പക്ഷേ, കാര്യത്തോടടുക്കേണ്ട സമയത്ത് പാതി വീഞ്ഞും പാതി ഇപ്രകാരം പകർന്നൊഴിച്ച വെള്ളവുമായാൽ വീര്യം കുറയുമല്ലോ എന്ന ഭീതിയായി പിന്നെ.

പവിത്രന് അതിനുമുണ്ടായിരുന്നു പരിഹാരമൂലി. കുറച്ചുകൂടി പഴ വർഗങ്ങൾ വാങ്ങി ഇതിലേക്കിടാം. അതുകൂടി പരുവപ്പെട്ടു ചേരുമ്പോൾ സംഭവം വെടിപ്പാക്കും.

ഭരതൻ തലയാട്ടി. മേൽപ്പടി ചെയ്തു.

ലളിതയറിയാതെ ചെയ്യുവാനുള്ള വ്യഗ്രതയിൽ പഴവർഗങ്ങൾക്കു പകരം ഭരണിയിലെ മിശ്രിതത്തിലേക്ക് ചൊരിഞ്ഞിട്ടതു വാടിയ പച്ചക്കറി യായിപ്പോയി എന്നൊരാക്ഷേപം പവിത്രനും അതല്ല വീഞ്ഞു നിർമിതി യിൽ തനതായൊരു മുറ അവ്വിധം കണ്ടെത്തുകയായിരുന്നു താൻ എന്നൊരവകാശവാദം ഭരതനും പിന്നീട് ഉയർത്തിയതിനു പലരും സാക്ഷി.

ആഘോഷദിനം വന്നു. ജോർജും കുടുംബവുമെത്തി. നെടുമുടി വേണു, കവിയൂർ പൊന്നമ്മ, മീന, കോട്ടയം ശാന്ത, ഡോ.റീത്ത, ക്ഷേമ, കെ.പി. കുമാരൻ, വിജയൻ കരോട്ട്, തകര ബാബു, ജോർജ് കിത്തു, സുരേഷ്, നസീർ... സദസ്സ് പ്രൗഢമായി. ദൽഹിയിൽ നിന്നും മടങ്ങും വഴി അരവിന്ദനുമെത്തി. ജോൺ എബ്രഹാം ഏതു നിമിഷവും വന്നേക്കാം.

അതിഥികളെ സ്വീകരിക്കുവാൻ കാറ്റിലൊഴുകിവന്ന വീഞ്ഞു ഗന്ധം മോഹതരംഗങ്ങൾ ഉതിർത്തു.

ആഘോഷപ്പതിവിൽ വന്നവരിൽ ചിലർ ദ്രാവവിഹിതം തങ്ങളുടേ തായി കൊണ്ടുവന്നിരുന്നു. ആതിഥേയന്റെ വേഷം നിറഞ്ഞാടുന്ന പവിത്രൻ അവ സത്യസന്ധമായി കയ്യേൽക്കുകയും ഇനതരാദിഭേദ വിവേചനമെന്യേ മൂടി തുറന്നു വീഞ്ഞുഭരണിയിലേക്ക് അപ്പോഴപ്പോൾ പകരുകയും ചെയ്തു!

മിശ്രിതം അവ്വിധം നുരതിങ്ങി പതഞ്ഞു നിറവാർന്നു മദിച്ചു ഭരണി യിൽ വിളമ്പുമ്പോൾ കോരികയായി ലളിത കൊടുത്ത കരണ്ടി ഉപേ ക്ഷിച്ചു നല്ലൊരു മഗ് തൽസ്ഥാനത്തു കയ്യാളി പവിത്രൻ വിളമ്പനുഷ്ഠാന ത്തിൽ കാർമികനായി.

കഴിച്ച പാനീയത്തിന്റെ പേരെന്തെന്നു അന്നോളവും അതിനു ശേഷവും ആർക്കും നിർവചിക്കുവാനായിട്ടില്ല. രുചിവീര്യാദികളിൽ കെങ്കേമൻ എന്നതു ഏകാഭിപ്രായം!

അരവിന്ദന്റേയും നെടുമുടി വേണുവിന്റേയും അധ്യക്ഷതയിൽ സംഗീതരാവുണർന്നപ്പോൾ പവി അവിടേയും ശുശ്രൂഷകനായി നിറ ചേർന്നു.

ഒടുവിലൊടുവിൽ ഭരണി കാലിയാകുമെന്ന ഘട്ടമെത്തിയപ്പോൾ തിളപ്പിച്ചാറ്റിയ വെള്ളം പകർന്ന് ആഞ്ഞൊരിളക്കിളക്കി വീണ്ടും വിളമ്പുവാൻ ഒരുക്കിയ മിശ്രിതത്തിന്റെ വീര്യശോഷണം സംഘം ശ്രദ്ധിക്കാതെ പോയത് ലഹരിയളവിന്റെ ശൃംഗവടിവിലാണെന്നു തൽകൃത്യം നിവർത്തിച്ച ലളിത ആക്ഷേപമുന്നയിച്ചു പിറ്റേന്ന്.

വീഞ്ഞിലും ലഹരി സംഗീതത്തിനുള്ളപ്പോൾ വീര്യത്തിനെവിടെ ശോഷണം എന്ന പവിയുടെ മറുന്യായത്തിനു മുമ്പിൽ ലളിത പഞ്ചപുച്ഛ മടക്കി എന്ന് നെടുമുടി സാക്ഷ്യം!

■

ലഡ്ഡുവിന്റെ സഖി

പ്രാമാണിക ചലച്ചിത്ര നിർമാതാവായിരുന്ന ടി.ഇ. വാസുദേവന്റെ ഒരു സ്വകാര്യ രുചിവേഴ്ച അദ്ദേഹത്തോടൊപ്പം ഒരു ചർച്ചാവേളയിൽ ഒരുമിച്ചിരുന്നപ്പോഴാണു ശ്രദ്ധിക്കുവാനിടയായത്.

ചർച്ചയ്ക്കായി എഴുത്തുകാരന്റെ താത്പര്യവും സൗകര്യവും പ്രകാരം ഹോട്ടൽ നിശ്ചയിച്ചു ന്യൂമറോളജിയുടെ ആനുകൂല്യമുള്ള നമ്പർ പ്രകാരം മുറിയെടുത്തു കട്ടിലും സോഫയും വശങ്ങളിലേക്കൊതുക്കി ഫാനിന്റെ നടുച്ചുവട്ടിൽ മേശയും ഇരുവശത്തു മുഖാമുഖമായി രണ്ടു കസേരകളും സ്ഥാപിച്ച് ചന്ദനത്തിരി കത്തിച്ചുവച്ചിട്ട് മുമ്പേ പറഞ്ഞുറപ്പിച്ച സമയത്തു കൃത്യ ചിട്ടയോടെയാണ് എഴുത്തുകാരനുമൊത്തു മുറിപ്രവേശം. നിർമ്മാതാവിരിക്കുന്ന മേശവശത്ത് ഒരു നോട്ട്ബുക്കും പേനയും. അതു നിവർത്തിവച്ചിട്ടാണ് കഥപറച്ചിൽ ആരംഭം. വിയോജിപ്പ് തോന്നുന്ന ഭാഗം വരുമ്പോൾ അപ്പോഴപ്പോൾ അതതിൽ കുറിക്കും. ചില ഭാഗങ്ങൾ പ്രത്യേകം അടിവരയിടും.

ഇടയ്ക്ക് വാസു സാർ കൈനീട്ടി കാളിങ് ബെല്ലമർത്തി റൂം ബോയിയെ വിളിച്ചു സൽക്കാരപ്രിയനായ ആതിഥേയനാകും.

എഴുത്തുകാരന് ചായയോ കാഫിയോ അതിനിനതാരിയായി ലഘു തീറ്റയും; ഒപ്പം തനിക്കും; പക്ഷേ, തന്റെ വിഭവം മാത്രം വ്യത്യസ്തം.

ഒരു പ്ലെയ്റ്റിൽ മിക്സ്ച്ചർ, പിന്നെ ഒരു ലഡ്ഡു! ഇവ മുമ്പിലെത്തിയാൽ ദേഹണ്ഡപ്പുരയിലെ സൂക്ഷ്മതയോടെ മിക്സ്ച്ചർ പ്ലെയ്റ്റിൽ സ്പൂൺ കൊണ്ടു നിരത്തി അതിൽ ലഡ്ഡു നന്നായി പൊടിച്ചതു ചേർക്കും. വെറുതെയങ്ങു ചേർക്കുകയല്ല. വാർക്കുന്നതിനു കോൺക്രീറ്റ് മിശ്രിതം ഉണ്ടാക്കുന്ന ബദ്ധശ്രദ്ധയോടെയാണ് സ്പൂൺ കൊണ്ട് ഇളക്കിയും തൂവിയും മറിച്ചും തിരിച്ചും കൈക്രിയയോടെ.

മിക്സ്ചറിലെ വറുത്ത കറിവേപ്പിലയും ലഡ്ഡുവിലെ ഉണക്കുമുന്തിരിയും; ഒന്നു കണ്ടാൽ അതു താനല്ലയോ മറ്റൊന്നെന്ന് ഉൽപ്രേക്ഷാസമം. ലഡ്ഡുവിലെ പരിപ്പുതരികൾ മിക്സ്ചർ മണിത്തരികൾക്കിടയിൽ ഇടചേർന്നു നിറംചേരും. പിന്നെ ബാക്കി, ലഡ്ഡുവിൽ ചേർന്ന കശുവണ്ടി

നുറുക്കുകളാണ്. രണ്ടായി പിളർന്ന കപ്പലണ്ടി മണികൾക്കൊപ്പം ഇടചേർന്ന് അവ സഹയാത്രികരായ ചുമപ്പ്, പച്ച, മഞ്ഞ മണിനീട്ടുക ളോട് ഐക്യദാർഢ്യം പ്രഖ്യാപിക്കും.

കർമ്മമിതിത്രയായാൽ സ്വയം ആസ്വദിച്ച് മിശ്രിതം മരുവുന്ന പ്ലെയ്റ്റി ലേക്ക് വാത്സല്യപൂർവം നോക്കി ഒന്നു പുഞ്ചിരിക്കും. പിന്നെ കാൽ സ്പൂൺ, അര സ്പൂൺ മട്ടത്തിൽ നാവിലേക്കാനയിച്ചു രുചിനിറവോടെ, തല കാട്ടി മെല്ലെ ചവച്ചിറക്കും.

ചർച്ചാ വഴി ഈ ഘട്ടമെത്തിയാൽ കഥയുടെ പ്രവാഹശ്രുതി അവിടെ വരെ കഥാപുരുഷന് ബോധിച്ചിരിക്കുന്നു എന്നു ധൈര്യപൂർവം അനു മാനിക്കാമെന്നാണ് അദ്ദേഹത്തിന്റെ ഏറ്റവും കൂടുതൽ ചിത്രങ്ങൾക്കു

വേണ്ടി എഴുത്തുദൗത്യം ഏറ്റെടുത്തിട്ടുള്ള എസ്.എൽ.പുരം സദാനന്ദൻ പറഞ്ഞിട്ടുള്ളത്. പുസ്തകത്തിലെ കുറിപ്പുകളെക്കുറിച്ച് ഉൽക്കണ്ഠ വേണ്ടെന്നും അവ തുടർ ചർച്ചയിൽ മിനുക്കി പോഷിപ്പിച്ചെടുക്കുവാനുള്ള ഇടങ്ങൾക്കായുള്ള സൂചക നിർദേശങ്ങളുടെ സ്റ്റാർട്ടിങ് പോയിന്റുകളായി ഉയിർന്നുവരുമെന്നും തൽഭവാന്റെ അനുഭവസാക്ഷ്യം.

ലഡുവിനെ ലഡു മാത്രമായി പരിമിതപ്പെടുത്താതെ മറ്റൊന്നിൻ കർമ്മ വഴിയിൽ വിതാനിച്ചെഴുന്നുള്ളിച്ചു രുചിവൈവിധ്യമൊരുക്കുവാൻ വേറെയുമുണ്ട് പ്രയോഗസാധ്യതകൾ എന്നു പഠിപ്പിച്ചത് സിനിമയുമായി ഒരു ബന്ധവുമില്ലാത്ത ആനിയാന്റിയാണ്. കായലോര വീട്ടിൽ ചെല്ലുമ്പോഴൊക്കെ അച്ചപ്പം, ചുരുട്ടപ്പം, കുഴലപ്പം തുടങ്ങിയ നാടൻ വിഭവങ്ങൾക്കൊപ്പം നിർബന്ധിത മുഖ്യധാരയായി പ്രത്യക്ഷം അവുലോസു പൊടിയാണ്.

പഴത്തോടുകൂടിയും അല്ലാതെയും പഞ്ചസാര-ശർക്കര ബാന്ധവത്തിൽ അവുലോസുപൊടി സുന്ദരിയെ പലകുറി പലയിടങ്ങളിൽ വേട്ട ശീലമുണ്ട്. പക്ഷേ, ആനിയാന്റിയുടെ ചെയ്‌വന പ്രത്യക്ഷത്തിൽ അവുലോസു പൊടിയുടെ സ്വയംവരം ടി.ഇ. വാസുദേവൻ മാതൃകയിൽ ഉടച്ചു പൊടിച്ച ലഡു സഖാവുമായാണ്. അവ തമ്മിൽ കൂട്ടിയിണക്കി ഇളക്കിയും തൂവിയും മറിച്ചും തിരിച്ചും മേപ്പടി വിധം തന്നെ ക്രിയ. സ്പൂൺ സഖ്യമില്ല. പകരം ആയുധം കൈവിരൽ തന്നെ. വഴുതി മാറുവാൻ പൊടി തരികൾക്കു തെല്ലും ഇട നൽകാതെ വിരലുകൾ അവയെ മിശ്രിതത്തിൽ ഒതുക്കിവഴിപ്പെടുത്തും. അവുലോസു പൊടിയിൽ തേങ്ങായിൽ തേങ്ങാത്തുണ്ടുകൾ വറവുവെന്തു തെളിഞ്ഞതും കശുവണ്ടി നുറുക്കുകളും തമ്മിലാണ്. ഈ കളരിയിൽ ഇടദാർഢ്യം. ലഡു, മധുര വടിവിൽ രുചി മികവിൽ സന്നിഹിതമായി അവുലോസുപൊടിയെ അലങ്കാര വൃത്തത്തിൽ ആശ്ലേഷിച്ചിട്ടാവും തീൻമേശ പ്രത്യക്ഷം.

രണ്ടു രുചിമട്ടത്തിലും ലഡു കോമൺ ഫാക്ടറാണെങ്കിലും വിധേയ വിനീതമായാണ് ഇടചേർച്ച. നാവിലെത്തി നനഞ്ഞു കുതിർന്ന് അന്നനാളത്തിലേക്കുള്ള സഞ്ചാരപാതയുടെ തുടക്കത്തിലെത്തുമ്പോൾ മാത്രമേ ലഡുസാന്നിധ്യം തലയുയർത്തി വിളംബരപ്പെടാറുള്ളൂ. കാഴ്ച പ്രകൃതത്തിലും രുചിവിരുത്തത്തിന്റെ ആദ്യപാദങ്ങളിലും മിക്സ്ചറിനെ മിക്സ്ചറായും അവുലോസുപൊടിയെ അവുലോസ് പൊടിയായും തികഞ്ഞ സഹപക്ഷ ആദരവോടെ മേയാൻ വിട്ടിട്ടാണു ലഡു സഖാവിന്റെ ലയനപ്രക്രിയ.

ലഡ്ഡുവിലുമുണ്ട് ഭേദാന്തരങ്ങളും അനന്തരങ്ങളും. അവയോടു ചേർന്നും മേൽവിധബാന്ധവമാകാം. ആ വഴി രുചിസൗഭാഗ്യം സങ്കല്പാമൃതം!

■

വെങ്കായം ബൈ ഭരതൻ

വിവാഹപൂർവ നാളുകളിൽ ഭരതൻ മദിരാശിയിൽ പരാങ്കുശപുരത്തും സക്കറിയാവീഥിയിലും മാറിമ മാറി താമസിച്ചിരുന്നു. വീടെന്നു വിശേഷിപ്പിക്കാൻ വയ്യ. ഒരു മുറി. അനുബന്ധമായി ഒരു അടുക്കള. പിന്നെ കുറച്ചു തുറസ്സായ ഇടം. അതോടു ചേർന്ന് ടോയ്‌ലറ്റും.

പാഞ്ചാലിയുടെ അക്ഷയപാത്രം പോലെയായിരുന്നു പ്രധാന മുറിയിലെ ഇടവിസ്താരവും അടുക്കളയിൽ നിന്നുള്ള ആതിഥേയ സന്നദ്ധതയും. എത്ര പേർ വന്നാലും സ്വാഗതം. ഉള്ളതു കഴിച്ച് ഉള്ള സ്ഥലത്ത് ഒതുങ്ങിക്കൂടാം.

ചെന്നൈയിലെത്തുമ്പോഴൊക്കെ താമസം എവിടെയാണെങ്കിലും ഇവിടെ ഹാജരൊപ്പിട്ടു വേണ്ടുംപടി സഹവസിക്കാതെ മടങ്ങുക പതിവില്ല അരവിന്ദനും പത്മരാജനും പവിത്രനുമൊക്കെ. ചെന്നൈപുരം വാസികളായ ബാലു മഹേന്ദ്ര, ജോൺ എബ്രഹാം, പി.എ. ബക്കർ, കെ.ജി. ജോർജ്, വിജയൻ കരോട്ട്, രാമചന്ദ്രബാബു പ്രഭൃതികൾ ഇവർക്കു പുറമെ നിത്യ സാന്നിധ്യം. ഇതിനൊക്കെ പുറമെയാണ് ഭരതപ്രിയ ആരാധികമാരും ആരാധകരും!

അടുക്കളയിലെ ദേഹണ്ഡകലയുടെ വിചാരിപ്പുകാരന് പാന-പാനീയ -ഭോജനാദികൾക്കു വേണ്ടിയുള്ള തത്രപ്പാടൊഴിഞ്ഞു നേരമില്ല. സത്യസന്ധമായി തൽക്കർമം നിവർത്തിക്കുന്നതിനിടയിൽ വേണം ഭരത സംരക്ഷണവും പരിപാലനവും. ഭരതന് അന്ന് ഒരു സ്കൂട്ടറാണുള്ളത്. വാങ്ങിയതിൽപ്പിന്നെ ഒരുകാലത്തും ഒരു ലിറ്റർ പെട്രോളിൽ കൂടുതൽ പകർന്ന ചരിത്രം ഇല്ലാത്തതുകൊണ്ട് ടാങ്കിലെ ആ നിരയ്ക്കു മേൽഭാഗം പെട്രോൾ സ്പർശമേൽക്കാതെ വിറങ്ങലിച്ചു നൊത്തി തുടങ്ങി.

അഥവാ അബദ്ധത്തിന് ഒരു ലിറ്ററിൽ ഒരു തവി പെട്രോൾ കൂടുതൽ ഒഴിച്ചാൽ ആ അധികം പരാതി കൂടാതെ കവിഞ്ഞൊഴുകും എന്ന അവസ്ഥ. ഈ ഇരുചക്രത്തിന്റെ പാലകനും മേൽ വിചാരകൻ തന്നെ.

ഉച്ചയ്ക്കുണ്ണുവാൻ എത്ര പേരുണ്ടാകുമെന്ന് ഉറപ്പില്ലാതെ ദൈവങ്ങളെ നമ്പി മനസ്സിലൊരു ഊഹക്കണക്കു തീർത്തുവേണം കഞ്ഞിക്കരിയിടുവാൻ. പരിക്കും പരുങ്ങലുമില്ലാതെ മേൽകർമങ്ങൾ ആവുംപാടെ

നിവർത്തിക്കുന്നതിനിടയിൽ ചില്ലറ സ്വയംപ്രഖ്യാപിത നിബന്ധനകൾ വിചാരകൻ നിഷ്ഠപ്പെടുത്തും. ചോറിനു ചോറും പ്രാതലിന് പ്രാതലും അത്താഴത്തിന് കഞ്ഞിയും കൃത്യമായുണ്ടാകും. അവയുടെ കൂടെ ഒഴിച്ചു കൂട്ടാനും തോരനും മെഴുക്കുപുരട്ടിയും ഓലനും തൊട്ടു വട്ടവുമെത്തിക്കുമെന്നൊന്നും പ്രതീക്ഷിക്കരുത്. ആളെണ്ണം എത്ര കൂടിയാലും കുറുക്കു പ്രകൃതം വിടാത്ത കറി ഒന്നുറപ്പായിട്ടുമുണ്ടാകും.

പച്ചക്കറിയും മത്സ്യവും ഒന്നിടവിട്ട് അരങ്ങേറും. അപൂർവങ്ങളിൽ അപൂർവമായി മാംസവഴിയും പതിവ്. കൊണ്ടാട്ട പ്രത്യക്ഷമോ, തൊടുകറി പരുവത്തിലൊരച്ചാറോ മനോധർമം പോലെ ഉണ്ടായാലായി, ഇല്ലെങ്കിലുമായി.

ചെന്നൈയിൽ വന്നാൽപ്പിന്നെ ഏതാണ്ട് മുഴുവൻ പൊറുതിയും ഭരത പക്ഷത്തായതുകൊണ്ടാകാം പവിത്രൻ വിചിത്രമായ ഒരു കണ്ടുപിടിത്തം വിളംബരം ചെയ്തു.

കറികൾക്കു ദിവസവും ഒരേ രുചിയാണ്.

ഒരേ രുചിയല്ലേ, ഒരേ അരുചിയല്ലല്ലോ എന്ന വിചാരക മുഖത്തിന്റെ പ്രത്യുത്തരംകൊണ്ടുമടങ്ങാതെ പവിത്രൻ പിന്നെയും വിലപിച്ചു.

മീൻകറിക്കും ഇറച്ചിക്കറിക്കും സാമ്പാറിനും ഒരേ രുചിയാണ്.

വിചാരകൻ അതൊരു പ്രശംസയായി വരവുവച്ചു.

"സാമ്പാറിന്റെ രുചിയുള്ള മീൻകൂട്ടാനും ഇറച്ചിക്കറിയും ലോകത്തിലിതാദ്യമായാണ്."

പവിത്രൻ അളമുട്ടിയപ്പോൾ തുറന്നു പറഞ്ഞു.

അവിടെ ഭരതൻ ഇടപെട്ടു. ഖജനാവ് കാലിയായിരിക്കുമ്പോഴും അന്നം മുടങ്ങാതെ നോക്കുന്ന വിചാരകന്റെ മാനം രക്ഷിക്കേണ്ടത് ഭരതന്റെ അതിജീവന പ്രശ്നമായിരുന്നു.

"കണ്ടാണശ്ശേരിയിലേയും (പവിത്രന്റെ നാട്) എങ്കക്കാട്ടിലേയും (ഭരതന്റെ നാട്) ആമാശയ രീതി രണ്ടും രണ്ടല്ലേടാ... ഇത് ആ രണ്ടുമല്ല, അതിനപ്പുറത്തെ മൂന്നാം മട്ടമാണെന്നു കരുതിയാൽ മതി.

ഉത്തരം മുട്ടാതെയും നാവടക്കേണ്ടിവരുമെന്ന പാഠം പവിത്രൻ അന്നു പഠിച്ചു. പിന്നെ സ്വാഗതം പോലെ പിറുപിറുത്തു.

"സാമ്പാറിനു വെങ്കായം രുചിക്കുന്നത് അലങ്കാരമാണെന്നുവച്ച്, മീൻ കറിക്കും പിന്നെ പോകട്ടെ ചിലയിടത്ത് അത് പതിവുണ്ട്. ഇറച്ചിക്കറിയിലെങ്ങനെയാടാ കായം ഇണങ്ങുന്നത്."

സ്വതസഹജമായ ചൂളംവിളിയോടെ പിൻഭാഗത്തെ മുടിയൊന്നു മാടി തല വെട്ടിച്ചൊരു ചിരി ഭരതമുഖത്ത്.

ആ ചൂളംവിളിക്ക് അർഥമല്ല; നാനാർഥമുണ്ടെന്ന് പറഞ്ഞുകൊടുക്കാതെ പവിത്രനറിയാമായിരുന്നു.

ദേഹണ്ഡകലയുടെ വിചാരിപ്പുകാരന് സാമ്പാറില്ലാതെ ഭക്ഷണം ഇറങ്ങില്ല. അതുകൊണ്ട് സാമ്പാറാദ്യമുണ്ടാക്കും. പിന്നെ ആ സെറ്റപ്പിൽ ത്തന്നെ ചില്ലറ ഭേദഗതികളോടെ സസ്യേതരവും ഒരുക്കും. അങ്ങനെ വരുമ്പോൾ ഇത്തിരി കായം ഇനിച്ചെന്നു വരും. അതങ്ങു ക്ഷമിച്ചാൽ അന്നം മുടങ്ങില്ല എന്ന വീണ്ടുവിചാരം ഓർമിപ്പിച്ചത് കരോട്ടിക്കൽസ് എന്ന് ഭരതൻ വിളിക്കുന്ന വിജയൻ കരോട്ടാണ്.

ഭരതന്റെ 'പ്രയാണ'വും പവിത്രന്റെ 'യാരോ ഒരാളും' വിടർന്നതും അരവിന്ദൻ ഉത്തരായണാനന്തരം തമ്പിൽ ചേക്കേറുവാൻ നടവച്ചതും 'വിദ്യാർഥികളേ ഇതിലെ ഇതിലേ' വൃത്തം വിട്ട് 'അഗ്രഹാരത്തിലെ കഴുത'യുടെ അനിബദ്ധരാഗം ജോൺ എബ്രഹാം മീട്ടുവാൻ തുടങ്ങിയതും ഈ രുചിസുകൃതത്തിന്റെ കൂടി പ്രഭവ സ്രോതഫലമാണെന്നതു മറക്കരുത്! ■

ചക്കപുരാണം

വെങ്ങോല കനിഞ്ഞ് ഒശത്തി കൂഴ ചക്കയൊന്നു കൈവശമായി. കാറിൽ ചക്ക സുന്ദരി എഴുന്നള്ളും വൃത്താന്തം കാറ്റിലൊഴുകി ചക്ക പരിമളമായി പോരും വഴിയാകെ പരന്നു.

ചക്ക, ചുള ചുളയായും കുരുകുരുവായും പിഴുതടർത്തിയപ്പോൾ രണ്ടും രണ്ടു കൂമ്പാരം.

ഇനി ചെയ്‌വന. ഏതേതു വഴിയെ എന്നായി ചിന്ത... ചുള തൽരൂപ രുചി വടിവിൽ ആകാവുന്നതിനു പരിധികളുണ്ടല്ലോ.

കുറച്ചെടുത്തു കുരുകുരാ അരിഞ്ഞു വെള്ളവും ഒരു നുള്ളുപ്പുമിട്ട് വേവിച്ചെടുത്തതിൽ അരിച്ചു കരടു നീക്കിയ ശർക്കരപാനി തൂവി കുറുക്കി ഏലയ്ക്കാ പൊടിച്ചു ചേർത്ത് ഒരു പരന്ന പാത്രമൊന്നിൽ നെയ്യ് പുരട്ടി അതിലേക്ക് മേൽ വടിവിനെ പകർത്തി ഒരു മട്ടവും അപ്രകാരം പകർത്തും മുമ്പേ അരി വറുത്ത പൊടി ലേശം വിതറി മിശ്രിത വൃത്തത്തിൽ തൽസമ പാത്രത്തിൽ പകർന്ന ഇനിയൊരു മട്ടവും ഇരുപാത്രങ്ങളിലാക്കി.

അയൽവീട്ടിലമ്പിളി കനിഞ്ഞു സംഘടിപ്പിച്ചെടുത്ത എരണ ഇലയുടെ ആവരണ വടിവിലാകാം ഇനിയൊരു മട്ടം. അതിനാദ്യം മേൽപ്പടി പാനി തൂകി നിൽക്കും സന്ധിയിൽ അരി വറുത്ത പൊടിക്കു പകരം പുട്ടിൻ പൊടി ചേർത്ത് ഇളക്കി ചപ്പാത്തി/പൂരി മാവു പരുവത്തിലും ഒരിത്തിരി ജലാംശമേറ്റി ഉരുളകളാക്കി എരണയില കുമ്പിൾ മടക്കിയതിൽ ഈർക്കിലിത്തുണ്ടു കുത്തി അതിൽ നിറച്ച് അപ്പച്ചെമ്പാവിയിൽ വേവു പുഴുങ്ങി മേശ നിരത്തി മൂന്നാമങ്കം തികച്ചു.

കുമ്പിളായിട്ടല്ലാതെയും ആവരുതോ രുചി പ്രത്യക്ഷം എന്ന ചിന്തയിൽ വാഴയില മുറിച്ചതിൽ കുമ്പിളപ്പമാവു പരത്തി മടക്കുംമുമ്പേ തേങ്ങാപ്പീരയും കിസ്മിസും കശുവണ്ടി നുറുക്കും ചെറിത്തുണ്ടുകളും ഈന്തപ്പഴ ചീളുകളും നെയ്യിൽ വറകോരി നിരത്തി ഇലയട വിരുത്തത്തിൽ ആവി വഴക്കത്തിനു സാദരം സമർപ്പിച്ചെടുത്തപ്പോൾ പുതുഭോജ്യമൊന്നു പിറന്നു.

ചുളകളിനിയും ബാക്കി. ആ അങ്കം ഏതു വൃത്തവടിവിൽ എന്നോർത്തു വരവേയാണു നാലുനാൾ മുമ്പൊരു യാത്ര സൊറവട്ടത്തിൽ ചങ്ങാതി സനോജ് അയവിറക്കിയ ചക്കവിരുത്തത്തിലെ രണ്ടു പുതു അവതാരങ്ങൾ ഓർമയിൽ തെളിഞ്ഞത്.

റവ വറുത്തതിനെ പുട്ടുപൊടി സമം സങ്കല്പിച്ച് അതിൽ തേങ്ങാപ്പീര തിരുമ്മി നനച്ചൊതുക്കി ചക്കച്ചുളയുടെ കുരുകുരച്ചീളുകൾ ഇടചേർത്ത് അപ്പച്ചെമ്പിൽ ആവിസ്നാനത്തിനു പ്രതിഷ്ഠിച്ചു മീതെ അലങ്കാര വടിവിൽ പീര വിതറി വേവുപാകം താണ്ടി മേശനിരത്തിയതാണതിലെ ആദ്യ പ്രത്യക്ഷം! അനുഭവമിതാദ്യമെന്നതുകൊണ്ട് ഒരുനുള്ളെടുത്തു രുചിച്ചു നോക്കി. റവ പുട്ടു വൃത്തത്തിൽ നാവിലൂറുന്നതിന്റെ പത്തിരട്ടി എന്നു രുചി നിറവനുഭവ സാക്ഷ്യം!

കുരു കളയാത്ത ചക്കച്ചുളയിലാണത്രെ സനോജ് ദമ്പതികൾ അടുത്ത അതിക്രമം പതിവ്. ചെയ്വന വഴി ലളിതം. കടലമാവു പഴം പൊരി മട്ടത്തിലൊരുക്കിയതിൽ കുരുവടക്കം ചുള ഓരോന്നായി മുക്കി തിളയെണ്ണയിൽ വറുത്തു കോരി നിരനിരത്തിയാണു ചക്കപ്പൊരി യവതാരം.

അപ്പോൾ കുരുവോ?

കടിച്ചു വരുമ്പോ നാവിൽ തടഞ്ഞ് അദ്ഭുത പ്രത്യക്ഷമാകും കുരു വദ്യേത്തെ അപ്പോഴുടൻ ഉപേക്ഷിക്കുകയാണത്രെ പതിവ്.

അതിലൊരു പാഠഭേദം തോന്നി.

പരീക്ഷിച്ചു.

ഉടയാത്ത ചുള നോക്കി തിരഞ്ഞെടുത്തു കത്തികൊണ്ടു ശസ്ത്ര ക്രിയാ സൂക്ഷ്മതയോടെ നീളെ നെടുകെ വരഞ്ഞു കുരുവിനെ സിസേറിയൻ നടത്തി പുറത്തെടുത്ത് ആദ്യം ഈന്തപ്പഴമെടുത്ത് അതിനെയും ഇവ്വിധം കുരുവിമുക്തമാക്കി. ഉടയാത്ത കശുവണ്ടി ഒന്നെടുത്തു. ഈന്തപ്പഴത്തിനുള്ളിൽ കുരുവൊഴിവിൽ തൽസ്ഥാനത്തു നിവേശിപ്പിച്ചു. പിന്നെ ചുളയ്ക്കുള്ളിലെ കുരുവൊഴിവിൽ ഈവിധം ഈന്തപ്പഴത്തെ നിവേശിച്ചു. കാഴ്ച മാത്രയിൽ മുറിപ്പാടുകൾ പുറമെ കാണാതെ ചുള മിനുക്കത്തിൽ ചേർന്നു വിരാജിക്കുന്ന വടിവിൽ മാവിൽ മുക്കി എണ്ണയിൽ വറുത്തു കോരി നിരനിരത്തി നോക്കി. ദേഹണ്ഡ വഴിയിൽ പങ്കാളിയായാൽ മാത്രം രുചിപ്രവാഹ വഴി മുൻകൂട്ടി ധ്യാനിക്കാനാകാം. പക്ഷേ, എന്നിരുന്നാലും, കശുവണ്ടി-ഈന്തപ്പഴ-കൂഴച്ചുള ഐക്യദാർഢ്യത്തിന്റെ എണ്ണവറവിലെ മാവാവരണ ഗരിമയുടെ രുചിമാഹാത്മ്യത്തെ പാടി വാഴ്ത്താൻ വാക്കുകൾ തികയാതെ സാഷ്ടാംഗം നമസ്കരിക്കാതിരിക്കുക അസാധ്യം! ■

പഴഞ്ഞിയിലെ ക്രിസ്തുമസ്

പഴഞ്ഞിയിൽ വറുതേട്ടന്റെ താരുമന്ദിരത്തിൽ ക്രിസ്മസ് തലേന്ന് ചെല്ലുമ്പോൾ സഖാവ് പോർക്കിന്റെ അഭിഷേകം നുകരാമെന്നുറപ്പുണ്ടായിരുന്നു. പെമ്പിളവഴി അത്താണിയോടും പെറ്റമ്മവഴി തലോറിനോടും കെട്ടുപിണഞ്ഞ കുടുംബ പശ്ചാത്തലം എന്നും വറുതേട്ടന്റെ രുചിവഴികൾക്ക് അലങ്കാരമായിരുന്നിട്ടുണ്ട്. ആ പൂർവാനുഭവ കഥകൾ ഓർമയിൽ നുണഞ്ഞിട്ടുതന്നെയായിരുന്നു എഴുന്നള്ളത്തും.

ഇക്കുറി വറുതേട്ടൻ മേശയിൽ വീശിനിരത്തിയ പോർക്കവതാരം ഉയിർത്ത ഞെട്ടലിന് സമം ഒന്നുണർത്തുവാൻ പാറേമക്കാവ്-തിരുവമ്പാടി ഒരുമിച്ചുനിന്നു കൊളുത്തുന്ന ഗർഭംകലക്കിക്കും പാവറട്ടിയിലെ ആകാശം പരത്തിക്കും വയ്യേ വയ്യ!

എംബ്രോയിഡർ വേലകളെ അമ്പരപ്പിക്കുന്ന റോന്തുചുറ്റുമായി അന്നനടയിറങ്ങി വരുന്ന വെള്ളേപ്പ സുന്ദരികളും മുളവിളമ്പിൽ കയറുവരിഞ്ഞ പുട്ടിൻകണയിൽ നേർത്തു നീണ്ടു പൊക്കാളി തവിടു വ്യംഗ്യത്തിൽ അംഗുലമകലങ്ങളിൽ തൂവെള്ളപ്പീരയെ സംവഹിച്ചുകൊണ്ട് നേരവതാരമായെത്തുന്ന ആവിച്ചൂടുള്ള പുട്ടുറാണിമാരും ചേർന്നൊരുക്കുന്ന പശ്ചാത്തല പ്രകൃതത്തിലേക്ക് പക്ഷിപ്പനിയെ അവഗണിച്ചു കോഴി താറാവുകൾ റോസ്റ്റ് മട്ടത്തിലും വറുത്തരയായും ഇരുവശത്തായി നിരന്നു. ഒപ്പത്തിനൊപ്പം പോത്തും ആടും വരട്ടി തേങ്ങാക്കൊത്തിട ചേർത്തും അല്ലാതെ സവാളയിൽ വിതുമ്പിയും അകമ്പടി. മാംസ ജനുസ്സിൽ അവതാരം നാലായി. പക്ഷേ, മുഖ്യതാരം അഞ്ചാമനാകുമെന്നുറപ്പുള്ളതുകൊണ്ട് പ്രതീക്ഷയോടെ നാവു പാർത്ത് പ്രത്യക്ഷവഴിയേ ദൃഷ്ടി നട്ടിരുന്നു.

വസ്തിയുടെ കുഴിയൻകോപ്പയൊന്നിൽ കോൺക്രീറ്റിൽ ചേർക്കുവാൻ പാകവലുപ്പത്തിൽ ഉടച്ച മെറ്റൽച്ചീളിന്റെ നുറുക്കളവിൽ വെന്തുമെരുങ്ങി മൃദുപരുവത്തിൽ സഖാവിന്റെ അവതാരം.

വശ്യം ഗന്ധം മോഹനം!

രുചിവഴിയിൽ ആദ്യസ്പർശം.

എരിവിന്റെ ഇണക്കത്തിന് അടിയറ പറഞ്ഞ മസാലക്കൂട്ടിന്റെ നെയ്‌വഴക്കം നാവിലിറ്റി. ഈ എരിപൊരി വെറുമെരിവല്ലല്ലോ!

ചോദ്യഭാവത്തിൽ അന്നമ്മേടത്തിയെ നോക്കി, അന്നമ്മേടത്തി തല കുലുക്കി, ഊഹിച്ചോളൂ ഊഹം തെറ്റില്ലെന്ന അർഥത്തിൽ.

കണ്ണടച്ചൊരു നിമിഷം ധ്യാനിച്ചപ്പോൾ തൊടിയിലെ പുളിയൻ മാവിനെ പരിരംഭണം ചെയ്തു ചുറ്റിവരിഞ്ഞ പച്ചക്കുരുമുളക് സഖികൾ ഓർമയിൽ തെളിഞ്ഞു. അമ്മിക്കല്ലിൽ പച്ചക്കുരുമുളകും ഇഞ്ചിയും വെളുത്തുള്ളിയും നിരത്തി പിള്ളക്കല്ലുകൊണ്ട് ആദ്യം പ്രണയപൂർവം അമർത്തി പിന്നെ ഒതുക്കി, തുടർന്നു ചതച്ച് ഒടുവിൽ രൗദ്രക്രൗര്യശാഠ്യ തലത്തിൽ അരച്ച് വെണ്ണപോലെയാക്കി അരപ്പു മസാല ബാന്ധവത്തിനു വടിച്ചിറക്കുന്നതു മനോതിരയിൽ കാണായി.

വിസ്മയമുണർത്തിയത് സഖാവിനൊപ്പം മസാലവടിവിൽ വെന്തു കുഴഞ്ഞുചേർന്ന ചേനച്ചങ്ങാതിമാരുടെ പതിവ് സ്വാദ് പ്രത്യക്ഷമല്ല; ഇവയ്ക്കിടയിൽ കൃത്യവടിവിൽ, അരവു ചുംബനത്തിലും വെൺമ വിടാതെ ഉള്ളിലേറിയ തവിട്ടു അംശത്തെ സുതാര്യമായി പുറമേക്ക് ധ്വനിപ്പിച്ചുകൊണ്ടു കാണപ്പെട്ട വിശിഷ്ടസാന്നിധ്യങ്ങളാണ്.

കുടൽ കറിവയ്ക്കുമ്പോൾ നേർത്ത മാപിനികൾക്ക് ഈ വിധം കാഴ്ച പ്രകൃതം ന്യായം. പക്ഷേ, സഖാപ് പോർക്കിനോടൊപ്പം കുടൽ നുറുങ്ങ് എഴുന്നള്ളി വഴക്കമില്ലല്ലോ.

രണ്ടും കൽപിച്ച് നാടത്തുണ്ടൊന്നെടുത്തു നാവിൽ ചേർത്തു. മുള കുലർത്തിയതിലാറാടിയ ഒടിയൻ അച്ചിങ്ങാത്തണ്ടിന്റെ രുചി ഒന്നു തെളിഞ്ഞു. ഇതേതു വംശാവലിയിൽ എന്ന സന്ദേഹത്തിൽ നോട്ടമിത് അന്നമ്മേടത്തിയുടെ നേർക്കയച്ചു.

പന്തിയിൽ വിഭവങ്ങളിൽ പക്ഷഭേദമില്ലാതെ അന്നമ്മേടത്തി അപ്പോഴും തലകുലുക്കി. നാവിലേക്ക് രണ്ടാമതൊന്നു സംവഹിച്ചു നോക്കിയപ്പോൾ രുചി തെളിഞ്ഞു നാവുരുവിട്ടതു വിചിത്രമൊരു പേരാണ്. ഈ വിധ ചെയ് വനകളിൽ പ്രത്യക്ഷമിതാദ്യമായ മക്രോണി! ആ രുചി യറിവിൽ അന്നമ്മേടത്തിയെ വീണ്ടുമൊരു വട്ടം നോക്കിയപ്പോൾ ഊഹം തെറ്റിയില്ലെന്ന മട്ടിൽ തല വീണ്ടുമാടി. മക്രോണിക്കകത്ത് ഒടിയനച്ചിങ്ങ ഉലർത്തിയതു തിരുകിനിറച്ച് സഖാവ് പോർക്കിന് തുണയാളാക്കി ഇങ്ങനെയൊരു അങ്കപ്പുറപ്പാടിതിന് താരതമ്യങ്ങളില്ല.

അവിടംകൊണ്ടും തീർന്നില്ല ചെയ്‌വനവിശേഷം. മസാല ചേന മിശ്രിതക്കുഴമ്പിൽ വിരൽ തടയുന്ന മണിപരുവങ്ങളെ കൈയിൽ തെളിച്ചും നാവിൽ വിളിച്ചും എഴുന്നള്ളിച്ചപ്പോൾ മസാല എരിവിൽ വെന്തു വഴങ്ങിയിട്ടും ഗർവുവിടാത്ത വൻപയർ മണിക്കുട്ടന്മാർ രുചിവഴിയേ ഇട ചേർന്നു തുളുമ്പുന്നു!

ഇക്കഥയിത്രയും ഗണിച്ചും ഹരിച്ചും രുചിയറിവാക്കി ആഹരിക്കും നേരമിതത്രയും വറുതേട്ടൻ ഒരക്ഷരം മിണ്ടുകയോ ഒരുനോക്ക് നോക്കുകയോ ഉണ്ടായില്ല. വറുതേട്ടൻ അല്ലെങ്കിലുമങ്ങനെയാണ്. ചെയ്യുമ്പോൾ ചെയ്യുന്ന കാര്യത്തിൽ മാത്രമാണു ശ്രദ്ധ. ഒരുസമയത്ത് ഒരു കാര്യം മാത്രമേ ചെയ്യൂതാനും. മാംസപ്രത്യക്ഷങ്ങൾ അഞ്ചും കഴിഞ്ഞിട്ടുവേണം ഇനി മത്സ്യപക്ഷം. തുടർധാരകൾ വേറെയും. അതിനിടയിൽ ശ്രദ്ധാഭ്രംശം വറുതേട്ടന്റെ ചര്യാവട്ടത്തിൽ നിഷിദ്ധം!

■

തൊമ്മിയുടെ അപ്പം

ഒരു ഡോക്യുമെന്ററിയുടെ ചിത്രീകരണ പൂർവയാത്രയ്ക്കിടയിലാണ് കടലിലേക്കു മുനകൂമ്പി നിൽക്കുന്ന ആ പട്ടണ പാർശ്വത്തിലെത്തിയത്. ഒരു ചായ കുടിക്കുവാനുള്ള തരിപ്പു നാവിൽ. പാതി 'സി' ക്ലാസു കടയും പാതി ചായക്കടയുമായി ഒരു ചായ്പ്. മുമ്പിൽ തൂങ്ങുന്ന ബോർഡ് കൗതുകമുണർത്തി: 'കഫെ ദെ തൊമ്മി'. പെട്ടെന്ന് മഹാരാജാസ് കോളേജിന്റെ ഹോസ്പിറ്റൽ റോഡിലെ ന്യൂ ഹോസ്റ്റലിന് എതിർവശത്തുണ്ടായിരുന്ന ചിന്മയാനന്ദ സ്വാമിയുടെ പൂർവാശ്രമ പർവത്തിലെ കളിച്ചങ്ങാതി ഗംഗാധരന്റെ 'കഫെ ദെ ഗംഗ' ഓർമ വന്നു. 'പേരു കണ്ടോരിണ്ടൽ വേണ്ടെന്നും ഗംഗ എന്ന ഗംഗാധരന്റെ കാപ്പിപ്പീടിക എന്നേ പേരുകൊണ്ടുദ്ദേശിച്ചിട്ടുള്ളൂ' എന്നും പറഞ്ഞുതന്നത് കെ.എൻ. ഭരതൻ മാസ്റ്ററാണ്. 'കഫെ ദെ തൊമ്മി' പക്ഷേ, ഗംഗാവിലാസത്തെ കടത്തിവെട്ടി; തൊമ്മിയുടെ കാപ്പിപ്പീടിക. തൊമ്മന്റെയല്ല, തൊമ്മിയുടെ. അതിൽ തന്നെയുണ്ട് തീരദേശ സംസ്കൃതിയുടെ ചുവനേര്!

അകത്ത് രണ്ടു ബഞ്ചും രണ്ടു ഡസ്ക്കും. പലഹാര അലമാരയില്ല. തൽസ്ഥാനത്ത് ഭിത്തിയോടു ചേർന്ന് ഒരു തട്ടിൽ ഓലക്കുട തൊപ്പിയും താഴെ വിലങ്ങനെ രണ്ടു പങ്കായവും. മുകളിൽ ഒരു ആമയുടെ പുറന്തോട് സ്റ്റഫ് ചെയ്തു തൂക്കിയിരിക്കുന്നു. വിചിത്ര വ്യംഗങ്ങൾ കണ്ടെടുക്കാവുന്ന ഒരു ലോഗോയുടെ തൽപ്രത്യക്ഷം.

കഥാപുരുഷൻ തൊമ്മി തന്നെയാണ്, മുന്നിലെ 'സി' ക്ലാസ് കടയിലും 'കഫെ തൊമ്മി'യിലും കർമി. മറ്റൊരു നിഴൽ പോലും തുണയ്ക്കു ചേർത്തു കണ്ടില്ല. സ്വന്തം ചെയ്വന മാത്രമേ കഫെയിൽ വില്പനയ്ക്കും ഒരുക്കൂ എന്നുണ്ടോ ആവോ? കണ്ടാൽ ആ അന്തരീക്ഷത്തിൽ കൃത്യമായി ഇൻസെർട്ട് ചെയ്തു പതിച്ച പ്രതീതി ഉണ്ടാക്കുന്ന ആൾരൂപം. ഹോചിമിന്റെ താടി, നിറം എണ്ണക്കറുപ്പ്. അരക്കളസം. മീതെ കയ്യില്ലാത്ത ടീ ഷർട്ട് ബനിയൻ. ചുമലിൽ ഒരു ടർക്കി. അതുകൊണ്ട് താടി ഉഴിഞ്ഞ ശേഷം എന്തു വേണമെന്ന് ആംഗ്യത്തിൽ ചോദ്യം.

ചായ.

ആംഗ്യത്തിൽ പിന്നെ? എന്ന തുടർചോദ്യവും.

കഴിക്കാൻ...?

ചെറുതോ വലുതോ എന്ന് വീണ്ടും ആംഗ്യം.

വിശപ്പുണ്ടായിരുന്നു. അതിനാൽ ഇടത്തരം എന്നുത്തരം. തൊമ്മി മൊൺസ്യൂർ തലയാട്ടി. വശം കടന്നു വാതിലിനപ്പുറത്തേക്കു പോയി. വാതിലിൽ ഒരു പാതി കടുംചുവപ്പും മറുപാതി കടും നീലയും നിറത്തിൽ കർട്ടൻ.

അല്പം കഴിഞ്ഞ് ആവി പറക്കുന്ന മൂന്ന് അപ്പവുമായി തിരികെ അവതാരം.

കറി?

മുട്ടയാവാം.

ഉള്ളി പരസ്പരം ലയിച്ചു കുഴ പരുവമാകാതെ നേരു തെളിഞ്ഞ് മീതെ പൊടിതരി വിട്ടുപോകാതെ എരിവു വീര്യം നിറനിറഞ്ഞു പുഴുങ്ങിയ മുട്ടയ്ക്ക് ഇടനില കൊള്ളാൻ പാകത്തിന് ശയ്യാസമം വിതാനിച്ച മുട്ട റോസ്റ്റ് മുന്നിലെത്തി.

കുട്ടിക്കാലത്തു പതിവായി ലഭിച്ചിരുന്ന അതേ പരുവം. അന്നൊക്കെ മുട്ട റോസ്റ്റ് എന്നു പറഞ്ഞാൽ ഇവ്വിധമായിരുന്നു അവതാരം. പിന്നെപ്പിന്നെ എപ്പോഴോ ആ കൂട്ടിന്റെ മട്ടുമാറി. വിധം തെറ്റി രുചിമട്ടം പോയി. സവാള അരഞ്ഞും കുഴഞ്ഞും അതിൽ മുളകുമസാല ചാറായി തെളിഞ്ഞും വേറിട്ട് ഊറിയും പച്ചമുളകും ഉണക്കമുളകും മാറിമാറി ഇഞ്ചി, വെളുത്തുള്ള്യാദികൾ ഇടചേർത്തും ചുമപ്പിന്റെ എരിവു വീര്യം നഷ്ടപ്പെട്ട് ഒരയകൊയമ്പൻ പരുവത്തിൽ ആയി പിന്നീടുള്ള പ്രത്യക്ഷം. നിറം മാറിയുള്ള തുടർ അവതാരത്തിൽ ഭക്ഷണാനന്തരവും നാവിലിറ്റി നിൽക്കുമായിരുന്ന പഴയ രുചിയിലെ എരിവു നിറവു നഷ്ട സൗഭാഗ്യമായി.

പോയകാല രുചിനിർവൃതിയുടെ വിരുത്ത പ്രത്യക്ഷത്തിലാണ് 'കഫെ ദെ തൊമ്മി'യിലെ മുട്ട റോസ്റ്റിന്റെ ഈ എഴുന്നള്ളത്ത്. നാവിൽ ദർശന മാത്രയിൽ വെള്ളമൂറി.

രുചിയിൽ പക്ഷേ, ഇടചേർച്ചകളിൽ ഒരു മാത്രയുടെ വ്യത്യാസം. ജീരകമുണ്ട്. മല്ലി, കുരുമുളക്, കറുവപ്പട്ട എന്നിവയ്ക്കൊപ്പമുള്ള സമൃദ്ധമായ വറ്റൽമുളകിന്റെ നിറഞ്ഞാട്ടം ചുവപ്പുരാശിയെ മുൻനിർത്തുന്നു. ഇഞ്ചി വെളുത്തുള്ളി തമ്മിലരഞ്ഞ കൂട്ട് ഇടവിതാനത്തിൽ തേമ്പി കിടപ്പുണ്ട്. പൊടിതരി നാവിലിറ്റുന്നില്ല. എന്നാൽ സവാളയെ അടിച്ചമർത്തി കുഴച്ചു വശം കെടുത്താതെ പോയകാല രുചി സംസ്കൃതിയോട് ഐക്യദാർഢ്യം പ്രകടിപ്പിച്ചുകൊണ്ട് നേര് തെളിഞ്ഞ് കാണുന്നു.

ഇതൊരു 'കഫെ ദെ തൊമ്മി' സ്പെഷ്യൽ തന്നെ!

എന്നാലും ഈ രുചി വഴിയേ നാവ് എപ്പോഴോ മുമ്പേ സഞ്ചരിച്ചിട്ടില്ലേ?

ശങ്ക ബാക്കി.

ഗതകാല രുചി നിറവുകൾ അയവിറക്കി കൂട്ടിയും കുറച്ചും നോക്കി. തള്ളുകയും കൊള്ളുകയും ചെയ്തു. എന്തോ ചിലതുകൂടി ചേർത്താൽ പരിചിതമായൊരു രുചി പ്രത്യക്ഷമാകും ഉറപ്പ്.

മനസ്സ് കൊണ്ടൊരിത്തിരി തേങ്ങാ ചുരണ്ടിയിട്ടു. ഒരു തക്കാളി നുറുനുറുങ്ങായരിഞ്ഞു. സവാള നേർത്ത നീൾ നാളികളായരിയുന്നതിനു പകരം പൊടിപൊടിയാക്കി നിവേശിപ്പിച്ചു. മനസ്സിന്റെ വറചട്ടിയിൽ കടുകു താളിച്ച് സ്മൃതിയിലയിൽ വിളമ്പി നാവിൽ തൊടുമ്പോൾ തെളിഞ്ഞത് ഒരു നാടിനോടു ചേർന്നു പുകൾ കേൾവി സ്വന്തമാക്കിയ രുചി ശ്രുതിയുടെ സ്വാദിന്റെ നിറവ്. 'ചെട്ടിനാട്' എന്ന് എരിവിന്റെ ശീൽക്കാര തുടിയിൽ നാവു മന്ത്രിച്ചു. ചെട്ടിനാട് ചിക്കനും മട്ടനും ഫിഷും പച്ചക്കറിയുടെ ഭാവാന്തരങ്ങളുമടക്കം പല പ്രത്യക്ഷങ്ങൾ ഓർമയിൽ നിരന്നു! അക്കൂട്ടത്തിൽ മുട്ടയുടെ ഒരവതാരം പക്ഷേ ഓർമയിലില്ല.

ഹാറ്റ്സ് ഓഫ്! ഇതു മൊൺസ്യൂർ തൊമ്മിയുടെ സ്വകീയം. വേണമെങ്കിൽ മേൽവിധം ബാന്ധവ വഴി ചെട്ടിനാടിലേക്കും ഇവിടെ നിന്നു പുറപ്പെട്ടെത്താമെന്നു മാത്രം. പക്ഷേ, എന്തിനു വൃഥാ വ്യായാമം? അല്ലാതെ തന്നെ രുചിവട്ടം സമഗ്രം.

തൊമ്മി സഖാവിനെ നോക്കി രുചിയമൃത് ഒന്നാന്തരം എന്ന് ആംഗ്യത്തിൽ മന്ത്രിച്ചപ്പോൾ കഥാപുരുഷന്റെ മുഖത്തിനു മുമ്പേ നിർവൃതി ശ്രുതിയിൽ ചിരിച്ചത് ഹോചിമിൻ താടി.

■

രുചിവീട്ടിലെ സഖാവ് വിരോണി

പാതാളംകുടി എന്നൊരു അടിവാര നാട്. അവിടെ സുവർക്കപറമ്പ് എന്നൊരു മൂല. മൂലയ്ക്കലൊരു വഴിമുക്ക്. മുക്കിനഭിമുഖമായി ഒരു ആഹാരശാല. അതിനിട്ട പേരും സവിശേഷം: രുചിവീട്. പേര് അന്വർഥ മാക്കുംവിധമാണ് ആകൃതിയും. ശരിക്കും വീടുതന്നെ. മുന്നാമ്പുറത്തെ കോലായ തീറ്റമുറി. അകത്തെ തളം ശേഖരിപ്പിടം. ഊട്ടുമുറി ഒരുക്ക മുറി. അടുക്കള.

ആകൃതിയിലെ അനന്യത കൃത്യവിധങ്ങളിലും. അവിടെ മാത്രം ലഭിക്കുന്നതെന്നു തോന്നിപ്പിക്കുന്ന വിഭവങ്ങളാണു ലഭ്യം.

ആട്ടിൻപാലിൽ നിറവിളമ്പുന്ന ചായ. മുഴുത്ത ഗ്ലാസിൽ അവതരി ക്കുന്ന അരച്ചായ നമ്മുടെ പതിവു മട്ടത്തിലെ മുഴുച്ചായയേക്കാൾ സമൃദ്ധം. ഗ്ലാസുപാതിയിൽ വെന്ത പാലിനു അലങ്കാരമായൂറിയ ചായക്കടുപ്പത്തിന്റെ രുചി നിലാവിൽ ഉലഞ്ഞുയർന്ന പതഘോഷം.

അരിപ്പുട്ടല്ല ചെമ്പാവു വിരുത്തത്തിൽ പൊക്കാളിക്കൂറിൽ ഇല്ലിമുളം കണയിൽ ഇടച്ചേരുവയായി പീരയ്ക്കു പകരം ഈർക്കിൽപരുവത്തിൽ നീൾ കീറിയ എരിവിന് എരിവഴകായ നാടൻ ഉണക്ക വറ്റൽ മുളകും മുളകുനിരയ്ക്കിരുവശവുമായി കടലാസുകനത്തിൽ തേങ്ങാപ്പീര മുഴുപ്പിൽ വീശിയരിഞ്ഞ ചുമന്നുള്ളിക്കൂട്ടവും. ആവിവിടാതെ കണയിൽനിന്നു നേരിട്ടു കുത്തി പിഞ്ഞാണപ്പാത്രത്തിൽ അവതരിപ്പിച്ചു മാത്രം പ്രത്യക്ഷം. അനുസാരിയായി ചുട്ട പപ്പടം, ഉണക്കമീൻ ചമ്മന്തി, വേപ്പിലക്കട്ടി വൃത്ത ത്തിൽ. ഉണക്കയിറച്ചി ഉരൽ നാഴിയിൽ എരിവു പുണർന്ന് ഉലക്ക യോടുരുമ്മി ഖരവും ദ്രവവുമല്ലാത്ത മധ്യാവസ്ഥയിൽ എഴുന്നള്ളിവരും നാവിന്റെ ഗർവ്വടക്കുവാൻ.

ചട്ടയും വിശറിഞൊറിയുള്ള മുണ്ടും മേയ്ക്കാമോതിരവും കൊഴുത്ത മാറോടു ചേർന്നു ചട്ടയുടെ ചിത്രപ്പണി പോലൊട്ടി മുഴുത്ത വെന്തിങ്ങായു മാണ് പ്രൊപ്രൈറ്ററസ് സഖാവ് വിരോണിയുടെ അലങ്കാരവട്ടം. സഖാവ് എന്നതും ഭംഗിവിളിയല്ല. പാതാളംകുടിയിൽ ആദ്യ കമ്യൂണിസ്റ്റ് സഖാവ്

ഫെമിനിൻ ജെൻഡറിലാണു രക്തനക്ഷത്രമായി ഉദിച്ചതെന്നു ദേശ ചരിത്രം!

ഒറ്റാന്തടിയാണു സഖാവ്. സഹായിയും വിളമ്പുകലയും ബില്ലിങ്ങും പണമിടപാടും ദേഹണ്ഡവും മൊത്തം ഒറ്റയാളവളൊരുത്തിയുടെ ചെയ്വന. പുലർച്ചയ്ക്ക് ആറുമണിക്ക് രുചിവീടുണരും. അസ്തമയം കഴിഞ്ഞു പിന്നെ ആഹാരശാല തുറന്നിടുക പതിവില്ല.

പകലറുതി കഴിഞ്ഞാൽ കടയടച്ചു തട്ടും ചെമ്പും മോറി പിന്നെ ചെരിവിറക്കത്തിലെ ചോലയൊഴുക്കിൽ ആർഭാടപൂർവം ഉടുത്ത വസ്ത്രം തിരുമ്മിയലക്കി മേലു താളി തേച്ച് മുടി വിടർത്തി വിസ്തരിച്ചുള്ള നീരാട്ട്. പിന്നെ കൂടണഞ്ഞു പിറ്റേന്നത്തെ രുചിഘോഷത്തിനുള്ള മുന്നൊരുക്ക ശുശ്രൂഷ. ഏഴരയെന്നൊരു മണിനേരം ഇരുട്ടിനു കൂട്ടുണ്ടെങ്കിൽ ഒരു മുഴു ഗ്ലാസ് പതതൊടാതെ ആട്ടിൻപാലും രണ്ടു ഒശത്തി ഏത്തപ്പഴം പുഴുങ്ങിയതും ചേർത്ത അമൃതേത്ത് അത്താഴം. പിന്നെ വിളക്കൂതി കയറ്റുകട്ടിലിൽ പായ നിവർത്തി പടിചാരി മൂന്നു മസുമൂറയും ഓരോ 'ആകാശത്തിലിരിക്കുന്ന ബാവാ...'യും 'നന്മനിറഞ്ഞ മാതാവേ...'യും ചൊല്ലി കുരിശുവരച്ച് അതേ വീർപ്പിൽ 'പൊന്നരിവാളമ്പിളി...' കൂടി പാടി രണ്ടു മുദ്രാവാക്യം നിശ്ശബ്ദം കൈകൾ ഉയർത്തി മുകളിലേക്ക് വീശി മനസ്സിൽ ജപിക്കുംവരെ നിദ്രാദേവി സഖാവിനെ പരിണയിക്കുവാൻ ക്ഷമയോടെ കാത്തുനിൽക്കും.

വിഭവങ്ങളുടെ മട്ടുപരുവം കടമുള്ള വെള്ളിയാഴ്ച ദിവസം പക്ഷേ, മാറും. അന്നു പച്ചക്കറി വിട്ടൊരു കളിയില്ല. പൂട്ട് പിന്നെ പതിവുവിധം തുടരും. പക്ഷേ, അകമ്പടി ഇനതാരികൾ മാറിയാവും പ്രത്യക്ഷം.

ചമ്മന്തിയുടെ അവസ്ഥാന്തരങ്ങളാണു ചുട്ട പപ്പടത്തിന് അന്ന് അകമ്പടി. മൂന്നുവിധമുണ്ട് ചമ്മന്തി സഖാക്കളുടെ അവതാരം.

ചന്ദന നിറത്തിൽ തേങ്ങയരഞ്ഞുവരുന്ന ചമ്മന്തിക്കു പേര് എം.എൻ. ചമ്മന്തി എന്നാണ്.

ചന്ദനംവിട്ട് ചുമപ്പിനോടു കൂടുതൽ ചായ്വ് കലർന്ന അവതാരമാണു നായനാർ ചമ്മന്തി.

കടുംചുമപ്പിൽ ദർശനമാത്രയിലേ നാവുതരിക്കുന്ന ചമ്മന്തി സഖാവിന്റെ പേരിലുമുണ്ട് രുചിവീര്യത്തിന്റെ വിപ്ലവക്കൂറ്. ടിയാൻ കെ.പി.ആർ. ചമ്മന്തിയാകുന്നു!

എം.എൻ. ഗോവിന്ദൻ നായരേയും ഇ.കെ.നായനാരേയും കെ.പി.ആർ. ഗോപാലനേയും വിരോണി സഖാവ് കണ്ടിട്ടില്ല.

പത്രത്തിൽ പടം കണ്ടിട്ടില്ലേ എന്നു ചോദിച്ചാൽ, ഇല്ല... വിരോണി എഴുത്തും വായനയും പഠിച്ചിട്ടില്ലാത്തതുകൊണ്ടു പത്രം വായിക്കുന്ന

പതിവുമില്ല. ഈ വക പരിഷ്കാരങ്ങളൊക്കെ വരുംമുമ്പേ മനുഷ്യരു തമ്മിൽ വാമൊഴി വഴിയല്ലേ ഓരോന്നു പറഞ്ഞും പകർന്നും പകുത്തും പോന്നിരുന്നതെന്ന ന്യായം ഉള്ളിൽ പതഞ്ഞുയരുന്നുണ്ടാവും.

ഒന്നു പറയാൻ വിട്ടു. രുചിവീട്ടിൽ വരുന്ന കസ്റ്റമേഴ്സെല്ലാം വിരോണിക്കു സഖാക്കളാണ്. അതിപ്പോൾ പള്ളിയിലെ വികാരിയച്ചൻ വന്നാലും വിരോണിയുടെ കുശലമുറ ചുമപ്പുവൃത്തം വിടില്ല.

“അച്ചൻ സഖാവിനെ ഈ വഴി കണ്ടിട്ടു കുറെയായല്ലോ!”

എപ്പോഴും എപ്പോഴും സ്തുതിയായിരിക്കട്ടെ!

ലാൽസലാം... ആമ്മേൻ!

■

ദുഃഖവെള്ളിയുടെ കഞ്ഞി

സാമാന്യം ദീർഘമായ ശുശ്രൂഷാക്രമങ്ങളാണ് ദുഃഖവെള്ളിയാഴ്ചയുടെ ആചരണത്തിൽ യാക്കോബായ, ഓർത്തഡോക്സ് സഭാവിഭാഗങ്ങൾ ക്കുള്ളത്. രാവിലെ തുടങ്ങിയാൽ കബറടക്ക ശുശ്രൂഷ കൂടി കഴിഞ്ഞ് പള്ളിയിൽ നിന്നും പിരിയുമ്പോൾ ഉച്ചതിരിഞ്ഞു മൂന്നു മണിയെങ്കിലു മാകും. പഴയ ചിട്ടയനുസരിച്ച് ആ പകൽ ഉപവസിക്കണമെന്നാണ്. കഷ്ടാനുഭവത്തിന്റെ സാധർമ്യമായി രാവിലെ വെറും വയറ്റിൽ ആര്യ വേപ്പിന്റെ ഇല അതിന്റെ കയ്പത്രയുമോടെ ചവച്ചരച്ചു തിന്നിരുന്ന തോർക്കുന്നു. ശുശ്രൂഷയുടെ ഇടപാദങ്ങളിൽ പള്ളിയിൽ നിന്നും അര ക്കവിൾ കയ്പുനീർ (ചെന്ന്യായം ചൊറുക്കയിൽ കലക്കിയത്) തൊണ്ട യിലിറ്റിച്ചു തന്നിരുന്നതും ഇതേവിധം പ്രതീകാത്മകമായാണ്. തുടക്കം തൊട്ടവസാനം വരെയുള്ള ക്രമങ്ങളിൽ ഏതാണ്ട് ഒരു നൂറു തവണ യെങ്കിലും നിൽക്കുന്ന നിൽപിൽ നിന്നും മുട്ടുകുത്തി തറയിൽ ശിരസ് മുട്ടിച്ചു കുമ്പിട്ടും പ്രതിവാക്യങ്ങളും പ്രതിസ്തോത്രങ്ങളും വിലാപത്തിന്റെ ഗീതങ്ങളും ഉറക്കെ ചൊല്ലിക്കൊണ്ടുമാണ് ആരാധനയിൽ പങ്കെടുക്കുക. ക്രമങ്ങളത്രയും കഴിയുമ്പോൾ ഒരു പരവേശം സ്വാഭാവികമാണ്. കുടലാകെ ഉണങ്ങി നാഡികളാകെ വലിഞ്ഞു തൊണ്ടയിൽ ചെറിയ വരൾച്ച അനുഭവപ്പെടും. നാട്ടിലായാലും നഗരത്തിലായാലും വീടെത്തി അടുപ്പു തെളിച്ചു ഭക്ഷണമൊരുക്കുമ്പോൾ പരവേശം ഇരട്ടിക്കും. നേരമേറെ വൈകും. ഇതു മുൻകൂട്ടി കണ്ടിട്ടാവണം പള്ളിയിൽ തന്നെ ഭക്ഷണമൊരുക്കാമെന്നു പണ്ടു കാരണവന്മാർ തീരുമാനിച്ചത്.

വിശന്നു വരണ്ടിരിക്കുമ്പോൾ ഖരഭോജ്യത്തേക്കാൾ നന്ന് അർദ്ധ ദ്രാവകരൂപത്തിലുള്ള കഞ്ഞി എന്നു തീരുമാനിച്ചതും ദീർഘവീക്ഷണ ത്തോടെയാവണം. പതിവു തെറ്റിച്ച് ആമാശയ കോശങ്ങൾക്കു വരി ക്കേണ്ടി വന്ന നിർബന്ധിത വിശ്രമത്തിനിടയിൽ കയ്പുനീരിന്റെ ലേപന ത്തിലെ ഔഷധപരമായ ഗുണസാധ്യതയും മുൻകൂട്ടി കണ്ടിരിക്കണം. സമൂഹത്തിന്റെ വ്യത്യസ്ത ശ്രേണികളിൽപ്പെട്ടവർ വരാന്തയിലും മുറ്റത്തും നിരന്നിരുന്നു കഞ്ഞിയും പയർ ഉലർത്തിയതും മാങ്ങാ അച്ചാറും സ്വച്ഛമായി കഴിക്കുന്ന കാഴ്ച ഇരു സഭകളിലെ ദേവാലയങ്ങളിലും

മാർത്തോമ്മാ സഭയുടെ ദേവാലയങ്ങളിലും ദുഃഖവെള്ളിയാഴ്ച മധ്യാഹ്ന പതിവാണ്.

പണ്ടു നാട്ടിൽ ചെറായി വലിയ പള്ളിയിലെ പഞ്ചാരമണൽ മുറ്റത്ത് ചമ്രം പടിഞ്ഞിരുന്നു തെങ്ങോല കൊണ്ടുള്ള തരികിടയ്ക്കുള്ളിൽ മണലിലൊരു കുഴിയെടുത്ത് അതിനുമീതെ വാഴയിലച്ചീളു നിരത്തി അതിൽ ചൂടുകഞ്ഞി വീഴ്ത്തി പയറുലർത്തിയതും മാങ്ങ അച്ചാറും കൂട്ടി പ്ലാവിലക്കുമ്പിൾകൊണ്ടു മൃഷ്ടാന്നം കുടിച്ച നാളുകളിലെ രുചി സുകൃതം ഇപ്പോഴുമുണ്ട് നാവിൽ; ചുടുകഞ്ഞിയുടെ സ്വർഗീയ·

ലഹരിയിൽ വാഴയില വാടുമ്പോഴുള്ള നറുഗന്ധവും. നഗരത്തിലെത്തിയപ്പോൾ പള്ളിവരാന്തയിൽ പായ മടക്കി അതിലിരുന്നു വസ്തി പിഞ്ഞാണത്തിൽ കഞ്ഞിയും ഇലച്ചീന്തിൽ ഇനതാരികളും വിളമ്പി സ്പൂൺ കൊണ്ടു കോരിയായി പാനം. പയറുലർത്തിയതിനും മാങ്ങയച്ചാറിനും അലങ്കാരമായി അവൽ വിളയിച്ചതുകൂടി പരിഷ്കാരത്തിന്റെ ഭാഗമായി ഇടചേർന്നു പിന്നീട്. (ചിലയിടങ്ങളിൽ നേർച്ചയായി അവൽ വിളയിച്ചതു വിളമ്പുന്നതു പതിവുള്ളതാണല്ലോ). ദുഃഖവെള്ളിക്കു മുമ്പുള്ള തിങ്കൾ, ചൊവ്വ ദിനങ്ങളിൽ വീടുകളിൽ നിന്നും നേർച്ചയായി കൊണ്ടുവരുന്ന പച്ചമാങ്ങകൾ ഇടവകാംഗങ്ങളായ വീട്ടമ്മമാരിരുന്ന് അച്ചാറാക്കുന്ന ശ്രമദാനത്തിന്റെ അനുഷ്ഠാനം ഇന്നും തുടർന്നു പോരുന്നു. ഇതിന്റെ ഭാഗമായ സൊറവട്ടങ്ങളിൽ നിന്നും നോയമ്പു വീടിക്കഴിഞ്ഞാൽ നടത്തുവാൻ പാകത്തിനു പല കല്യാണാലോചനകളും തിരി നീട്ടാറുണ്ടായിരുന്നുവത്രേ.

മരണവീടുകളിൽ ശവസംസ്കാരത്തിനു ശേഷം ഒരുക്കുന്ന കഞ്ഞി വിരുന്നിന് 'പഷ്ണിക്കഞ്ഞി' എന്നു പേരുവീണത് പട്ടിണി കിടന്നശേഷം കഴിക്കുന്ന കഞ്ഞി എന്ന അർഥത്തിലാവണം. ആ രീതിവട്ടത്തിൽ നിന്നു തന്നെയാണ് ദുഃഖവെള്ളിയാഴ്ച ഒടുവിലെ ഈ കഞ്ഞിയനുഷ്ഠാനവും രൂപപ്പെട്ടുവന്നത്. ക്രിസ്തുവിന്റെ കുരിശുമരണത്തെയും സംസ്കാരത്തെയും പ്രാർഥനാപൂർവം ആചരിക്കുന്ന ശുശ്രൂഷയാണല്ലോ ദുഃഖവെള്ളിയുടേത്.

മരണവിവരമറിഞ്ഞു വരുന്നവർ സംസ്കാര ശുശ്രൂഷ കഴിഞ്ഞു വീണ്ടും മരണവീട്ടിൽ സന്ധിച്ച് ദുഃഖിതരായ വീട്ടുകാരുമായി ഹൃദയൈക്യം പ്രകാശിപ്പിച്ച ശേഷം മാത്രം മടങ്ങുക എന്നതായിരുന്നു മുൻകാലങ്ങളിലെ പതിവ്. മരണവീടുകളിലേക്ക് ഇന്നത്തെപ്പോലെ വിസിറ്റിങ് വിസയുമായി ഹ്രസ്വ സന്ദർശനത്തിന് ആരും വന്നു കയറാറില്ലായിരുന്നു. മരണം നടന്നാൽ പിന്നെ ആ വീട്ടിൽ സംസ്കാരം കഴിഞ്ഞ് മടങ്ങിയെത്തിയശേഷമേ അടുപ്പുകൂട്ടൂ. (ചാണകം മെഴുകിയ വീടാണെങ്കിൽ അടുക്കള പുതുതായി മെഴുകിയശേഷം മാത്രമേ അടുപ്പിൽ തീ കത്തിക്കാറുള്ളൂ.) ഇടയ്ക്കു വന്നുചേർന്നവർക്ക് അയൽവീട്ടുകാർ കടുംകാപ്പി താന്താങ്ങളുടെ വീട്ടിലുണ്ടാക്കി കൊണ്ടുവന്നു നൽകും. സംസ്കാരശുശ്രൂഷ കഴിഞ്ഞ് എല്ലാവരും വീട്ടിലെത്തുമ്പോൾ അതിനകം അയൽവീടുകളിൽ നിന്നും തയ്യാറാക്കി കൊണ്ടുവരുന്ന ചൂടുകഞ്ഞിയും പയറുലർത്തിയതും മാങ്ങയച്ചാറും വിളമ്പും. ആ പഷ്ണിക്കഞ്ഞികൂടി കഴിച്ചിട്ടേ മരണമന്വേഷിച്ചു വന്നവർ മടങ്ങാറുള്ളൂ.

ജാതിമത ഭേദമെന്യേ നമ്മുടെ നാട്ടിൽ പതിവുണ്ടായിരുന്ന വഴക്കമാണിത്. ഓരോ സമൂഹവിഭാഗത്തിന്റേയും ഭോജന സംസ്കാരത്തിനനുസരിച്ച് വിഭവങ്ങളിൽ മാറ്റം ഉണ്ടായിരുന്നുവെന്നു മാത്രം. ഹൈന്ദവ ഭവനങ്ങളിൽ കഞ്ഞിക്കു പകരം ഊണാകും. അതിൽ വിഭവങ്ങൾ പേരിനു മാത്രമായിരിക്കും. ചൂടുചോറ്. സാമ്പാറിനു പകരം ഒരു പുളിങ്കറി. ഒരു മെഴുക്കുപുരട്ടി. ചിലപ്പോൾ ഒരച്ചാറും. അത്രതന്നെ. ഇതത്രയും അയൽഗൃഹങ്ങളിൽ നിന്നു തന്നെയാണ് ഉണ്ടാക്കിക്കൊണ്ടുവരിക. മുസ്ലിം സമുദായത്തിലാണെങ്കിൽ അവരുടെ നോമ്പുതുറ വിഭവങ്ങൾക്കു സമാനമായ വിഭവങ്ങളായിരിക്കും ഒരുക്കുക. കൊച്ചിയിലെ കച്ച് വംശജർക്കിടയിൽ പരിപ്പു വേവിച്ചതും ചോറും ഇടകലർത്തിയുണ്ടാക്കുന്ന 'കുന്നിച്ചോറ്' എന്ന പ്രത്യേക മിശ്രിതമാണ് പതിവ്. നാടിന്റെ സഹജമായ വഴക്കങ്ങൾ ഇവിടെ അധിവസിക്കുന്ന എല്ലാവരും രീതി പതിവുകളുടെ വ്യത്യാസങ്ങളോടെയാണെങ്കിലും ഒരുപോലെ ആചരിച്ചുപോന്നു. ■

രുചി ഏട്ടൻ

"വൈകീട്ട് എവിട്യാൺടാ?"

ചോദിച്ചത് താവു എളേപ്പനാണ്.

മറുപടി ഒരു നിമിഷം വൈകിച്ച് ഇത്താക്കു ഒന്നാലോചിച്ചു. വിക്ടറീലു ഷംസു ഉണ്ടാവും. ചെന്നാൽ മേലു തൊടാതെ നാലെണ്ണം പൂശാം. കൂട്ടത്തിൽ അടച്ചൊരു വിലയ്ക്ക് അയാളുടെ പുരയിടത്തിലെ അടയ്ക്കാ താഴ്ത്തിപ്പിടിക്കുകയും ചെയ്യാം. വാറുണ്ണിയുടെ തട്ടിൻപുറത്തു ചെന്നാൽ അൻപത്തിയാറിലൊരു പിടിപിടിക്കാം. അയാളുടെ പെമ്പിള അന്നംകുട്ടിയുടെ കുരുമുളകു വിതറി തേങ്ങാക്കൊത്തിട്ട ബീഫ് പുരളൻ അകമ്പടിയുമുണ്ടാകും. ഇനി ഇതൊന്നും അല്ലാന്നുണ്ടെങ്കിൽ സ്വന്തം പെമ്പിള മറിയക്കുഞ്ഞിനേയും കൂട്ടി അവളുടെ വീട്ടിൽ ചെന്ന് അവിടടുത്തുള്ള ഒല്ലൂർ എവുപ്രാസിയമ്മേടെ മഠത്തിലെ ചേച്ചി സിസ്റ്ററിനെ പോയൊന്നു കാണാം. മഠത്തിൽ പോകുമ്പോൾ കൊടുക്കാൻ അച്ചപ്പം, ചുരുട്ട്, കുഴലപ്പം, പൊട്ടും പൊടീം ഉണ്ടാക്കി വച്ചിട്ടു നാളു നാലായി.

"ഇത്താക്കേ."

"വൈകീട്ട്...?"

ഇത്താക്കു പിന്നെയും മടിച്ചു. താവു അതു മനസ്സിൽ വായിച്ചു. അറ്റകൈ പ്രയോഗിച്ചു.

"ടാ, ശൂശ എളേമയ്ക്കൊരു നിർബന്ധം. ഏട്ടക്കൂരിത്തല കായയിട്ടു വച്ചത് നിനക്കുകൂടി തരണംന്ന്."

അതിൽ ഇത്താക്കു വീണു.

സമസ്തസാഷ്ടാംഗം!

"എളേമ്മയ്ക്കു സ്നേഹംണ്ട്, അതാ... ഞാനവിടെ എത്തി."

സമ്മതത്തിലിത്തിരി പ്രശംസ കൂടിച്ചേർത്ത് ഇത്താക്കു വിളമ്പി.

ഇത്താക്കുവല്ല ഏതു കുന്നംകുളത്തുകാരനും ഏട്ടക്കൂരിത്തല കായയിട്ടു വച്ചത് അവതരിക്കുന്ന തീൻമേശയിലേക്കൊരു വിളി വന്നാൽ അവിടെ വീഴും; തൽക്ഷണം കീഴടങ്ങും. അച്ചട്ടാണ്. ഈ മത്സ്യാവതാരം

ആ ദേശത്തിന്റെ പൊതുവികാരവും ബലഹീനതയുമാണെന്ന് ചരിത്രം സാക്ഷ്യപ്പെടുത്തുന്നു. കുന്നംകുളത്തു മാത്രമല്ല, ഒന്നിലേറെ കുന്നംകുള ത്തുകാർ ചെന്നെത്തുന്ന എവിടേയും വംശപതാകയ്ക്ക് അടയാളം ഏട്ടത്തല തന്നെ.

കുന്നംകുളം പ്രവിശ്യയിൽ നിന്നും കൊച്ചിയിൽ ആദ്യം കുടിയേറി യത് ആരെന്ന് കൃത്യമറിയില്ല. ചാവക്കാട്ടുനിന്നും വന്ന കുഞ്ഞാലു സാഹിബ് ഇവിടെ ടി.ഡി. റോഡിൽ ഡോ.കുഞ്ഞാലൂസ് നഴ്സിങ് ഹോമി ലൂടെ വംശാവലിക്കു വർത്തമാനകാലത്തേക്കു തുടർച്ച നെയ്തത് അറിയ പ്പെടുന്ന കഥ. അല്ലാതെ വർത്തകവഴിയേ, വിപണി കയ്യടക്കുവാൻ ആദ്യം അവതരിച്ചതാരാവാം? കുന്നംകുളം സ്വന്തം ഇടം നേടിയെടുത്ത കൊച്ചി ക്കമ്പോള വിപണിയുടെ അറിയപ്പെടുന്ന ചരിത്രം ബ്രോഡ്‌വേയിലെ ഓമന ഷോപ്പ് സ്ഥാപിച്ച പുലിക്കോട്ടിൽ ഉതുപ്പിൽ നിന്നും പുറകെ തൊട്ടയൽ വക്കത്തു ചേക്കേറി ഇംപീരിയൽ വിലാസത്തിൽ വ്യാപാരം തുടങ്ങിയ നേരനുജൻ ഇട്ടൂപ്പിൽ നിന്നും ആണെന്ന് മരയ്ക്കാർ മോട്ടോഴ്സിന്റെ എറണാകുളം സാരഥി പനയ്ക്കൽ ഇട്ടൂപ്പ് താവു എന്ന പി.ഐ. ഡേവിഡ് പണ്ടു പറഞ്ഞതൊരോർമ്മ.

കുന്നംകുളത്തുകാർ അങ്ങനെയാണ്. ഒരാൾ വന്നൊരു കട തുടങ്ങും. കടയിൽ ജോലിക്കാരും ആശ്രിതരുമായി വേറെ കുന്നംകുളത്തു കാരെത്തും. അവർക്ക് കച്ചവടത്തിന്റെ മട്ടും മാതിരിയും ഗുട്ടൻസും ഒരു വിധം കൈയടക്കമെന്നുറപ്പായാൽ ആ നിമിഷം അവരെ പറഞ്ഞുവിടും. വെറുതെയങ്ങു പറഞ്ഞുവിടുക മാത്രമല്ല, കഴിയുമെങ്കിൽ ആ നിരത്തിൽ തന്നെ, അല്ലെങ്കിൽ അകലെയല്ലാതെ ഒരിടത്ത് അവർ സ്വന്തമായി കട തുടങ്ങാൻ പ്രേരിപ്പിക്കുകയും ചെയ്യും. പിന്നെ അവിടെ നിന്നും ഇതേ വിധം പറഞ്ഞയയ്ക്കുന്നവർ കൂടി കടകൾ തുടങ്ങി ഈ വിപണി ചെയിൻ തുടർന്നു തുടർന്ന് കമ്പോളത്തിന്റെ നല്ല പങ്ക് തങ്ങളുടെ സമൂഹത്തിനു കൈയടക്കമാക്കും. കൂട്ടത്തിലൊരാൾക്കു ക്ഷീണം വന്നാൽ ഏറുകൊണ്ടു വീണ കാക്കയെത്തേടി കാക്കക്കൂട്ടം പറന്നെത്തുംപോലെ സമൂഹം സഹായഹസ്തവുമായി ഓടിയെത്തും.

ഓരോ ഘട്ടത്തിലും മുഹൂർത്തത്തിലും ആചാരവട്ടങ്ങളേയും സൊറ ക്കൂട്ടങ്ങളേയും അലങ്കരിക്കുവാൻ ഏട്ടത്തല തീൻമേശയിലെത്തണമെ ന്നത് ഇവർക്കിടയിലെ അലിഖിത കീഴ്‌വഴക്കമാകുന്നു. നാവിൽ വെള്ള മൂറാതെ ഏട്ടത്തല കായഘോഷത്തെക്കുറിച്ചോർക്കുവാനും പറയുവാനും ജൈവ പ്രകൃതത്താൽ തന്നെ ഇവർ അശക്തരുമാകുന്നു.

മറൈൻ കാറ്റ് ഫിഷ് എന്നു സായ്‌വ് പേരിട്ട് ഓമനിക്കുന്ന Arius ജനു സ്സിൽപെട്ട മുഴുത്ത മത്സ്യമാണ് കൂരിയെന്നു നാടൻ നാവുകൊണ്ടു നാം അടയാളപ്പെടുത്തുന്ന ഈ മീൻ സഖാവ്. കൂരി പലവിധമാകാം. അതിൽ ഏട്ടയാണ് ശ്രേഷ്ഠൻ. അദ്ദേഹത്തിന്റെ തലയാണ് ഇവിടെ കഥാനായകൻ.

സാമാന്യം വലിയ തലയാണ് പഥ്യമെന്നതുകൊണ്ടു ചെയ്വനയ്ക്കു കലം മതിയാവില്ല, ഉരുളിതന്നെ വേണം.

ശ്രേഷ്ഠ ഏട്ടത്തലയെ വഴുക്കലും വഴുതലും മാറ്റി ചെകിള ചുക്കു വെള്ളത്തിൽ കഴുകി വൃത്തിവരുത്തിയ ശേഷമാണ് എഴുന്നള്ളിക്കുക. ഉപ്പും മഞ്ഞൾപ്പൊടിയും ചുകചുകന്ന മുളകുപൊടിയും പുറമെ സമൃദ്ധമായി ചുമന്നുള്ളിയും ഇഞ്ചിയും ചതച്ചതുകൂടി ചേർത്ത് തിളവെള്ളത്തിലേക്ക് അദ്ദേഹത്തെ ആറാട്ടിനായി ആനയിക്കുന്നു. പാറപ്പുറത്തിന്റെ 'അരനാഴിക നേര'ത്തിൽ കറുപ്പിന്റെ ലഹരിയിൽ കുഞ്ഞോനാച്ചൻ പൂർവകാല കുസൃതികൾ അയവിറക്കിയ കൂട്ടത്തിൽ വടിവൊത്ത പെണ്ണു 'കിടന്നാൽ കട്ടിലു നെറയും' എന്നു പറയുംപോലെ മിശ്രിതവെള്ളത്തിൽ ഏട്ടത്തലയെ കിടത്തിയാൽ ഉരുളിയുടെ വാവട്ടം എത്തനെ മുട്ടി നിറഞ്ഞു കിടക്കും! പടച്ചിക്കായ ഏതാണ്ട് ശർക്കരവരട്ടിക്കരിയുന്നതിനേക്കാൾ ലേശംകൂടി വലിപ്പം കൂട്ടി കൊത്തിനുറുക്കി ഏട്ടത്തല സഖാവിനു ചുറ്റും 'ഇല്ലംനിറ വല്ലംനിറ' എന്നു പറയുംപോലെ ഉരുളി നിറ നിരത്തും. മീതെ ഒഴുകി നടക്കുവാൻ കറിവേപ്പിലയും. പടച്ചിക്കായ കുറഞ്ഞത് ഒരരക്കുലയെങ്കിലും വേണ്ടിവരും ഇവ്വിധം വിതറി നിറയ്ക്കുവാൻ. തല വലുപ്പവും ഉരുളിവലുപ്പവുമനുസരിച്ച് അതിനിയും കൂടാം. തിളതിള തിളച്ചു വറ്റും മുമ്പ് തലയദ്ദ്യേത്തിന്റെ പ്രത്യക്ഷദ്വാരങ്ങളിലൂടെ കുമിള, നുര, മജ്ജയുടെ സൂചകം എന്നീ മുറയിൽ നെയ് ചായ്വാർന്ന സന്തോഷാശ്രുക്കളുടെ നീരൊഴുക്കു കാണാം. കുറുകി വരുമ്പോഴേക്കും കായക്കഷണങ്ങൾ വിനീതവിധേയരായി അനുസരണയോടെ തൊട്ടാൽ പൊടിയും കുഴ പരുവത്തിലെത്തിയിരിക്കും. ചുമന്നുള്ളി അതിനുമുമ്പേ കുഴഞ്ഞലിഞ്ഞു കുറുക്കുചാറിൽ ലയിച്ചു ചേർന്നിരിക്കും. മീനിന്റെ നെയ്യും എരിവിന്റെ വീറും ചേർന്നൊരു കുറുകുറുകലാണു പിന്നെ. "ഇനി വയ്യാ, ഇതു പാകം; പാകപാകം" എന്നു കാഴ്ചയിലും നറുമണം കൊണ്ടും ഉരുളി വിളംബരം ചെയ്യുമ്പോൾ തീ പേരിനു മാത്രമാക്കി പച്ചവെളിച്ചെണ്ണ തൂവിക്കൊണ്ടൊരു കൂദാശ കൂടിയുണ്ട് കർമ്മവഴിയിൽ.

ഉരുളിയിൽ ഒരുങ്ങി നിറഞ്ഞു തൂവാൻ വിതുമ്പി പ്രത്യക്ഷമാകുന്ന മത്സ്യാവതാരം, കാണുമ്പോൾ ഒരു നൂറു മടങ്ങു മോഹനമെങ്കിൽ മണമായൊഴുകി വരുമ്പോൾ അതൊരായിരം മടങ്ങു വശ്യമെന്നും നാവിലെത്തുമ്പോൾ ആ മടങ്ങു സഹസ്ര സഹസ്രമെന്നും തലമുറകൾ കുന്നംകുളത്തിന്റെ ആത്മാവിനെ തൊട്ടു സത്യം ചെയ്യുന്നു. ഉടയാതെയും ഉടയ്ക്കാതെയും പകർന്ന് ഉരുളി വലുപ്പത്തിലുള്ള പാത്രത്തിലേക്കാവാഹിക്കുവാൻ കഴിയുമെന്നുറപ്പുള്ളവർമാത്രം ആ സാഹസത്തിനു മുതിരുക. അല്ലാത്തപക്ഷം മേശ മര്യാദകളുടെ ഔപചാരികതകൾ മറന്ന് ഉരുളിയെ തിരുകിടപ്പുറത്ത് അതേവിധം എഴുന്നള്ളിക്കുന്നതാണു നല്ലത്. സത്യം സത്യമായി ബാക്കി അദ്ദേഹം ബോധിപ്പിച്ചുകൊള്ളും.

സദ്യ വിളമ്പുമ്പോൾ പേരിനൊരു നുള്ള് ഉപ്പ് ഇലയറ്റത്തു വിതറും പോലെ ദൃഷ്ടിദോഷം ഒഴിവാക്കുവാൻ കുറച്ചു ചോറോ, അപ്പമോ, ബ്രെഡോ തരാതരം പോലെ കൂടെ നിരത്താം. പക്ഷേ, ഒരുരുളിനിറ പരമ വിശിഷ്ട ഏട്ടത്തല സഖാവിനെ അകമ്പടി കുഴമ്പടക്കം അകത്തേക്കാവാഹിക്കുന്നതിനിടയിൽ അവ അവഗണിക്കപ്പെട്ടാൽ അതിൽ മാനക്കേടു തോന്നരുതെന്നു മാത്രം!

ഒറ്റയ്ക്കൊരാൾക്ക് ഈ വിഭവം കഴിച്ചുതീർക്കാനാവില്ല. വീട്ടുകാർ ഒരുമിച്ചാൽ ഒരു കൈ നോക്കാം. എന്നാലും പതിവുകാരനല്ലാത്ത ഒരാൾ തീൻമേശയിലിരുന്നു വടിച്ചു നക്കി കുശാലായി ഇതു ഭുജിക്കുകയും രുചിഘോഷം നാവിൽ ശീൽക്കാരമായും എരിവു വീര്യം കണ്ണിൽ ഈറനായും മുഖത്തു വിയർപ്പു മുത്തുകളായും ഉതിർക്കുകയും ചെയ്യുന്നതു കാണുമ്പോഴാണ് കർമ്മത്തിനു ഫലശ്രുതി. വിരൽ നാവിലൊന്നു മുട്ടിച്ചു പതുക്കെ കടിച്ചുകൊണ്ട് ഓർത്താൽ കുന്നംകുളത്തുകാരുടെ കൂട്ടായ്മയിലെ സാമൂഹികാവബോധം ഇതിൽനിന്നും വായിച്ചെടുക്കാനുമാകും!

ഈ ഭോജ്യം പ്രസരിക്കുന്ന രുചിയുൽസവത്തിന്റെ ഘോഷത്തണലിൽ എത്ര വിവാഹാലോചനകൾ, കച്ചവട കരാറുകൾ, ലേലമുറപ്പിക്കലുകൾ, കുറപ്പിക്കലുകൾ... അങ്ങനെ എന്തെല്ലാം അരങ്ങേറിയിരിക്കുന്നു.

താവു എളേപ്പനെന്ന ആധുനിക ഡേവിഡ് ഇത്താക്കു എന്ന ഐസക്കിനെ ഏട്ടത്തല വിഭവമെന്ന ബ്രഹ്മാസ്ത്രം എയ്തുവീഴ്ത്തിയതും ഒന്നും കാണാതെയാവില്ല!

കുന്നംകുളം മാർക്കറ്റിലും കുന്നംകുളത്തുകാർ നയിക്കുന്ന മാർക്കറ്റിലും ഏട്ടക്കൂരിത്തല കായയിട്ടു വച്ചതിനു മാത്രം 'ഡ്യൂപ്ലിക്കേറ്റില്ല' എന്നതു സുവിദിതമത്രെ!

■

ആശ്രമമത്സ്യങ്ങൾ

എല്ലാ കഴുത്തിനോടു ചേർന്നും ഒരു തലയുണ്ട്. പക്ഷേ അവയിൽ ചില തിൽ മാത്രമേ ആൾതാമസമുള്ളൂ എന്നു പറയാറുള്ളതുപോലെയാണു മത്സ്യങ്ങളുടെ കാര്യത്തിലും. പൊടിമീനുമുണ്ട് തല, വമ്പൻ സ്രാവിനു മുണ്ട് തല. പക്ഷേ, മീന്തല എന്ന അതിവിശിഷ്ട വിഭവമായി തീൻമേശ യിൽ അവതരിക്കുവാനുള്ള നിയോഗസുകൃതം തിരഞ്ഞെടുക്കപ്പെട്ട ചില മത്സ്യജനുസ്സുകൾക്കു മാത്രമത്രെ. മാനദണ്ഡങ്ങൾ രുചിവഴിച്ചിട്ടയിൽ സാമാന്യവൽകരിച്ചെടുക്കാവുന്ന ചിലത് നാവറിവിൽനിന്നും അയവിറക്കി നുണയാം.

മൂലപ്രകൃതത്തിൽ എരിവിനാദ്യവും പുളിക്ക് പുറകെയും പ്രസരി ച്ചിറങ്ങുവാനുള്ള സ്വീകാരസന്നദ്ധതയ്ക്കാണ് മുൻതൂക്കം. ദശവേണം. പക്ഷേ, ദശയായി പ്രകടപ്രത്യക്ഷമാകരുത്; മുള്ളോടും തലയസ്ഥികളുടെ മത്സ്യഭാഷ്യത്തോടും ചേർന്നും വിധേയപ്പെട്ടും ആവണം അവയുടെ സാന്നിധ്യം. ഉണ്ടെന്ന് ഒട്ടും തോന്നിപ്പിക്കരുത്; എന്നാൽ ഒട്ട് ഉണ്ടാവു കയും വേണം എന്നു ചുരുക്കം. ഉള്ളറകളിലെ മജ്ജയുടെ ഭാവാന്തര ങ്ങളിലൂടെയാണു സ്രോതധാരയിൽ നിന്നും രുചിവഴിയുടെ പ്രവാഹ പ്പെരുക്കം. മുള്ളോടു ചേർന്നും നേത്രഗോളങ്ങളോടു ചേർന്നും പോരാഞ്ഞ് തലച്ചോറായും അതിനകമ്പടിയായ പാർശ്വഭാഗങ്ങളായും പശപ്പരുവ ത്തിൽ വെന്തുറയ്ക്കാതെ ഈമ്പിയാൽ നാവിലെത്തുന്ന പശിമയാർന്ന, കോശങ്ങളുടെ ശകലങ്ങളിലാണു മീന്തലയുടെ രുചി പെരുന്നാൾ കലാശം.

ദശഭാഗം അതിനലങ്കാരം. എരിവുരസം അതിനഴക്, പുളിരുചി അതിനു മേമ്പൊടി.

മീന്തല രുചിയറിഞ്ഞു തിന്നുവാനും വേണം ഏകാഗ്രമായ അനു ഷ്ഠാനം. പരിശീലനംകൊണ്ടു മാത്രമേ അതു പൂർണതയിൽ എത്തുക യുള്ളൂ. വീട്ടിൽ അപ്പനും ഏറ്റവും മൂത്ത സഹോദരനും അതിൽ ഉസ്താദു മാരായിരുന്നു. ഉസ്താദുമാർക്കും ഉസ്താദുമായി ഒരാളെ ജീവിതത്തിൽ കണ്ടത് അന്തരിച്ച പ്രിയ സുഹൃത്ത് പി.എ. ലത്തീഫ് ഭായിയെയാണ്.

ലത്തീഫ് ഭായ് മീന്തല കഴിച്ചാൽ അവശേഷമായി ഉണ്ടാവുക വളരെ കുറച്ചു മുള്ളുകൾ മാത്രമാണ്. കഴുകാതെതന്നെ ടൂത്ത്പിക്കായി ഉപയോഗിക്കാം.

ഭേദപ്പെട്ട വലുപ്പത്തിലുള്ള മീൻ വീട്ടിൽ വാങ്ങിയാൽ പ്രായമൂപ്പു വഴി തല അപ്പനവകാശപ്പെട്ടതാണ്. ഇടത്തരം വലുപ്പത്തിൽ ഒന്നിലേറെ മത്സ്യങ്ങൾ വാങ്ങണം എനിക്കൊരു ഊഴം ഒത്തുവരണമെങ്കിൽ. അങ്ങനെ കൈവന്നാൽ തന്നെ മീന്തലയോടു നീതി പുലർത്തുന്നതിൽ ഞാനൊരിക്കലും വീട്ടിലെ തീൻമേശയിൽ പൂർണമായും വിജയിച്ചിട്ടില്ല.

കല്യാണങ്ങൾക്കും അടിയന്തിരങ്ങൾക്കും മൽസ്യം അവശ്യ ഘടകമായതുകൊണ്ട് ദശയുള്ള നല്ല കഷണങ്ങൾ വിരുന്നു വിളമ്പിനു മാറ്റി വെച്ച ശേഷം ബാക്കിയുള്ള ദശയേക്കാൾ മുള്ളു മുമ്പേ നിൽക്കുന്ന കഷണങ്ങളും മീൻമുട്ടയും അനുബന്ധ ഭാഗങ്ങളും തലകളും ചേർത്തു കുടംപുളിയിട്ടു മൺകലത്തിൽ വറ്റിച്ചെടുക്കുന്ന 'മുള്ളും തലയും' എന്ന അവതാരമാണു സുറിയാനി ക്രിസ്ത്യാനികളുടെ അടുക്കള കലവറയിലെ സ്റ്റാർ അട്രാക്ഷൻ.

ഞായറാഴ്ച കല്യാണത്തിനു തലേ ബുധനാഴ്ചയേ മീൻ വാങ്ങും. ഉപ്പും മഞ്ഞളും പുരട്ടി ഒരു ദിവസം വലിയാൻ വയ്ക്കും. പിറ്റേന്നാണു അടുപ്പിലേറ്റുക. പച്ചമുളകും ഇഞ്ചിയും കറിവേപ്പിലയും മുളകുപൊടിയും കുടംപുളിയും ചേർത്തിട്ടാണ് എഴുന്നള്ളിപ്പ്. ദിവസവും വിളമ്പി ബാക്കി തിളപ്പിച്ച് തിളപ്പിച്ച് സൂക്ഷിച്ച് കല്യാണം കഴിഞ്ഞ് പിറ്റേ ചൊവ്വാഴ്ചയാകുമ്പോഴേക്കും കുഴമ്പ് പരുവത്തിലാകും മുള്ളും തലയും പൊടിഞ്ഞ ബാക്കിയും എല്ലാംകൂടി. ആ മൺകലം അടുപ്പിലേറ്റി കുഴമ്പിൽ തിള പൊട്ടുമ്പോഴുള്ള നറുമണം നുകർന്നുകൊണ്ടു വേണമെങ്കിൽ നാഴി അരിയുടെ ചോറ് ഉപ്പ് കൂട്ടാതെ ഉണ്ണാമെന്നാണ് കാരണവന്മാരുടെ അനുഭവ സാക്ഷ്യം.

ഗന്ധത്തിൽ ഇത്രയെങ്കിൽ നാവുരുചിയിൽ എത്രയെന്നത് ആലോചനാമൃതം!

മീന്തലയോടു സാമാന്യം നീതിപുലർത്തുവാൻ ഞാൻ പഠിച്ചത് വീട്ടിലെ തീൻമേശയിൽ നിന്നല്ലെന്നു സൂചിപ്പിച്ചുവല്ലോ. അക്കാര്യത്തിൽ ഇന്നു ഞാനൊരു ഉയർന്ന നിലവാരമുള്ള ഉസ്താദായതിന് കടപ്പെട്ടിരിക്കുന്നത് അന്തരിച്ച സംവിധായകൻ ജേസിയോടാണ്.

ചിത്രാഞ്ജലി പാക്കേജിൽ ചിത്രങ്ങളൊരുക്കുന്ന കാലം. ഒരേ ചിത്രത്തിനു വേണ്ടിയോ വ്യത്യസ്ത ചിത്രങ്ങൾക്കു വേണ്ടിയോ ആവാം തിരുവനന്തപുരത്തെത്തുന്നത്. പക്ഷേ രാവിലെ സ്റ്റുഡിയോയിലേക്ക് പുറപ്പെടും മുമ്പേ അരിസ്റ്റോ ജംഗ്ഷനിലൊരു കള്ളുഷാപ്പുണ്ട്. അവിടത്തെ അടുക്കളവശത്തേക്കു നോക്കി, ജേസി 'പരമാ...' എന്നു വിളിക്കും. 'ഓ...' എന്നൊരു മറുവിളി അകത്തുനിന്നുയരും. രാത്രി 9 മണിക്ക് ഒരു

നാലു തല മാറ്റിവച്ചിരിക്കണമെന്നു നിർദ്ദേശിച്ച ശേഷം സ്റ്റുഡിയോയിലേക്ക് പുറപ്പെടും. രാവിലെ വലിയ വാർപ്പിൽ പത്തും ഇരുപതും മത്സ്യസഖാക്കൾ തീ തിളയിൽ കഷണങ്ങളായും തലകളായും അഭിഷിക്തരായി രാത്രി ഒമ്പതു കഴിഞ്ഞു ഞങ്ങൾ എത്തുമ്പോഴേക്കും തുടർച്ചയായ തിളയഭിഷേകത്താൽ ബാക്കി ശേഷിക്കുന്ന മീന്തലയ്ക്ക് കല്യാണവീട്ടിലെ ഒരാഴ്ചപ്പഴക്കത്തെ വെല്ലുന്ന രുചിപ്പകിട്ട് കൈവന്നിരിക്കും. അകമ്പടിയായി കൊണ്ടുവയ്ക്കുന്ന അപ്പവും കപ്പയുമൊക്കെ പലപ്പോഴും പാഴാകും. ഒരു മീന്തലതന്നെ അവിടത്തെ വലുപ്പത്തിൽ ഒരാൾക്ക് ഇരിപ്പത് ആഹാരമാണ്. അതിഥികൾ ആരെങ്കിലുമുണ്ടാകും; അവരെ കരുതിയാണ് രണ്ടു തല കൂടുതൽ പറയുക. വലിയ പിഞ്ഞാണത്തിൽ അതിനെ അതിലംഘിക്കുന്ന മീന്തല കൊണ്ടുവന്നു മുന്നിൽ നിരത്തുക ഓരോ ദിവസവും ഓരോ വിളമ്പുകാരനാണ്. ഇവരിൽ ആരാണ് പരമൻ എന്നന്വേഷിച്ചപ്പോൾ അറിയില്ലെന്നു കൈമലർത്തി ഒരു കുസൃതിച്ചിരിയോടെ ജേസി പറഞ്ഞു:

"ഏതു ഷാപ്പിലും 'പരമൻ' എന്നു പേരുള്ള ഒരാൾ ഉണ്ടാകും."

ഈ സൂത്രവിദ്യ ജേസിയെ പഠിപ്പിച്ചത് പരിണതപ്രജ്ഞനായ സാക്ഷാൽ ജോൺ എബ്രഹാമാണെന്നതുകൊണ്ട് അതിൽ സന്ദേഹപ്പെടാതെ ഞാനും പലപ്പോഴും ഫലപ്രദമായി അതു പ്രയോഗിച്ചുപോന്നു.

അരിസ്റ്റോ ജംഗ്ഷനിലെ ഷാപ്പിലെ മണൽ വിരിച്ച തറയുള്ള ചെറിയ കോട്ടേജിലിരുത്തി പിഞ്ഞാണത്തിൽ വിളമ്പിയ മീന്തലയുടെ രുചിപ്പെരുക്കംകൊണ്ടു നിറമിഴികളോടെയും തൊഴുകൈകളോടെയും ഇത്രയും ആസ്വാദ്യകരമായ ഒരു മത്സ്യഭോജ്യം ആയുസ്സിൽ കഴിച്ചിട്ടില്ലെന്ന് അടിയറവ് സാക്ഷ്യം പറയിപ്പിച്ചു ഞാൻ പിന്നീട് സംവിധായകൻ കെ.എസ്. സേതുമാധവനേയും ഛായാഗ്രാഹകനും സംവിധായകനുമായ ബാലുമഹേന്ദ്രയെയും. കള്ളെന്നല്ല, ഒരു വിധത്തിലുള്ള മദ്യവും നാവിലിറ്റിച്ചു ശീലമില്ലാത്ത ഇരുവർക്കും കള്ളുഷാപ്പിൽ വരാൻ ആദ്യം സങ്കോചമായിരുന്നു. പക്ഷേ, മീന്തല രുചിയുടെ മുമ്പിൽ സാഷ്ടാംഗം പ്രണമിച്ചു നിന്നപ്പോൾ കള്ളുഷാപ്പുപോലും ആശ്രമപവിത്രമായി അവർക്ക്!

■

മത്തങ്ങയെക്കുറിച്ചു സംസാരിക്കാം

മത്തങ്ങയ്ക്ക് എത്ര പര്യായമുണ്ടെന്നു കുഞ്ചെറിയാച്ചനറിയില്ല. രുചി വഴികളിൽ പക്ഷേ, ടിയാനു വാരംപ്രതി പുതിയ പുതിയ രൂപാന്തരങ്ങൾ ഉയിർ തീർക്കുക അദ്ദേഹത്തിന്റെ പതിവ്.

മാമോദീസാവെള്ളം തലയിൽ വീണ തന്റെ ഏകജാതൻ മാംസമത്സ്യ അണ്ഡാദികൾ വെടിഞ്ഞ് പച്ചക്കറിയിൽ രമിക്കുകയും അതിൽ മത്തങ്ങാ സുന്ദരിയെ മുഖ്യപ്രതിഷ്ഠയായി വാഴിക്കുകയും ചെയ്യുന്നതിൽ അമ്മ അച്ചക്കുട്ടിക്കു തെല്ലൊന്നുമല്ല കുണ്ഠിതം. മകനായിപ്പോയില്ലേ വയസ്സ് പത്തൻപത് കായ്ച്ചും പോയില്ലേ. ഇനി പോണ വഴിക്കു തെളിക്കാമെന്നു കരുതി ശരണപ്പെട്ട് അച്ചക്കുട്ടി നാളുകൾ പോക്കി വരുന്നു.

ചിത്തിരപ്പുഴയുടെ കൈവഴിയിലൊരു പുരയിടത്തുമ്പിൽ പുഴയെ നോക്കി ശൃംഗരിക്കുന്ന കോലായയുമായി കുടുംബവീട്. കോലായയ്ക്കിരു വശവും മത്തങ്ങാ പടർത്തി പന്തലിച്ചു വളർത്തി വിതാനിച്ചിരിക്കുന്നു. വാഴ, ചേമ്പ്, ചീര, പടവലം, പാവലാദികൾക്ക് ഇടം അടുക്കള പിന്നാമ്പുറത്തു മാത്രം. ഒരുനാൾ ആ വഴി യാത്രയിൽ കുശലാന്വേഷണവുമായി കയറവേ, അനുഭവപ്രാപ്തമായ മത്തങ്ങാഘോഷവിധി ആട്ടപ്രകാര വർണനയത്രെ ശേഷം ലിഖിതം:

'ഊണു വിളമ്പട്ടേ...'

ഉപചാര ചോദ്യം കുഞ്ചെറിയാച്ചന്റെ നാവിൽ ശീലമില്ല. വന്നാൽ കൈകഴുകാൻ കിണ്ടിയിൽ വെള്ളം കോലായത്തിണ്ണയിലുണ്ട്. കടന്നു തീൻമേശയ്ക്കിരിക്കുക അതിഥി ധർമം.

അനുസരിച്ചു.

ഇലയിലൊരു മൂലയിൽ ചുകചുകപ്പൻ അച്ചാറവതാരം. ശങ്കലേശം വേണ്ട. പ്രത്യക്ഷം മത്തങ്ങാധിഷ്ഠിതം തന്നെ.

കഷണങ്ങളാക്കി സുന്ദരിയെ തിളവെള്ളത്തിലൊന്നു മുക്കി നാണം മാറ്റി വാട്ടിയെടുക്കും ആദ്യം. കടുകും വെളുത്തുള്ളിയും ഇഞ്ചിയും ചേരും

പടി മൂപ്പിച്ചതിൽ മുളകു മുൻതൂക്കമുള്ള അച്ചാർ മിശ്രിതം വേപ്പില യകമ്പടിയോടെ ചേർത്തു പരുവപ്പെടുത്തി അതിൽ നുറുനുറുങ്ങനെ നുറുക്കി വാട്ടിയ മത്തങ്ങാ കഷണങ്ങളെ ഇടചേർക്കും. അവ തമ്മിൽ ബാന്ധവം മംഗളം എന്നുറപ്പായാൽ വിനാഗിരി തളിച്ച് ഇലപ്പന്തലിൽ കരണ്ടി കൈയാലാനയിക്കാം.

ചോറിനു മുമ്പ് ഇടവട്ടമായി എരിശ്ശേരി രൂപത്തിലും കൂമ്പു തുടർച്ച യായി തോരൻ രൂപത്തിലും തുടരവതാരങ്ങൾ.

വെന്ത പരിപ്പിനെ വേവേറി വെന്തുടഞ്ഞ മത്തങ്ങാക്കഷണങ്ങൾ പരിണയിച്ച് ചുമന്നുള്ളിയും വരട്ടിയ തേങ്ങാപ്പീരയും വറ്റൽമുളകും കടുകു തിലകക്കുറിയണിഞ്ഞു മൂത്തുവിളഞ്ഞതിനെ ഉൾച്ചേർത്ത് അവ കൂടിക്കുഴഞ്ഞാൽ എരിശ്ശേരിദ്വേ്യം നടയിറങ്ങി വിളമ്പു സജ്ജമാകും.

മത്തങ്ങയെ മത്തങ്ങയാകുവാൻ വിട്ട് അതിന്റെ സിരാവ്യൂഹത്തിന്റെ ആദ്യപാദങ്ങളിലെ കൂമ്പിനെ അടർത്തിയെടുത്തു നുറുക്കി കടുകു താളിച്ചതിൽ ഉള്ളി, തേങ്ങാപ്പീര, മുളകുപൊടിയാദികളെ ചേർത്തു വരട്ടിയും മൂപ്പിച്ചും ഉലർത്തിയെടുത്താൽ കൂമ്പാധിഷ്ഠിത മത്തങ്ങാ തോരനും പ്രത്യക്ഷം.

പാകപാകം തിളവെള്ളത്തിൽ ഇനിയാണ് ഒഴിച്ചു പരുവത്തിലവതാരം. മഞ്ഞൾപ്പൊടി ചേർത്ത് വെന്തുടഞ്ഞ പഴുത്ത മത്തങ്ങാക്കഷണങ്ങളെ വീണ്ടും ഉടച്ചൊതുക്കി വാളൻപുളി യഥാചേർച്ച പിഴിഞ്ഞതൊഴിച്ചു വീണ്ടുമൊരു തിളപ്രയോഗം. മുളകുവറ്റലായാലും അപരപച്ചയായാലും സ്വീകാര്യം. അതരിഞ്ഞതും ചുവന്നുള്ളിയും കടുകു താളിച്ച തിളവട്ട ത്തിൽ വിതാനിച്ചാൽ ചാറദ്വേ്യം മത്തങ്ങാവൃത്തത്തിൽ ഹാജർ. ചോറി ലൊഴിച്ചു കുഴകുഴച്ച് ഇലവട്ടത്തിലെ ഇതര പ്രത്യക്ഷങ്ങളോടു ചേർത്ത് നാവിലെത്തിച്ചാൽ പിന്നെ രുചിപ്രവാഹം സ്വച്ഛശ്രുതിഭദ്രം, അനന്യം!

അവിടംകൊണ്ടു തീർന്നുവെന്നു കരുതേണ്ട. ഇല വടിച്ചു വെടിപ്പാക്കി യാൽ മധുരവഴിയേ രണ്ടവതാരങ്ങൾ കൂടി ഉടൻ പ്രത്യക്ഷം.

പഴുത്ത മത്തങ്ങ വേവിച്ചുടച്ചതിൽ ഉരുക്കി അരിച്ച് കലർപ്പു മാറ്റിയ ശർക്കരപാനി ചേർത്തിളക്കി തിളപൊട്ടുമ്പോൾ അരി വറുത്തു പൊടിച്ചതു കുഴച്ചു മത്തങ്ങയില കുമ്പിൾ കുത്തി ഈർക്കിലി കൊണ്ടു ചേർത്തു തുന്നിയതിൽ നിറച്ച് അലങ്കാരവൃത്തത്തിൽ ആദ്യം ഇലയിലൊരരികിൽ നിരന്നൊരു വട്ടം; പുറകെ ശർക്കര പാനിയിൽ വെന്തുടഞ്ഞ മത്തങ്ങാ കഷണങ്ങൾ ചേർന്നു കുറുകിയതിൽ ഏലക്കായ പൊടിച്ച് കിസ്മിസും കശുവണ്ടി നുറുങ്ങുകളും വറുത്തു വേഴ്ചകൂടി വിളവിളയിച്ച രൂപത്തിൽ ഇലനടുവിൽ തുടർന്ന്!

ആനന്ദലബ്ധിക്കിനി മത്തങ്ങായുടെ ആവനാഴിയിൽ തനതു ശര പ്രത്യക്ഷങ്ങൾ വേറെ എന്തു ബാക്കി എന്ന വിസ്മയാനുഭൂതിയിൽ കൈ

കഴുകുമ്പോൾ കുഞ്ചെറിയാച്ചൻ അമ്മ അച്ചക്കുട്ടി കേൾക്കാതെ കാതിലോതി:

“മത്തങ്ങാ മുഖ്യത്തിൽ പുലാവു വഴിയിലൊരു മറുനാടൻ ബാന്ധവവും പുളിയോർ, ലെമൺ, തേങ്ങായ്ശാദ വടിവിൽ തമിഴ് ഇനിക്കും ഇനിയൊരുവിധം വേറെയും അവസാന മിനുക്കുപണികളിലാണ്. അടുത്തയാഴ്ച ഈ വഴി വന്നാൽ ഒരു പിടിപിടിക്കാം.”

അതിനടിക്കുറിപ്പായി ഒരു വാൽക്ക്ഷണവും.

“സലാഡകമ്പടിയും മത്തങ്ങാധിഷ്ഠിതം തന്നെ!” ■

70 എം.എം. ദോശയും കൂട്ടുകാരും

ഉഡുപ്പിയിലാണ് ദോശ ആദ്യം ഉരുവായതെന്നൊരു പക്ഷമുണ്ട്. അതല്ല തമിഴകത്ത് ഒന്നാം നൂറ്റാണ്ടിൽത്തന്നെ ദോശയും അടയും നിലവിലുണ്ടായിരുന്നു എന്നു വാദിക്കുന്നവരുമുണ്ട്. അതേക്കുറിച്ചു സംഘകാല സാഹിത്യത്തിൽ പരാമർശങ്ങളുണ്ടത്രെ. തമിഴകത്തും കർണാടകയിലും തെലുങ്കുനാട്ടിലും മലയാളക്കരയിലും ദോശ സുന്ദരി സുപരിചിതയായിട്ട് നാളുകളൊത്തിരി ആയെങ്കിലും അതിന്റെ അവസ്ഥാന്തരങ്ങൾക്ക് അത്ര പഴക്കമുണ്ടാകാനിടയില്ല.

വെണ്ണയുരുക്കി നെയ്യാക്കി അതു വിതാനിച്ചു മൊരിച്ചുണ്ടാക്കുന്ന ദോശയാണ് നെയ്ദോശയും റോസ്റ്റുമായി അവതരിച്ചത്. കോണാകൃതിയിൽ അദ്ദേഹം എഴുന്നള്ളിയപ്പോൾ അത് കോൺ ദോശയായി. തേങ്ങയരച്ചു ചേർത്തുള്ള പ്രത്യക്ഷം നീർദോശയായി. മുളക് ചേർന്നപ്പോൾ ദോശ സുന്ദരി ചില്ലി ദോശയായി. ഉള്ളി ചേർന്നവൾ ഒനിയൻ ദോശയായി. അല്പം വട്ടം ചുരുക്കി കനം കൂട്ടി മൃദുവായി വേവിച്ചെടുത്തപ്പോൾ അതു കേരള ദോശയായി. രണ്ടും മൂന്നും അടി നീളത്തിൽ അവതരിക്കുമ്പോൾ അതു ഫാമിലി റോസ്റ്റായി. പേപ്പർ ദോശയ്ക്ക് കടലാസിന്റെ നേർമയും ഫാമിലിവലുപ്പവും. മറ്റെങ്ങും കാണാത്ത ഒരു ജനുസ്സ് മംഗലാപുരത്തു ചെന്നപ്പോൾ കണ്ടു. അതിന്റെ പേര് ടേബിൾ ദോശ. ഒരു ട്രേ മതിയാകാതെ രണ്ടു ട്രേയിലായി ടേബിൾ നിറച്ചായിരുന്നു അവതാരം. അരിക്കു പകരം മൈദ ചേർന്നപ്പോഴവൾക്കു പേര് തളിർദോശയെന്നായി. റവ ചേരുമ്പോൾ റവ ദോശയും റവയ്ക്ക് അകമ്പടിയായി ഉള്ളിയും അലങ്കാരമായി കുരുമുളക് മണികളും ചേരുമ്പോൾ അത് ഒനിയൻ റവ ദോശയുമായി. ഗോതമ്പ് ചേർത്ത് ഗോതമ്പ് ദോശ, റാഗി ചേർത്ത് റാഗി ദോശ, ശർക്കരയും നെയ്യും ചേർത്ത് വെള്ള ദോശ, മുട്ട ചേർത്ത് മുട്ട ദോശ, കാബേജ് ചേർന്നാൽ കാബേജ് ദോശ, കൈമ ദോശ, മുംഗ് ദോശ... പട്ടിക അനന്തം.

വൈവിധ്യം പോരെന്നു വന്നപ്പോഴാകാം ദോശയെ ഗർഭം ധരിപ്പിക്കാമെന്ന ചിന്ത വന്നത്. ഗർഭാവസ്ഥയ്ക്ക് വസ്തുവിന്റെ പ്രകൃതമനുസരിച്ച്

മസാലദോശ വിട്ട് പുതിയ പേരുകൾ അണിഞ്ഞുവെങ്കിലും ഒറിജിനൽ മസാല ദോശതന്നെയാണ് ഇന്നും ജനകീയൻ.

കോളേജിലെത്തിയതോടെയാണ് മസാല ദോശയുടെ ഇതരപ്രത്യക്ഷങ്ങളുമായി അഭിരമിക്കുന്നത്. മസാല കൂട്ടിനൊപ്പം തേങ്ങയും ഉള്ളിയും അരച്ചുചേർക്കുന്ന മൈസൂർ മസാല ദോശയും ഉരുളക്കിഴങ്ങിനു പകരം പീസും മറ്റു പച്ചക്കറികളും ചേർത്തുണ്ടാക്കുന്ന വെജിറ്റബിൾ മസാല ദോശയും (ഗ്രീൻ ദോശയെന്നും പറയും) റവ കൂടി മാവിൽ ചേർത്തുണ്ടാക്കുന്ന റവ മസാല ദോശയും ചീസ് ചേർത്തുള്ള പനീർ ചില്ലി ദോശയും ചീര ചേർത്തുള്ള ചീര ദോശയും നൂഡിൽസ് ചേർത്ത് ചൗചൗ ദോശയും ബേബി കോൺ ചേർത്ത് ബേബി കോൺ ദോശയും മെക്സിക്കൻ ദോശയും അവയിൽ ചിലത്.

മസാല ദോശയിലെ പടുകൂറ്റനെ രുചിച്ചതും നമസ്കരിച്ചതും മംഗലാപുരത്തുവച്ചുതന്നെ. 70 എം.എം. ദോശയെന്നാണ് സുന്ദരിക്കു പേര്. വലുപ്പംതന്നെ പേരിനു നിദാനം. ഒരു സെന്റീമീറ്റർ വരും വട്ടം. ഒരെണ്ണം കഴിച്ചാൽ പിന്നെയന്നു ഭക്ഷണം വേറെ വേണ്ട. മുട്ട ചിക്കിപ്പരത്തിയതും മിൻസ് ചെയ്ത മാംസം അരപ്പ് മസാല ചേർത്തു പിരളനാക്കിയതും ഗർഭസ്ഥ ചേരുവകളാക്കിയതു താരതമ്യേന പിന്നീടത്തെ പരിഷ്കാരങ്ങളാണ്.

ലോകത്തിലെ ഏറ്റവും രുചികരമായ 50 വിശിഷ്ട ഭോജ്യങ്ങളിൽ സി.എൻ.എൻ ജി.ഒ.2011-ൽ മസാലദോശയ്ക്ക് നൽകിയിരിക്കുന്നത് 49-ാം സ്ഥാനമാണെന്നറിയുമ്പോൾ ദക്ഷിണേന്ത്യയിൽ നിന്നും രാജ്യാതിർത്തി കടന്ന് മസാല ദോശയുടെ പെരുമ ലോകരുചി രസനകളിലേക്കു നടത്തിയ കുതിപ്പിന്റെ വ്യാപ്തി ഊഹിക്കാമല്ലോ.

ക്യാംപസ് നാളുകളിലാണ് ആദ്യമായി ഇന്ത്യൻ കോഫി ഹൗസിൽ പോകുന്നത്. പതിവു ബലഹീനതയായ മസാലദോശ ഞാൻ ഓർഡർ ചെയ്തപ്പോൾ കൂടെയുണ്ടായിരുന്ന പവി (പവിത്രൻ) ഓർഡർ ചെയ്തത് ബൂരി മസാലയാണ്. പവിയും ആദ്യമായാണ് ഇന്ത്യൻ കോഫി ഹൗസിൽ വരുന്നത്. ദോശയ്ക്കകത്ത് ഗർഭസ്ഥ പ്രത്യക്ഷമായും ബൂരിയ്ക്കൊപ്പം സ്വതന്ത്ര പ്രത്യക്ഷമായും അവതരിച്ച മസാലയ്ക്ക് പക്ഷേ (ബീറ്റ്റൂട്ടിന്റെ) ചെഞ്ചുവപ്പ്.

“എ.കെ.ജി തുടങ്ങിയ പ്രസ്ഥാനമല്ലേഡാ... മൂപ്പര്ടെ രാഷ്ട്രീയത്തോട് നിറംകൊണ്ടെങ്കിലും ഒരൈക്യദാർഢ്യം കിടന്നോട്ടേന്നു വച്ചിട്ടാകും. സംഗതി ബെസ്റ്റ്!”

പവി ഉവാച!

■

വെട്ടിക്കൂട്ടിയ കാലം

സപ്തനക്ഷത്ര ഹോട്ടലിലെ സ്പെഷ്യാലിറ്റി റെസ്റ്റോറന്റിലിരുന്നു ചങ്ങാതി ജോളി അന്നത്തെ വിശിഷ്ട വിഭവമെന്തെന്ന് ആരാഞ്ഞു. പതിഞ്ഞ മൂക്കിലേക്ക് ഊർന്നിറങ്ങിയ ഈർക്കിലിക്കണ്ണട വിരൽകൊണ്ട് മുകളിലേക്ക് നീക്കി ചെമ്പിച്ച മീശ മിനുക്കമുള്ള ചുണ്ടിൽ ഒരഭിമാന ച്ചിരി വിടർത്തി വിളമ്പുകലയുടെ വിചാരകൻ പറഞ്ഞു.

"സ്റ്റീംഡ് ടപ്പിയോക്കാ വിത്ത് സ്പൈസി മീറ്റ്. ഇറ്റ് ഈസ് എ ബ്രസീലോ ഇന്ത്യൻ മിക്സ് ഡിഷ്. വെരി ഡെലിഷ്യസ് കോംപി. സ്പൈസി, യു വിൽ ലവ് ഇറ്റ്!"

"വിച്ച് മീറ്റ്?"

"ബീഫ്, സ്വീറ്റ് ബീഫ് സർ!"

പതിഞ്ഞ ശ്രുതിയിൽ ജോളി മന്ത്രിച്ചു.

"ഭയപ്പെടാനൊന്നുമില്ല. സംഗതി നമ്മുടെ കപ്പയും പോത്തിറച്ചിയും തന്നെയാണ്. കപ്പയുടെ മൂലം അവതാരം ബ്രസീലിൽ നിന്നായതുകൊണ്ട് വിശേഷണം ആ പെരുക്കത്തിലായെന്നേയുള്ളൂ."

"പോരട്ടേ ഓരോ പ്ലേറ്റ്."

മലയാള മൊഴി മനസ്സിലാകാതെ വിചാരകൻ പരുങ്ങി.

"സർ?"

"വിൽ ഹാവ് വൺ പ്ലേറ്റ് ഈച്ച് ടു ബിഗിൻ വിത്ത്."

ആദ്യം ഓരോ പിഞ്ഞാണം എമ്പടി പോന്നോട്ടെയെന്ന ഓർഡർ കെ.ഒ.ടിയിൽ കുറിച്ച് സംപ്രീതനായി വിചാരകൻ മടങ്ങി.

കപ്പയും ബീഫും ചേർന്നുള്ള പ്രത്യക്ഷം ജോളിയെ സംബന്ധിച്ചിട ത്തോളം എസ്. രമേശൻ നായരുടെ വിശേഷണം കടം വാങ്ങിയാൽ "ഒരു തരി നോവുള്ള" ഓർമയാണ്. വറുതി നാളുകളിലെ നോവിൽ മധുരം ചാർത്തുന്നത് അമ്മമനസ്സിന്റെ വറ്റാത്ത വാത്സല്യത്തിന്റെ നിറവും. ഇത് ജോളിയുടെ മാത്രം രുചി ഓർമയാവില്ല, തീർച്ച.

ദിവസത്തിൽ ഒരു നേരം അരഭക്ഷണമെന്നത് മഹാഭാഗ്യമായി താണ്ടി യിരുന്ന ബാല്യത്തിലെ വറുതി നാളുകളിൽ ഞായറാഴ്ചകളിൽ പല വീടുകളിലും പോത്തിറച്ചിയുടെ മേളക്കൊഴുപ്പു പല ശ്രുതികളിൽ

എമ്പാടും വമിഞ്ഞു പ്രസരിക്കുമ്പോൾ രണ്ടും കല്പിച്ചു മാസത്തിലൊരിക്കൽ അമ്മ അരിഷ്ടിച്ച് മിച്ചംവയ്ക്കുന്ന ഒരൊറ്റയുറുപ്പികത്തുട്ടുമായി ഇറച്ചിക്കടയിലേക്കൊരു ഓട്ടമുണ്ട്.

അവിടെ ചെന്നു പതുങ്ങിനിൽക്കും. പുരികമൊന്നുയർത്തി കടക്കാരൻ ചോദ്യഭാവമുയർത്തും.

"ഒരു കിലോ വെട്ടിക്കൂട്ട്."

വെട്ടിക്കൂട്ട് കിലോഗ്രാമിന് അന്ന് വില ഒരു രൂപയാണ്. ഇറച്ചി വെട്ടിയും നുറുക്കിയും കഴിയുമ്പോൾ വരുന്ന ബാക്കി ശകലങ്ങളുടെ കൂട്ടാണ് 'വെട്ടിക്കൂട്ടെ'ന്ന് ഒറ്റ വാചകത്തിൽ പറയാം. നഗരങ്ങളിൽ ഇത് 'ചൗ' എന്ന ഓമനപ്പേരിലാണറിയപ്പെടുക. സാധാരണ ഇറച്ചി മുറിച്ചു നൽകുമ്പോൾ ഒഴിവാക്കുന്ന കടുത്ത കൊഴുപ്പും എല്ലിൻതുണ്ടുകളുമാണ് ഇതിലധികവുമുണ്ടാവുക. ധനികപരിഷ്കാരികൾ ഇതു വാങ്ങുന്നത് ഓമനിച്ചു വളർത്തുന്ന ശുനകത്തമ്പ്രാക്കൾക്ക് നിവേദിക്കുവാനാണ്. അങ്ങനെയല്ലാതെയും വാങ്ങാറുണ്ടെന്ന് ഇറച്ചിക്കടക്കാരന് അറിയാം. വീട്ടിലെ ചുറ്റുപാടുകൾ കൂടി അറിയാവുന്നതുകൊണ്ട് തൂക്കി ഇലയിൽ പൊതിഞ്ഞു നീട്ടുമ്പോൾ അതിലൊരു 100 ഗ്രാം കൂടുതലുണ്ടാകും. അതിൽ മേൽ ജനുസ്സിൽപെടാത്ത എല്ലോടു ചേർന്ന ഒരിത്തിരി ഇറച്ചിയുടെ കഷണവും.

സംഭവം വീട്ടിലെത്തിയാൽ ചോരക്കറ കഴുകി മഞ്ഞളും ഉപ്പും പുരട്ടി അമ്മിക്കല്ലിലരച്ച സാക്ഷാൽ അരപ്പു മസാല ചേർത്ത് അമ്മ മൺകലത്തിൽ വിറകടുപ്പിലെ തീനാളങ്ങൾക്കു മീതെ പ്രതിഷ്ഠിക്കും. കൊതുമ്പ്, കോഞ്ഞാട്ട, ചൂട്ട്, മടൽ തുടങ്ങിയ നാടൻ പ്രയോഗങ്ങൾകൊണ്ടാണ് അടുപ്പിലെ താപനില ഹൈയിലും സിമ്മിലും മാറിമാറിച്ചുവടു വയ്ക്കുക. മൺകലം മൂടുന്നതു പാത്രം കൊണ്ടല്ല. വൃത്തിയുള്ള തോർത്ത് കൊണ്ടോ തുണി കൊണ്ടോ ആണ്. വായ് മൂടിക്കെട്ടുകയാണ് ചെയ്യുക. അകത്ത് വെട്ടിക്കൂട്ട് അരപ്പു മസാലയിൽ മെല്ലെ തിളയിടുമ്പോൾ ഇറച്ചിനെയ്യും അരപ്പെരിവും ഇടകലർന്ന ആവിയാണ് ഉയരുക. അത് തുണി സുഷിരങ്ങളിലൂടെ കടന്നുവരുമ്പോൾ ഏറ്റുവാങ്ങുവാൻ പാകത്തിന് പറമ്പിൽ നിന്നും അടർത്തിയെടുത്ത അച്ചിങ്ങയിലകൾ നിരത്തും. നിമിഷനേരം കൊണ്ട് അവ ഈ ആവിയുടെ രുചിപ്രസാദത്തിൽ വാടി വെന്തു ഭക്ഷ്യസജ്ജമാകുമ്പോൾ വടിച്ചെടുത്ത് ഒരു പിഞ്ഞാണത്തിലേക്ക് പകരും. അച്ചിങ്ങയില ഇല്ലാത്തപ്പോൾ മുരിങ്ങയിലയും തൽസ്ഥാനത്ത് ആവിയാശ്ലേഷത്തിനെത്താറുണ്ട്. അപ്പോഴേക്കും വെട്ടിക്കൂട്ട് പാതിവേവിനപ്പുറം കടന്ന് നിറതിളയിലെത്തി ആവിക്കു സാന്ദ്രത ഏറിയിരിക്കും. ഇപ്പോഴാണ് കൊത്തിനുറുക്കിയ 'കപ്പക്കാല' ആവി ദംശനത്തിനായി തുണിക്കുമ്പിളിൽ ശയനപ്രതിഷ്ഠയാകുന്നത്.

'കപ്പക്കാല' എന്നു കേട്ടു പരിഭ്രമം വേണ്ട. സംഭവം കപ്പതന്നെ. 'കാലാ പെറുക്കി' സംഭരിക്കുന്നതായതുകൊണ്ടാണ് അവതാരത്തിനു പേരിങ്ങനെ. കപ്പത്തോട്ടമുള്ളവർ കപ്പ അടക്കം വില പറഞ്ഞുറപ്പിച്ചു വിൽക്കും. വാങ്ങുന്നവർ മൂടു പറിച്ചു കപ്പയുമായി പോകും. ഇനിയാണ് ജോളിയടക്കമുള്ള ബാലവാനരസേനയുടെ ഊഴം. വൻതോതിൽ മൂടിളക്കി

കപ്പ പറിച്ചു കരാറുകാർ പൊയ്ക്കഴിയുമ്പോൾ കണ്ണിൽപ്പെടാതെ മണ്ണിനടിയിൽ പൂഴ്ന്നോ വേരുകൾക്കിടയിൽ തടഞ്ഞോ കപ്പത്തുണ്ടുകൾ പല അളവിൽ ബാക്കി കിടപ്പുണ്ടാകും. അതു പെറുക്കിക്കൂട്ടി സ്ഥല മുടമയുടെ മുന്നിൽ കൊണ്ടുവന്ന് ചൊരിയും. അളന്നു പകുത്തു പാതി താനെടുത്ത ശേഷം ഉടമ മറുപാതി സംഭരിച്ചുകൊണ്ടുവന്നവർക്കു വിട്ടു കൊടുക്കും. പലപ്പോഴും അളവനുപാതം സ്ഥലമുടമയുടെ ഔദാര്യ ത്തണലിൽ അല്പം ഈ മറുപാതിയുടെ പക്ഷത്തേക്ക് ചായും. സംഘം പിന്നെ തങ്ങളുടെ വിഹിതം തുല്യമായി വീതിച്ചു വീട്ടിലെത്തിക്കും. അത് ആഹാരവഴിയിലെ മുഖ്യപ്രത്യക്ഷമാകും വീട്ടിൽ പല ദിവസങ്ങളിലും. (അണ്ണാറക്കണ്ണനും തന്നാലായത് എന്ന പദത്തിനിവിടെ അർഥഭംഗി യേറുന്നു!) ഈ കപ്പക്കാല നുറുക്കുകളാണ് എരിവ് നെയ്യിലുറവയെടു ക്കുന്ന ആവിയാലിംഗനത്തിൽ ദൃഢഭാവം വെടിഞ്ഞ് തൊട്ടാലലിയും പരുവത്തിൽ വിനയാന്വിതരാകുവാൻ സമർപ്പിതരാകുന്നവർ.

വെന്തു കുഴയുമെന്നാകുമ്പോൾ വായ് മൂടിക്കെട്ടിയ തുണിയോടെ കലത്തിൽ നിന്നെടുത്തു മൺചട്ടിയിലേക്ക് ചൊരിയും. വെട്ടിക്കൂട്ട് സഖാവ് അതിനകം വേവായ വേവു വെന്ത് എല്ലിൻകഷണങ്ങളിൽ നിന്നൂറിയ മജ്ജയും കൊഴുപ്പും ചേർന്ന് നെയ്യായി ഉരുകി പശപരുവത്തിൽ കൈകോർത്ത് അരപ്പുചാറിൽ തത്തിക്കളിക്കുന്നുണ്ടാവും. തെളിയൂറ്റി യെടുത്ത് ചുമന്നുള്ളി അരിഞ്ഞതു വറുത്ത് അതിൽ വിതറി കുരുമുളകു പൊടി കൊണ്ട് ആശീർവദിച്ച് കോപ്പയിൽ വിളമ്പിയാൽ 'ത്രീ കോഴ്സ്' ഡിന്നറിലെ സൂപ്പ് റെഡി. രണ്ടാംവട്ടം മുളകു മൂപ്പിച്ചലങ്കരിച്ച ഇലയദ്ദ്യേം. മൂന്നാംവട്ടത്തിന് കപ്പക്കാലയും വെട്ടിക്കൂട്ടും ചേർന്ന ബ്രസീലിയോ ഇന്ത്യൻ മിക്സ് തിരുമനസ്സും.

ചെയ്‌വന വിളമ്പു വട്ടത്തിലെത്തുമ്പോഴുള്ള ജാഗ്രത പടിക്കലെ നിഴലനക്കങ്ങളിലും കാലൊച്ചകളിലും പ്രാർഥന അതിഥികളാരും വരല്ലേ യെന്നുമാണ്. പക്ഷേ, നെഞ്ചിലൊരിടിവാൾ വീഴ്ത്തിക്കൊണ്ട് ആരെ ങ്കിലും കയറിവരും. ആദ്യ കോപ്പയും പിഞ്ഞാണവും അതിഥിയുടെ മുമ്പിലേക്കു നീങ്ങുമ്പോൾ കണ്ണിൽ സങ്കടംകൊണ്ട് ഇരുട്ടു കയറും. ഒരു മാസം നോയമ്പു നോറ്റു തരമാകുന്ന 'ബഡാ ഖാന' പങ്കിടപ്പെടുക യാണല്ലോ എന്നു മനസ്സു കേഴും. പക്ഷേ, അദ്ഭുതം, മഹാദ്ഭുതമെന്നു പറയുന്നത് അമ്മയുടെ അക്ഷയപാത്രത്തിൽ എത്ര വിരുന്നു വിളമ്പി യാലും മക്കൾക്കു വിളമ്പുവാൻ വേണ്ടത്ര ബാക്കി ശേഷിക്കും എന്ന താണ്. ആ അദ്ഭുതത്തിന്റെ ഞെക്കുവിളക്കു തെളിക്കുന്നത് അമ്മ മനസ്സിലെ ഒരിക്കലും ഉറവ വറ്റാത്ത വാത്സല്യത്തിന്റെ കരുതലും.

സപ്തനക്ഷത്ര ഹോട്ടലിലെ സ്പെഷ്യാലിറ്റി റെസ്റ്റോറന്റിൽ വിളമ്പു കലയുടെ വിചാരകൻ സ്പൂൺ, ഫോർക്ക്, നൈഫ് ആദികളുടെ ആചാര വടിവോടെ സ്റ്റീംഡ് ടപ്പിയോക്ക വിത് സ്പൈസി മീറ്റ് മിക്സ് എഴു ന്നള്ളിച്ചു. അവതാരം അവ്വിധമെങ്കിലും ഉറപ്പാണ്, ജോളി പക്ഷേ നുകർന്നത് മൺകലത്തിൽ നിന്നും ചട്ടിയിൽ നിന്നും പകർന്ന വെട്ടിക്കൂട്ട് - കപ്പക്കാല മിശ്രിതത്തിന്റെ രുചിയമൃതാണ്! ■

രുചിയുടെ ബാലു മഹേന്ദ്രജാലം

ബാലേട്ടന്റെ മിലിട്ടറി മെസ്സിൽ നിന്ന് ഉണക്കച്ചെമ്മീൻപൊടി വിതറി ചുട്ട പപ്പടം അകമ്പടിയും തേങ്ങാക്കൊത്തിനൊപ്പം ആ വലുപ്പത്തിൽ കൊത്തിനുറുക്കിയ കോഴിപിരളൻ അനുസാരിയുമായ കഞ്ഞിയിലാവട്ടെ അത്താഴം എന്നു കരുതിയിരിക്കുമ്പോഴാണ് ബാലുമഹേന്ദ്ര ഒരു ഭേദ ഗതി അവതരിപ്പിച്ചത്. ഇന്നു നമുക്ക് താജിലെ കോഫി ഹൗസിലേക്കു പോകാം. പഞ്ചനക്ഷത്ര ഹോട്ടലുകളിലെ അത്താഴത്തിന്റെ ഔപചാരി കതകളോടു വൈമുഖ്യമുള്ളയാളാണ് ഞാൻ എങ്കിലും അന്നു ഞാൻ ബാലുവിന്റെ അതിഥിയാണ്, ആതിഥേയനു വഴങ്ങുക അതിഥിയുടെ ചൊല്ലുവിളി മര്യാദ.

സ്വിമ്മിങ് പൂളിനോടു ചേർന്നാണ് കോഫി ഹൗസ്. ബാൻഡ് സംഗീതം. മധ്യവയസ്സു കഴിഞ്ഞെങ്കിലും ഗായിക ഡെലിനയുടെ ശബ്ദ മാധുരിക്ക് അപ്പോഴും മധുരപ്പതിനേഴ്. ബാലുവിനെ കണ്ടയുടൻ അടുത്ത ഗാനം ഡെലിന ബാലുവിനായി സമർപ്പിച്ചു. ബാലുവിന്റെ ഏറ്റവും പ്രിയ പ്പെട്ട ഗാനം; സൗണ്ട് ഓഫ് മ്യൂസിക്കിലെ വിശ്രുത ഗാനം, കൗമാരത്തിന്റെ ഹൃദയമാപിനികളിലെ ഊഷ്മാവത്രയും ആവാഹിച്ചുകൊണ്ട് ഒഴുകി വന്നു.

...I am Sixteen... going on Seventeen...!

ബാലുവിന്റെ എണ്ണമിനുക്കമുള്ള മുഖത്തെ കറുപ്പഴകിൽ കൗമാര ത്തിന്റെ തിളക്കം പുനർജനിച്ചു മിന്നി. മേശവട്ടങ്ങളിൽ മെഴുകുതിരിനാള ങ്ങൾ തെളിഞ്ഞു പ്രകാശിക്കുന്ന ചിമ്മിനി ചുറ്റുകൾ. ചിരപരിചിതനായതു കൊണ്ടാവാം ബെയറർ പുഞ്ചിരിയോടെ അടുത്തുവന്നു.

മെനു കാർഡ് നീട്ടിയപ്പോൾ ബാലു വേണ്ടെന്നു വിലക്കി.

“സെയിം!”

“ഫോർ ബോത്ത്?”

“സെയിം.”

വിഭവ വൃത്താന്ത വർണ്ണനയും ഓർഡർ നൽകലും അതിലൊതുങ്ങി.

ഞങ്ങൾ സംഗീതത്തിനൊപ്പം വൃത്താകൃതിയിലുള്ള ഫ്ളോറിൽ നൃത്തച്ചുവടുകൾ വയ്ക്കുന്ന ഇണകളെ ശ്രദ്ധിച്ചു. പല പ്രായത്തിലും തരത്തിലുംപെട്ട മിഥുനങ്ങൾ. എരിഞ്ഞു കയറുന്ന ഗാനത്തിന്റെ ശ്രുതി തുടിക്കൊത്ത് ആയത്തിലാടുന്ന ചുവടുകൾ. വേദിയിൽ നേർത്ത നീല വെളിച്ചം. ആ വെളിച്ചത്തിൽ ഡെലിനയുടെ മുട്ടിനു താഴെയെത്തുന്ന വെളുത്ത അങ്കിയിലെ ചുമന്ന അരക്കെട്ട് തിളങ്ങുന്നു.

“ഡെലിനയ്ക്ക് നല്ല കളർ സെൻസാണ്. കണ്ടില്ലേ?”

നിറങ്ങളെ നിലാവഴകായി സെല്ലുലോയിഡിൽ വിരുത്തമാടിക്കുന്ന ബാലുവിന്റെ കോംപ്ലിമെന്റ് അസ്ഥാനത്തല്ല.

വൈകിയില്ല. ബെയറർ വിഭവങ്ങളുമായെത്തി.

“White Dosa with Green palak blended paneer!”

വെളുത്ത ദോശയെന്നു പ്രത്യേകം പറയുന്നതെന്തിന്? ദോശ വെളുത്തിട്ടല്ലേ പതിവ് എന്നു വിസ്മയിക്കുവാനിട തന്നില്ല പ്രത്യക്ഷം മുന്നിലവതരിച്ചപ്പോൾ. വൃത്താകൃതിയിൽ തട്ടുദോശ വലുപ്പത്തിൽ എന്നാൽ ന്യൂസ് പേപ്പറിനേക്കാൾ കുറഞ്ഞ കനത്തിൽ പത്തിരുപതു ദോശകൾ. ദോശയെന്ന വിശേഷണം പക്ഷേ, ആകൃതിസാമ്യം കൊണ്ടു മാത്രം. ഉള്ളടക്കത്തിൽ ഉഴുന്നോ പച്ചരിയോ ആ വഴി വന്നിട്ടില്ല. ചെയ്‌വന ദോശക്കല്ലിലാണെന്നതു മാത്രമാണ് ആകൃതിക്കപ്പുറത്തെ സാമ്യം. ഒരു ഫോർക്ക് പിടിയിൽ നാലഞ്ചെണ്ണം പ്ലേറ്റിലേക്കിട്ടു. പച്ചയിലും പച്ചയായ കറി സുന്ദരിയെ അരികിൽ വിതാനിച്ചു. ദോശയദ്ദേഹത്തെ നുറുക്കിയും വേണമെങ്കിൽ ഒടിച്ചും വശപ്പെടുത്താം. അത്രയ്ക്കുണ്ട് നേർമ. എന്നോ എവിടെയോ ഏറെ മുമ്പിലല്ലാതെ കഴിച്ച ഏതോ രുചിഘോഷം ഇനിക്കുന്നു നാവിലവതരിക്കുമ്പോഴേ... എന്തെന്നാലോചിച്ചു തലപുകയുവാൻ വിട്ടില്ല ബാലു.

മുട്ടയുടെ വെള്ളയാണ്.

ഉപദംശങ്ങളൊന്നും തീണ്ടാതെ മഞ്ഞക്കുരുവിന്റെ പൊക്കിൾക്കൊടി മുറിച്ചുമാറ്റി ബാക്കി വെള്ള പതപ്പിച്ചു വശത്തിലാക്കി നേർപ്പിച്ചു. ഇനി ഇതിനപ്പുറം കനക്കുറവ് അസാധ്യമെന്ന മട്ടിൽ (കഞ്ഞിപ്പശ ഉണങ്ങിയാൽ പൊളിച്ചെടുക്കുമ്പോൾ അടർന്നുവരും പോലെയെന്നു വേണമെങ്കിൽ ഉപമ!) ദോശക്കല്ലിൽ വിതാനിച്ചിട്ടാണ് കർമകാണ്ഡം. എന്താണ് രുചി എന്നു ചോദിച്ചാൽ പറയുക വയ്യ. അതുപോലൊരു രുചി വേറെയില്ലാത്തൊരു രുചി! നാവിലെത്തുമ്പോഴേക്കും അലിഞ്ഞുചേരുന്നു. നാവിന്റെതന്നെ ഭാഗമായി ലയിക്കുന്നു. ഉമിനീരിറക്കുംപോലെ സ്വയമേ അലിഞ്ഞിറങ്ങുന്നു.

അകമ്പടി കറി സുന്ദരിക്ക് നിറത്തിൽ മാത്രമല്ല രുചിയിലുമുണ്ട് ചേല്. ഒരു നുറുങ്ങ് നാവിൽ ചീര രുചി. മറു നുറുങ്ങിൽ ചീസിന്റെ വഴുക്കുന്ന രുചിയഴക്, പച്ചമുളകിന്റെ വീര്യം ഇരുരുചികളെയും ഇണക്കുന്ന

പാലമായി. അക്കൂട്ടത്തിൽ മല്ലിയുടെയും മറ്റെന്തെല്ലാമോ സുരുചിക്കൂട്ടുകളുടെയും മേമ്പൊടി. എല്ലാംകൂടി മോഹിപ്പിക്കുമ്പോൾ വടിച്ചുനക്കാതിരിക്കുവാൻ വിരലുകൾക്കു കുറച്ചൊന്നും പോരാ സംയമനം. പലക് പനീർ എന്ന പതിവു മട്ടുവിട്ട് ഇതു തനതായ മറ്റൊരു ചിട്ട!

“ഡെസർട്ട്?”

അതിനും മറുപടി: “സെയിം.”

രുചി പാകത്തിനു പഴുത്ത മാമ്പഴച്ചീളുകൾ കൃത്യം അളവിൽ നുറുക്കി കോപ്പ പോലൊരു പാത്രത്തിൽ. അതിനായി മാത്രം രൂപകല്പന ചെയ്തതെന്നു തോന്നുന്ന ഫോർക്കുകൾ വക്കരികിൽ ചാരി.

ഇതു ബാലുവിന്റെ റസീപ്പിയാണോ മൊത്തം?

ചോദിക്കാതിരിക്കുവാൻ കഴിഞ്ഞില്ല.

“No... John... This is മുത്തുരാജ മുതലിയാർ സ്പെഷ്യൽ! വലിയ അഡ്വക്കേറ്റായിരുന്നു. അദ്ദേഹത്തിന്റെ പെർമനന്റ് മെനുവായിരുന്നു ഇത്.”

രുചിയുടെ നിറങ്ങളയവിറക്കുമ്പോഴാണ് ബാലു ഏറ്റവും റൊമാന്റിക് ആകുക; നിറങ്ങളുടെ രുചി വർണിക്കുമ്പോഴും.

ഏറെ നാൾ കഴിഞ്ഞു; കുടുംബസമേതം ഒരിക്കൽ വീണ്ടും ഇതേ കോഫിഹൗസിലെത്തി.

മുത്തുരാജ മുതലിയാർ സ്പെഷൽ എന്ന് ഓർഡർ ചെയ്തപ്പോൾ ബെയററർക്ക് അമ്പരപ്പ്.

“വൺ മിനിറ്റ് സാർ.”

അകത്തുപോയി മടങ്ങിവന്ന് അദ്ദേഹം ക്ഷമാപണസ്വരത്തിൽ പറഞ്ഞു:

“Sorry sir, Parasu has retired. He only knew how to....”

പിന്നെ അന്ന് അത്താഴം പഞ്ചനക്ഷത്ര പതിവുകളുടെ ഉപചാരമട്ടിലൊതുങ്ങി. ആ നിരാശയോടെ മ്യൂസിക് ബാൻഡിന്റെ നേർക്കു നോക്കിയപ്പോൾ ഡെലീനയും അപ്രത്യക്ഷയായിരിക്കുന്നു! ■

ചേമ്പിന്റെ അവതാരങ്ങൾ

പാചകം ഒരു കല മാത്രമല്ല, ശാസ്ത്രവുമാണെന്ന് രുചി വിധികളെ പിൻപറ്റിയുള്ള അന്വേഷണയാനങ്ങൾ സാക്ഷ്യപ്പെടുത്തുന്നു. കൾനറി ആർട്ട്/സയൻസ് എന്ന പേരിൽ ഹോം സയൻസിന്റെ ഭാഗമായല്ലാതെ തന്നെ ഈ വഴിവൃത്തം പഠനവിഷയമായി സ്വീകരിക്കപ്പെട്ടു തുടങ്ങിയിരിക്കുന്നു. ഈ ധാരയിൽ ബിരുദ കോഴ്സുകളും ബിരുദാനന്തര ബിരുദ കോഴ്സുകളും ആരംഭിക്കുന്ന നാളുകൾ വിദൂരമല്ല. ആ തുടർച്ചയിൽ എം.ഫില്ലോ പി.എച്ച്.ഡി.യോ ഇടചേർന്നാൽ നിർബന്ധമായും ഗവേഷണ വിഷയമാക്കാവുന്ന ഒന്നാണ് ഗൗഡസാരസ്വത ബ്രാഹ്മണ സമൂഹത്തിന്റെ ചേമ്പു വിഭവങ്ങൾ.

ഒരു ജന്മാഷ്ടമി നാളിൽ ഒരു കൊങ്കണി സുഹൃത്തിന്റെ വീട്ടിൽ വൈകുന്നേരം കടന്നുചെന്നപ്പോൾ ആ ദിവസത്തിന്റെ പ്രത്യേക പല ഹാരമെന്ന വിശേഷണത്തോടെ വിളമ്പി കിട്ടിയത് ചേമ്പിലത്താളിനെ ഭൂമികയാക്കിയ ഒരു വിശേഷ വിഭവമായിരുന്നു. മിശ്രിതമായിരുന്നു രുചിയെങ്കിലും അതിൽ പ്രകടപ്രത്യക്ഷം ചേമ്പു ധാരയിൽ നിന്നായിരുന്നു. ജന്മാഷ്ടമി നാളിൽ ഈ വിഭവം സമുദായത്തിൽ നിർബന്ധമാണത്രേ. ദേവകിപർവ്വവുമായി ബന്ധപ്പെട്ട വിശ്വാസകഥയിലെ ജയിൽവാസ നാളുകളിൽ മുഖ്യഭോജ്യം ഇതായിരുന്നു എന്ന പുരാവൃത്തം ഇതിനകമ്പടിയായുണ്ട്.

ചേമ്പിൻതാളും അതിന്റെ ഇലയും വൃത്തിയാക്കി ഇലതെറുത്തു ചുറ്റിക്കെട്ടി താളും കൂടി കൂട്ടി വെള്ളമൊഴിച്ചു വേവിച്ചിട്ടാണ് ചെയ്വന തുടക്കം. രുചിയിൽ ഒരു നേർത്ത പുളിഭാവത്തിനടിസ്ഥാനം കുടംപുളിയോ അമ്പഴങ്ങയോ വലപ്പനോ ഇടചേർക്കുന്നതാണ്. വെന്തു വരുമ്പോൾ മാത്രമേ ഉപ്പഭിഷേകം പാടുള്ളൂ. പച്ചത്തേങ്ങയും വറ്റൽമുളകും അരച്ചു ചേർത്ത് കടുകും ഉലുവയും ഉഴുന്നുപരിപ്പും താളിച്ചു ചേർത്താൽ കഥയിതു പൂർണം! രുചി വൈവിധ്യത്തിനുവേണ്ടി ചിലർ രണ്ടു നേന്ത്രക്കായയുടെ തൊലി കൂടി ചേർക്കുക പതിവുണ്ട്. മറ്റു ചിലർ അവരുടെ രുചി വഴിയുടെ നിതാന്ത പങ്കാളിയായ ചേമ്പു കുലത്തിൽ നിന്നുരണ്ടു ചേമ്പിൻവിത്തും.

ചേമ്പുകൊണ്ട് എത്രതരം വിഭവങ്ങളാണ് നിങ്ങളുടെ കൂട്ടർ ഉണ്ടാക്കുന്നത് എന്നൊരിക്കൽ കൊങ്കണി പാചകവിധികളിൽ വിശാരദയായ സുശീല ത്രിവിക്രമ ഭട്ടിന്റെ മുമ്പിൽ വിസ്മയപ്പെട്ടു.

അക്ഷണം ഒറ്റവീർപ്പിൽ ഒരിരുപതു വ്യത്യസ്ത വിഭവരീതികളുടെ സമഗ്രവർണനയുതിർന്നു ശ്രീമതി നാവിൽനിന്നും.

"ചേമ്പിൻതാളുകൾ മാത്രം വേവിച്ചു പുളിയും കീറിയ പച്ചമുളകും ഉപ്പും മൂന്നു നാല് സ്പൂൺ പീരയും ചേർത്തു തിളപ്പിച്ചു മീതെ പച്ച വെളിച്ചെണ്ണയും കായം കലക്കിയതും വിതാനിച്ചാൽ അസ്സലൊരു വിഭവമാകും."

'മണ്ടേ' എന്ന ഓമനപ്പേരുള്ള സഖാവു ചേമ്പിനോടൊപ്പം ഉരുളക്കിഴങ്ങും പാവയ്ക്കയും ചുണ്ടങ്ങയും ചേർത്ത് ചെമ്മീൻപുളിയോ വരപ്പനോ തൊട്ടുമിനുക്കി നീളത്തിലരിഞ്ഞ കഷണങ്ങൾ വെന്തു

കഴിയുമ്പോൾ മുളകരച്ചു ചേർത്തു നന്നെ കുറുകി വരുമ്പോൾ തിള പരുവത്തിൽ പാൽക്കായം ചേർത്ത് ഉലുവയും കടുകും ഉഴുന്നുപരിപ്പും കറിവേപ്പിലയും താളിച്ചെടുത്താൽ നാവിനൊരിക്കലും മറക്കാനാവാത്ത ഒഴുക്കനച്ചാറു റെഡി! ഇഡ്ഡലിയുടെ കൂടെ ഒന്നാന്തരം. ഇഡ്ഡലിച്ചെമ്പിലെ വൃത്താകൃതിയിലല്ലാതെ പച്ചരിയും ഉഴുന്നും പരിപ്പും മാത്രാനുസരണം ചേർന്ന മിശ്രിതത്തിനു കുമ്പിളപ്പമായും അവതാരമാകാമെന്ന് അക്കൂട്ടത്തിലൊരു പാഠഭേദവും!

ചേമ്പിൻ വിത്ത്, അത് കണ്ടിച്ചേമ്പിന്റെ ചെറുവിത്താണെങ്കിൽ രുചി അധികകേമം, ചെറു കഷണങ്ങളാക്കി ഉപ്പും വെള്ളവും ചേർത്ത് വേവിച്ചതിൽ കായം കലക്കി ഒഴിച്ചു വറ്റി വരുമ്പോൾ മുളകരച്ചുചേർത്തു കടുകു താളിച്ചാൽ പ്രത്യക്ഷം 'മെഴുക്കുപുരട്ടി'യായി.

'വൽവൽ' എന്ന വിളിപ്പേരിൽ അവതരിക്കുന്ന ഓലനിലും മുഖ്യാതിഥി ചേമ്പു തന്നെ. ഉരുളക്കിഴങ്ങും പിഞ്ചുമത്തനും കുമ്പളങ്ങയും കാച്ചിലും അഞ്ചെട്ട് അച്ചിങ്ങാ നുറുക്കും എല്ലാം ഒരിഞ്ചു നീളത്തിൽ നുറുക്കി അതിൽ അകമ്പടി ചേരുമെന്നു മാത്രം. പച്ചമുളക് പിളർന്നതും ചേർത്ത് തേങ്ങാപ്പാലിലാണ് തിളയുണരുന്നത്. പാൽക്കായം കലക്കി ഉപ്പു ചേർത്ത് പച്ചവെളിച്ചെണ്ണയിൽ കടുകു തൊടാതെ കറിവേപ്പില കൊണ്ടു വിതാനിച്ചാൽ അവതാരം പൂർണം! ഗോവയിൽ ഇപ്പോഴും ഈ വിഭവം പ്രചാരത്തിലുണ്ട്. പേരു വേറെയാണെന്നു മാത്രം.

ഒന്നിലും ഒരിടത്തും ഉള്ളി സാന്നിധ്യം കണ്ടില്ല.

"ഉള്ളിപ്പതിവു ഞങ്ങൾക്കില്ല. പിന്നെപ്പിന്നെ ഇപ്പോഴത്തെ സങ്കരവിധികളിൽ പുതുമോടിക്കു ചിലർ പരിഷ്കാരമായി ഉള്ളി ചേർത്തു തുടങ്ങിയെന്നു മാത്രം."

'പത്രർവോഡോ' എന്ന പേരിൽ പണ്ടൊരിക്കൽ ഒരു പലഹാരം രുചിച്ച ഓർമ പുതുക്കിയപ്പോൾ "പേരുകേട്ടു ഭയപ്പെടേണ്ട, സംഭവം ചേമ്പിലയപ്പം മാത്ര"മാണെന്നു സമാശ്വസിപ്പിച്ചു സുശീലാ ബഹൻ.

ഞരമ്പുകളഞ്ഞു വൃത്തിയാക്കി ചേമ്പിൻതാളിന്റെ ഇളതായ ഇലയാണ് വിധിവഴിയിലെ അടിസ്ഥാന ആലംബം. അര കിലോഗ്രാം പച്ചരിയിൽ ഒരു തേങ്ങയും 30 വറ്റൽമുളകും 12 ചെമ്മീൻപുളിയും ഒരു ചെറുകഷണം മഞ്ഞളും ചൊറിച്ചിൽ കളയാൻ പാകത്തിനു കായവും ഉപ്പും ചേർത്ത് തരിതരിപ്പാവും വരെ പാതി പാകത്തിനരയ്ക്കണം. എന്നാൽ കുഴമ്പാകുംവരെ അരുത്. കഴുകിവച്ച ഇല തട്ടത്തിൽ നിരത്തി ഒന്നു കമഴ്ത്തി മാവു പരത്തി രണ്ടാമത് വശം ചേർന്നും പുരട്ടി, അങ്ങനെ എട്ടുപത്ത് ഇലകളാവുമ്പോൾ വശം മടക്കി ഒരറ്റത്തുനിന്നും ചുരുട്ടി അറ്റ കൈയ്ക്കു വേണമെങ്കിലൊന്നു കെട്ടി അപ്പച്ചെമ്പിൽ ഒരു മണിക്കൂർ വേവു ധ്യാനം. പച്ചീർക്കിലി കൊണ്ടു കുത്തിയേ വേവുപാകം നോക്കാവൂ. ദോശക്കല്ലിൽ വെളിച്ചെണ്ണ പുരട്ടി മേൽപ്പടി അദ്വൈതത്തിനെ ഒന്നു പരുവപ്പെടുത്തി ചൂടോടെ വിളമ്പി ചൂടോടെ കഴിച്ചാൽ രുചിഘോഷം കേമം!

■

ഉഴുന്നുവടയും ചിക്കനും

അന്നൊരു ദീപാവലി ദിനം. സംവിധായകൻ മോഹൻ പ്രഭാതഭക്ഷണത്തിനു വിളിച്ചു. നായന്മാർക്കിടയിൽ ദീപാവലി വലുതായി ആചരിക്കാറുള്ളതായി അങ്ങനെ കേട്ടിട്ടില്ല. പക്ഷേ, മോഹന്റെ ശ്രീമതി അനുപമ തെലുങ്കുനാട്ടിലെ നെല്ലൂർ സ്വദേശിനിയാണ്. അവർക്കിടയിൽ ദീപാവലി വലിയ ആഘോഷമായിരിക്കാം. അനുപമ കുച്ചിപ്പുഡി വിശാരദയാണ്. പക്ഷേ, സമാനമായ നൈപുണ്യം കൈപ്പുണ്യമായി പാചക കലയിലും പ്രത്യക്ഷമെന്നത് അനുഭവസാക്ഷ്യം. മദിരാശിയിൽ തുടർച്ചയായി ആഴ്ചകൾ തങ്ങേണ്ടി വരുമ്പോഴുള്ള രുചി വൈരസ്യത്തിൽ നിന്നും മോചനം തേടി ക്ഷണിക്കപ്പെടാതെ തന്നെ ചേക്കാറാറുള്ളത് ഭരതന്റേയും മോഹന്റേയും വീടുകളിലാണ്. ഭരതപത്നി ലളിത നറുനാടൻ മലയാളി വിധിവട്ടങ്ങൾകൊണ്ടു രുചിയുത്സവങ്ങൾ സമ്മാനിക്കുമ്പോൾ ഒന്നിടവിട്ടു തെലുങ്കു മട്ടിലും മോഹന്റെ രുചിശാഠ്യങ്ങളുമായുള്ള സമ്പർക്ക വഴിയേ കൈവശമാക്കിയ മലയാള വിധിവൃത്തത്തിലും ഒപ്പത്തിനൊപ്പം അനുപമയും കനിഞ്ഞു പോന്നിരുന്നു. പക്ഷേ, അന്നാദ്യമായിട്ടായിരുന്നു ദീപാവലി വിരുന്നിന് ക്ഷണം. വിദ്യാർഥി നാളുകളിലും ബാങ്ക് നാളുകളിലുമുള്ള ഗുജറാത്തി ചങ്ങാത്തങ്ങളിലെ അനുഭവ പരിചയം വച്ചു പ്രതീക്ഷിച്ചത് മധുരംകൊണ്ടുള്ള ഒരാറാട്ടും അതിനിടയിൽ പച്ചമുളകിന്റെ എരിവു വീറു വിടാത്ത 'കാര'വുമാണ്.

പക്ഷേ തീൻമേശയിൽ വാഴയിലയിൽ നിരന്ന വിഭവം ആദ്യം നെറ്റി ചുളിപ്പിച്ചു; നാവിൽ വിസ്മയ ചോദ്യമായുണർന്നു, പിന്നെ രുചിഘോഷത്തിൽ സാഷ്ടാംഗം അടിയറവു പറയിച്ചു!

എന്താവും അവതാരം എന്നറിയുവാനുള്ള കൗതുകത്തോടെ ആദ്യം നാസാരന്ധ്രങ്ങൾ തുറന്നു പിടിക്കുമ്പോൾ മസാല വറവിന്റേയും ഉഴുന്ന് എണ്ണയിൽ പൊരിയുന്നതിന്റേയും ശീൽക്കാരം കാതിലും അകമ്പടിയായി മിശ്രിതഗന്ധം നാസിക വഴി നാവിലൂറിയ കൊതിയുറവിലും വിരുന്നു വന്നു. ആദ്യം എഴുന്നള്ളിയത് ഉള്ളിയും പച്ചമുളകും വേണ്ടുംപടി ഉൾച്ചേർന്നു തുല്യവലുപ്പത്തിൽ വേവുപാകത്തിന്റെ കൃത്യത മൊരിവായും

സ്വർണനിറം കൈവിടാത്ത ബ്രൗൺ ചായ്‌വായും ഉരുവായ ഉഴുന്നുവട സഖാക്കളാണ്. തിളയിൽ വറുത്തു കോരി എണ്ണ വാർന്ന നിമിഷം തന്നെ വാഴയിലയിൽ വന്നങ്ങു ചൊരിയുകയായിരുന്നു അനുപമ. അതും നാലഞ്ചെണ്ണം ഒറ്റയടിക്ക്. വടയുടെ കൈ പൊള്ളും ചൂടിന്റെ സ്പർശബാന്ധവത്തിൽ പച്ചവാഴയില വാടി മയപ്പെടുമ്പോഴുള്ള മോഹിപ്പിക്കുന്ന ഗന്ധം നുകർന്നിരിക്കുമ്പോൾ തൊട്ടുപുറകെ വടക്കൂമ്പാരത്തിന്റെ വശത്തായി മസാലക്കൂട്ട് നിറപാകത്തിൽ ചേർന്നു പിടിച്ചു കട്ടിക്കുറുക്കു കുഴമ്പു പരുവത്തിൽ മുഴുത്ത ചിക്കൻ കഷണങ്ങൾ, മസാലയിൽ മല്ലി പ്രഭൃതികൾക്കും കറുകപ്പട്ട, ജാതിക്ക, കരയാമ്പൂ സഖാക്കൾക്കും മീതെ ഉയർന്നു നിൽക്കുന്ന കറുത്ത പൊന്നിന്റെ സാന്നിധ്യം പ്രത്യക്ഷത്തിൽ നിന്നുതിരുന്ന ആവിയിൽ സമൃദ്ധം. ആവിച്ചൂടിൽ ചിക്കൻ അവർകളുടെ കൂടി എഴുന്നള്ളത്തായതോടെ വാഴയില വാടി ഉള്ളിത്തണ്ടിനു സമം വിനീത വിധേയൻ.

പലതരം കോമ്പിനേഷനുകൾ രുചിച്ചിട്ടുണ്ട്; സ്വയം പരീക്ഷിച്ചിട്ടുമുണ്ട്. പക്ഷേ, സത്യമായും ഇങ്ങനെയൊരു രുചിബാന്ധവം ആദ്യമായാണ്. ഉഴുന്നുവടയും ചിക്കൻ പെപ്പർ റോസ്റ്റും. അങ്ങനെയൊരു ചങ്ങാത്തത്തിന്റെ രുചിവട്ടത്തെക്കുറിച്ചു മലയാളി നാവിനു സങ്കല്പിച്ചു പോലും ശീലമുണ്ടാവില്ല. സങ്കോചത്തോടെ പമ്മിനിന്ന എന്റെ നേർക്ക് നോക്കി കുച്ചിപ്പുടി മുദ്രയില്ലാത്ത ശുദ്ധവഴിയിൽ പുഞ്ചിരിച്ചുകൊണ്ട് അനുപമ ധൈര്യമായി 'കഴിച്ചോളൂ... നന്നായിരിക്കും' എന്ന് മൊഴിയാതെ ഉറപ്പു നൽകി.

കൂട്ടത്തിൽ മോഹന്റെ ശുപാർശയും:

"ആദ്യം ഇങ്ങനെ വിളമ്പിക്കണ്ടപ്പോൾ ഞാനും അമ്പരന്നതാണ്. പക്ഷേ, കഴിച്ചു നോക്കിയപ്പോൾ ബെസ്റ്റ് കോമ്പിനേഷൻ! ഉഴുന്നും ചിക്കനും മസാലയും എരിവും കൂടിച്ചേരുമ്പോൾ ഒരു പ്രത്യേക രുചിയാണ്."

നല്ല നായന്മാർ നല്ല നസ്രാണികളെ ചതിച്ചതായി സാക്ഷാൽ വി.കെ.എൻ. പോലും ആരോപണം ഉന്നയിച്ചിട്ടില്ലാത്തതുകൊണ്ട് രണ്ടും കൽപിച്ച് ഒരു നുള്ള് വടതേങ്ങാപ്പീരയിൽ ഉപ്പുതൊട്ടു പഞ്ചസാര വിതറിയ മംഗല മധുരത്തിനു കിള്ളുംപോലെ എടുത്തു കോഴിച്ചാറിൽ തൊട്ടു നാവിൽ വച്ചു. നാവിൽ നിന്നും രുചിപ്രജ്ഞയിലേക്കൊരു വിദ്യുത് പ്രവാഹം എന്ന ആലങ്കാരിക പ്രയോഗം കേട്ടിട്ടേയുണ്ടായിരുന്നുള്ളൂ. അത് അക്ഷരാർത്ഥത്തിൽ അനുഭവവേദ്യമായി ആ നിമിഷം.

തലേന്നു കണ്ട ആഷിക് അബു സിനിമയെക്കുറിച്ചു മോഹൻ തന്റെ വിദഗ്ധമായ നിരീക്ഷണം വിളമ്പുന്നുണ്ടായിരുന്നു. ആഷിക്കും സിനിമയും ക്ഷമിക്കട്ടെ. ഒരക്ഷരം കേട്ടില്ല; ശ്രദ്ധിച്ചില്ല. പഞ്ചേന്ദ്രിയങ്ങളുടെയും ശ്രദ്ധ ഏകാഗ്രമായി ഇലയിലെ വടക്കൂമ്പാരത്തിലും മസാലയിൽ ആറാടിയ

കുക്കുട പ്രത്യക്ഷത്തിലുമായിരുന്നു. ഇല കാലിയായതും അലിവോടെ അനുപമ വീണ്ടും ഉഴുന്നുവടപ്പെരുക്കങ്ങൾക്കകമ്പടിയായി കോഴി സഖാവിനെ ഒപ്പത്തിനൊപ്പം വിരുത്തമാടാൻ വിളമ്പി!

ഉള്ളതു പറഞ്ഞാൽ മോഹനും ചിരിക്കും.

അവസാനത്തെ വടയും അതിനാറാടാൻ ഒരു കഷണം കോഴിയും ചാറും ഇലയിൽ ബാക്കി വച്ചു താമസിപ്പിച്ചത് മൂന്നാമതൊരു എഴുന്നള്ളത്തിനെ വിലക്കുവാൻ രുചിപ്രസാദം നാവിനെ അനുവദിക്കില്ലെന്ന ഭീതിയാൽ മാത്രമാകുന്നു!

■

പച്ചമലയിലെ ആതിഥേയർ

നാലര പതിറ്റാണ്ടുകൾക്ക് മുമ്പ് മറയൂർ കാടിനു നടുക്കുള്ള ഒരിത്തിരിപ്പോന്ന കൊച്ചു ഗ്രാമമായിരുന്നു. ദിവസത്തിൽ ഒന്നോ രണ്ടോ ബസ്സ്. മൂന്നോ നാലോ നിരപ്പലകയിട്ട കൊച്ചു കടകൾ. ഒരു സ്കൂൾ ഷെഡ്. ഒരു കന്യാസ്ത്രീ മഠം, അതിനോടു ചേർന്നു ചെറിയൊരു ചാപ്പൽ. പിന്നുള്ളതെല്ലാം കുടിലുകളാണ്. അവ സമതലത്തിലല്ല. നാലുപാടുമുള്ള മലഞ്ചെരിവിലാണ്. രാത്രികളിൽ അവിടെ മിന്നുന്ന രാവിളക്കുകൾ സമതലത്തിൽ നിന്നു നോക്കുമ്പോൾ മിന്നാമിന്നികളെപ്പോലെ തോന്നിച്ചിരുന്നു. സ്കൂൾ ഷെഡിനു മുമ്പിലായുള്ള ഗ്രൗണ്ടിൽ ടെന്റുകൾ കെട്ടി അതിലാണു ഞങ്ങൾ മുപ്പതുപേർ താമസം. സ്കൗട്ട് മാസ്റ്റേഴ്സ് ട്രെയിനിങ് ക്യാമ്പിനെത്തിയതാണ് ഇരുപത്തിയഞ്ചുപേർ. അഞ്ചുപേർ പരിശീലകരും സ്റ്റാഫും.

ഒരു ടെന്റിൽ 5 പേർ വീതം താമസം. ദിവസവും പുലർച്ചയ്ക്ക് എഴുന്നേൽക്കണം. ബെഡ് കോഫി തൊട്ടുള്ള സമസ്ത ഭക്ഷണവും അതതു ടെന്റിലുള്ളവർ സ്വയം പാകം ചെയ്യണം. വിസ്തരിച്ചിരുന്നു പാകം ചെയ്യുവാൻ സമയമില്ല. ഓരോ നേരവും പരിശീലകരിലൊരാൾ അതിഥിയായി ഭക്ഷണത്തിന് ഓരോ ടെന്റിലുമെത്തും.

അരമണിക്കൂർ സമയത്തിനുള്ളിൽ പ്രാതലൊരുക്കി യൂണിഫോറം ധരിച്ചു മരച്ചുവട്ടിലെ ക്ലാസിലേക്കോടി എത്തണം. പന്ത്രണ്ടര മുതൽ ഒന്നരവരെയാണ് ഉച്ചയൊഴിവ്. പിന്നെ വൈകീട്ട് ആറു തൊട്ട് ഏഴു വരെയും. ഭക്ഷണമൊരുക്കിയാൽ പോരല്ലോ, അതിഥിയേയും ഊട്ടണ്ടേ? അതുകൊണ്ടു മാനംപോകാതിരിക്കുവാൻ രണ്ടുമൂന്നുകൂട്ടം ഒരുക്കിയേ പറ്റൂ.

സമയലാഭത്തിനും രുചിമികവിനും ഉതകുന്ന പരീക്ഷണങ്ങൾ തേടിപ്പോകാതെ വയ്യായിരുന്നു. വാമിംഗ് അപ്പ് കഴിഞ്ഞുവന്നാൽ മണ്ണിളക്കി വാഴയില വിരിച്ച് അതിൽ ഉച്ചഭക്ഷണത്തിനുദ്ദേശിക്കുന്ന കറിവട്ടങ്ങൾക്കു വേണ്ട പച്ചക്കറികൾ വൃത്തിയാക്കി നുറുക്കുംമുമ്പേ മറ്റൊരുക്കങ്ങൾ നടത്തി നിരത്തും. മീതെ മറ്റൊരു വാഴയില വിതാനിച്ച് അതിനു മീതെയാണ് മണ്ണു നിരത്തി അടുപ്പുകൂട്ടുക. പ്രാതൽ തയ്യാറാക്കി വിളമ്പിയും

കഴിച്ചും കഴിയുമ്പോൾ ക്ലാസ്സിനു സമയമാകും. ഉച്ചയ്ക്ക് വന്ന് ആദ്യം ചെയ്യുക അടുപ്പിളക്കി മണ്ണ് മാന്തി വാഴയിലകൾക്കിടയിൽ നിന്നും മുകളിൽ നിന്നരിച്ചെത്തിയ തീച്ചൂടിൽ മുക്കാൽ വേവെത്തിയ പച്ചക്കറിത്തമ്പ്രാക്കളെ എടുത്തു ചേരുംപടി കഷണിക്കുകയാണ്. രാത്രി വട്ടത്തിനുള്ള തമ്പ്രാക്കളെ ഇലശയ്യയിൽ നിരത്തി വീണ്ടും അടുപ്പുകൂട്ടി ചോറിന് അരിയിടാൻ അലുമിനിയം കലത്തിൽ വെള്ളം തിളപ്പിക്കാനേറ്റും.

സ്റ്റോറിൽ നിന്നും ഉണക്കമീൻ കിട്ടി ഒരു ദിവസം. എല്ലാവരും വറുത്ത രൂപത്തിൽ അവതരിപ്പിച്ചപ്പോൾ എവിടെനിന്നോ സംഘടിപ്പിച്ച ഇരുമ്പം പുളി ചേർത്തു ചാറുകറിയുണ്ടാക്കി അയൽടെന്റുകാർ.

വാശിക്കു വാശിയായി.

വറുത്തെടുത്ത ഉണക്കമീൻ തദനന്തരം നുറുങ്ങുകളായി കഷണിച്ച് ചുമന്നുള്ളി അരിഞ്ഞു താളിച്ചതിൽ ചോറിനോടൊപ്പം ചീനച്ചട്ടിയിലിട്ടു തോരന്റെയും മെഴുക്കുപുരട്ടിയുടെയും കഷണങ്ങളിൽ ചിലതെടുത്തു നാരുപരുവത്തിൽ കീറി ഇക്കൂട്ടത്തിൽ ചേർത്ത് ഒരു പിടിപിടിച്ചു. പ്ലെയിറ്റുകളിലേക്ക് വിതാനിക്കും മുമ്പേ അല്പം തേങ്ങാപ്പീര കൂടി മുകളിൽ വിതറിയപ്പോൾ അന്നത്തെ ടോപ്പ് സ്കോർ ഞങ്ങളുടേതായി! ■

ഒടുവിലാന്റെ കൊഞ്ചുകറി

സെറ്റിൽ ഒടുവിൽ ഉണ്ണിക്കൃഷ്ണൻ പാകപ്പെടുത്തിയ കരിക്കിട്ട കൊഞ്ചുകറി കഴിച്ചവർ പറഞ്ഞു:

"പാചകകലയിലും ഒടുവിലല്ല ഈ ഉണ്ണികൃഷ്ണൻ."

ആലുവാപ്പുഴയുടെ തീരത്തായി ജി.സി.ഡി.എ. റോഡിൽ സുഹൃത്ത് ശശിയുടെ വീട്ടിലായിരുന്നു 'ഒരു ചെറുപുഞ്ചിരി'യുടെ ചിത്രീകരണം മൂന്നു നാലു ദിവസം. ഒടുവിൽ ഉണ്ണിക്കൃഷ്ണനാണ് മുഖ്യവേഷത്തിൽ, എം.ടി.യുടെതാണ് തിര: രചനയും സംവിധാനവും. ഷോട്ടുകൾക്കിടയിലെ ഇടവേളയിൽ വീട്ടിലെ അടുക്കളക്കാരുമായി ഒടുവിലാൻ ചങ്ങാത്ത ത്തിലായി. ചങ്ങാത്തം ഗൂഢാലോചനകളിലേക്കു നീണ്ടു. ഫലം ഫിലിം യൂണിറ്റിന്റെ മെസ്സിൽ നിന്നും വരുന്ന പതിവുഭക്ഷണ വട്ടങ്ങൾക്കൊപ്പം ഒടുവിലാൻ സ്പെഷലായി ഒരു പ്രത്യേക വിഭവം നിത്യവും തീൻമേശ യിലെത്തി.

ഒരു ദിവസം ഊഴം ഒരു കൊഞ്ചു വിഭവം.

നീളത്തിൽ അരിഞ്ഞ കൊഞ്ച്. കൂടെയിടുന്ന പച്ചമുളകു കീറുന്നതും നീളത്തിൽ. മുഴുത്ത ചുമന്നുള്ളി എടുത്ത് അവനെയും അവ്വിധം തന്നെ നീളത്തിൽ കഷണിച്ചു. കുടമ്പുളി മാത്രം തൽസ്വരൂപത്തിൽ വിക്ഷേ പിച്ചു. പാതി വേവു വരെ മൺചട്ടിയിൽ വെള്ളം വറ്റിച്ചെടുത്തു. അതി നിടയിൽ കഥാപുരുഷൻ ജനാലവഴി നോക്കുമ്പോഴുണ്ട് തെങ്ങിൽ കരിക്ക് ഇളംപരുവത്തിൽ കിടക്കുന്നു.

തോട്ടികൊണ്ടു കുത്തിച്ചു രണ്ടെണ്ണം തരമാക്കി. തുരന്നപ്പോൾ പാക ക്കണക്കു തെറ്റിയിട്ടില്ല. ഇളത്. എന്നുവെച്ചാൽ കാമ്പ് ഉറച്ചിട്ടില്ല. ഉറയ്ക്കാ നുള്ള ഒരു മട്ട് തുടങ്ങുന്നതേയുള്ളൂ.

കരണ്ടി കൊണ്ടു ചുരണ്ടി അപ്പാടെ മൺചട്ടിയിലേക്കു നിവേദിച്ചു. വേവുചൂടിൽ മതിമയങ്ങി കുടംപുളി കുഴഞ്ഞൊരു പരുവത്തിലായതിനെ തോണ്ടിയെടുത്തു യാത്രയാക്കി. പിന്നെ ബാക്കി കരിക്കു ദശ ചാറായി വെന്തു തിമർത്തു വന്നപ്പോൾ ദാ ഇവിടെ മേശ പ്രത്യക്ഷം!

ഇനി ഭോജനപർവ്വം.

ചൂടോടെ അരികിൽ വിളമ്പി പുളിയിഞ്ചി സമം ശീൽക്കാര ശ്രുതിയിൽ തൊട്ടും നക്കിയും വെടിപ്പാക്കി അങ്ങനെയൊരു മട്ടം.

മറ്റ് ഉപദംശങ്ങളൊക്കെ മാറ്റിവച്ച് ചോറു മാത്രത്തിനു നടുവിലൊരു കുഴി കുഴിച്ചതിൽ ഇദ്ദേഹത്തെ ആനയിച്ചു രണ്ടും കല്പിച്ച് പീച്ചിക്കൂട്ടിയൊരു കുഴ കുഴച്ച് ഉരുളയാക്കി നിരത്തി ഓരോന്നിലേക്കും അരുമയോടെ ഒന്നു നോക്കി ആദ്യം കൈവിരലുകളിൽ പറ്റിച്ചേർന്നതു നക്കി വടിച്ചും പിന്നെ നിമിഷനേരംകൊണ്ട് ഉരുളകൾ പണ്ടിവിടെ നിരനിരന്നിരുന്നു എന്നയവിറക്കുംവിധം അപ്രത്യക്ഷരാക്കി ഭുജിച്ചുംകൊണ്ട് ഒരു മട്ടം വേറെയും!

രണ്ടും നിറഞ്ഞാടി ദൃഷ്ടാന്തിച്ചു വന്നപ്പോഴേക്കും കാസറോളിലെ വിഭവം പാതി കാലി. ഇനി ഇക്കളി നേരിട്ടാകാം എന്നു കരുതി തീൻമേശയിലെ എല്ലാ കൈകളും ഒരേ ദിശയിലേക്കു നീണ്ടപ്പോൾ മനസ്സിൽ പണ്ട് ഉണ്ണിക്കൃഷ്ണൻ ഈണം പകർന്ന പത്തു പാട്ടുകളുള്ള 'നവരാഗമാലിക' കാസറ്റിലെ ഗാനങ്ങൾ കേട്ടശേഷം ദേവരാജൻ മാസ്റ്റർ ചോദിച്ച ഒരു ചോദ്യം അലയുണർന്നു:

"എന്തേ ഒടുവിലായിപ്പോയത്?" ■

രാജമുദ്രയുള്ള രുചി

1880–കളിലെ കഥയാണ്. ശ്രീവിശാഖം തിരുനാൾ മഹാരാജാവിന്റെ ഭരണകാലം. തിരുവിതാംകൂറിൽ കടുത്ത ക്ഷാമമുണ്ടായി. നെൽകൃഷി തിരുവിതാംകൂറിൽ പൊതുവെ കുറവാണ്. പുറമെ നിന്നും നെല്ല് വരുത്തുകയാണു പതിവ്. വരുത്തി വരുത്തി അരിയാഹാരമില്ലെങ്കിൽ പ്രജകൾക്കു തൃപ്തി വരില്ലെന്ന മട്ടുമായി. അതിനിടയിലാണ് ക്ഷാമം. അരി ദുർലഭമായി. പ്രജകൾ അസ്വസ്ഥരായി.

പകരം എന്തെങ്കിലും ഭക്ഷണം കണ്ടെത്തിയേ പറ്റൂ. അപ്പോഴാണ് മഹാരാജാവ് ആഫ്രിക്കയിലും തെക്കേ അമേരിക്കയിലും പ്രചാരത്തിലുള്ള ഒരു ഭക്ഷണത്തെക്കുറിച്ചു കേട്ടത്. Tapioca എന്നാണത്രെ ഇംഗ്ലീഷിൽ പേര്. ഭാഷാന്തരപ്പെടുത്തി വന്നപ്പോൾ അത് മരച്ചീനി എന്നായി. ബ്രസീലിലേക്ക് രാജദൂത് പോയി. കപ്പൽമാർഗം കപ്പയുടെ കമ്പ് നാട്ടിലെത്തി.

തിരുവനന്തപുരത്തെ ശ്രീപാദം വക നാലഞ്ചേക്കർ ഭൂമി പുതിയ വിളയുടെ പരീക്ഷണവേദിയായി. അവിടെ മുഴുവൻ കപ്പ നട്ടു. അതവിടെ സമൃദ്ധമായി വേരോടി വളർന്നു. ആവശ്യത്തിനു പോഷകഗുണമുള്ള സ്വാഗതാർഹമായ ഈ ബദൽ ഭക്ഷണ സാധ്യതയിലേക്ക് ജനശ്രദ്ധയെ വശീകരിച്ചടുപ്പിക്കാൻ ശ്രീവിശാഖം തിരുനാൾ ഒരു തന്ത്രം പ്രയോഗിച്ചു. കപ്പക്കൃഷി സ്ഥലത്തിനു ചുറ്റും വേലി കെട്ടി ഭദ്രമാക്കി. പ്രജകളുടെ മനഃശാസ്ത്രം നന്നായറിയാവുന്ന മഹാരാജാവ് പിന്നെ കൗശലപൂർവം ഒരു വിളംബരം പുറപ്പെടുവിച്ചു:

“പുറംരാജ്യങ്ങളിൽ നിന്നും ഇറക്കുമതി ചെയ്ത കപ്പ എന്ന കിഴങ്ങുവർഗം ശ്രീപാദം ഭൂമിയിൽ കൃഷി ചെയ്തിട്ടുള്ളതാകുന്നു. കപ്പ അത്യന്തം രുചികരമായ ഭക്ഷണപദാർത്ഥമാണെന്ന വിവരം അറിയുവാനിടവന്ന പ്രജകളിൽ പലർക്കും അതിൽ ഒരു നോട്ടമുള്ളതായി അറിയുന്നു. കൊട്ടാരം വക ഭൂമിയിൽ നിന്നും ആരെങ്കിലും കപ്പയുടെ കമ്പ് മോഷ്ടിക്കുകയാണെങ്കിൽ അതു കുറ്റകരമായിരിക്കും എന്ന് ഇതിനാൽ തെര്യപ്പെടുത്തിക്കൊള്ളുന്നു. അങ്ങനെയാരെങ്കിലും ഈ വിലക്ക് ലംഘിച്ച്

കപ്പയോ കപ്പയുടെ കമ്പോ മോഷ്ടിച്ചാൽ അതു ശിക്ഷാർഹമായിരിക്കുന്നതും അവർക്ക് കഠിനതടവും മറ്റു ദണ്ഡനങ്ങളും നൽകുന്നതുമായിരിക്കുമെന്ന് പ്രജകൾ ഇതിനാൽ അറിഞ്ഞുകൊള്ളേണ്ടതുമാകുന്നു!"

രാജതന്ത്രം പാഴായില്ല. കപ്പയും കമ്പും മോഷ്ടിക്കുന്നതു കുറ്റകരവും ശിക്ഷാർഹവുമാണെന്നു വിളംബരമിറങ്ങി നാളുകൾക്കകം ശ്രീപാദം ഭൂമിയിലെ സമസ്ത കപ്പയും കമ്പും അപ്രത്യക്ഷമായി. പ്രജകളുടെ പ്രതികരണത്തിൽ ശ്രീവിശാഖം തിരുനാൾ സന്തുഷ്ടനായി. തൊട്ടു പുറകെ മറ്റൊരു വിളംബരം കൂടി അദ്ദേഹം പുറപ്പെടുവിച്ചു:

"നമ്മുടെ പ്രജകൾ രഹസ്യമായി കപ്പ എന്ന പുതിയ ഭക്ഷ്യവിള പലയിടത്തും നട്ടുവളർത്തുന്നതായി അറിവു കിട്ടിയിരിക്കുന്നു. അങ്ങനെയുള്ളവരെ ഇതിനാൽ തെര്യപ്പെടുത്തുന്നതെന്തെന്നാൽ കപ്പ സ്വാദുള്ള കിഴങ്ങാണെങ്കിലും അതിൽ സയനൈഡ് എന്ന വിഷാംശം ഉള്ളതുകൊണ്ട് കപ്പയുടെ തൊലി കളഞ്ഞ് വെള്ളത്തിൽ നന്നായി വേവിക്കുകയും രണ്ടു തവണ വെള്ളം മാറ്റുകയും ചെയ്ത ശേഷമേ അതു ഭക്ഷിപ്പാൻ പാടുള്ളൂ. അപ്രകാരം പാകം ചെയ്തെടുത്താൽ ചേനയും കാച്ചിലും പോലെതന്നെ രുചികരമായ ഒരു ഭക്ഷണമായി കപ്പ പരക്കെ ഉപയോഗിക്കാവുന്നതാണ്. കപ്പ സമൃദ്ധമായി ഉണ്ടാക്കുന്നതിന് അത് ശാസ്ത്രീയമായി നട്ടു വളർത്തേണ്ടത് ഇപ്രകാരവുമാകുന്നു..."

തിരുവിതാംകൂറിലെ പ്രജകൾ ശ്രേണിഭേദമന്യേ കപ്പയെ പ്രിയ ഭക്ഷണമായി സ്വീകരിച്ചു എന്നു ശേഷം ചരിത്രം. കപ്പപ്രിയം പിന്നെ ദേശം കവിഞ്ഞൊഴുകി കൊച്ചി-മലബാറിനും സ്വന്തമായി! ■

അനുഗ്രഹപ്രസാദം

വിശ്വാസപ്രചാരണാർഥവും ഇവിടെയുള്ള വിശ്വാസി സമൂഹത്തിനിടയിൽ സമാധാനതുലന പുനഃസ്ഥാപനാർഥവും കടൽ കടന്നു സഭാധ്യക്ഷന്മാർ മലങ്കരയെന്ന മലയാളക്കരയിലെത്തിയ നിരവധി സംഭവങ്ങൾ ചരിത്രത്തിൽ നാം വായിക്കുന്നു. യാത്രാസൗകര്യങ്ങൾ വളരെ പരിമിതമായ അന്നാളുകളിൽ ഏറെ ക്ലേശങ്ങൾ സഹിച്ചാണ് പലരും ഇവിടെ വന്നിറങ്ങിയിരുന്നത്. ഇവിടെ വന്നു കഴിയുമ്പോഴുള്ള കാലാവസ്ഥാ മാറ്റവും സ്വതേ ദുർഘടമായിരുന്ന നമ്മുടെ യാത്രാസംവിധാനങ്ങളും തീർക്കുന്ന ബുദ്ധിമുട്ടുകൾ അവർക്കിവിടെ അധിക പീഡയാവുക സ്വാഭാവികം.

അങ്ങനെ വന്നുചേർന്ന ബാവാമാരിൽ പലരും പിന്നീടു തിരിച്ചു പോകുവാൻ കൂടിയുള്ള ക്ലേശം താങ്ങാനാകാതെ ഇവിടെത്തന്നെ തുടരുകയും 'കാലംചെയ്ത്' ഈ മണ്ണിൽ കബറടക്കപ്പെടുകയും ചെയ്തിട്ടുണ്ട്. കോതമംഗലത്തു കബറടങ്ങിയ യൽദോ ബാവാ അക്കൂട്ടത്തിൽപ്പെട്ട ഒരു പുണ്യശ്ലോകനാണ്. തൃപ്പൂണിത്തുറയ്ക്കടുത്ത് കരിങ്ങാച്ചിറ പള്ളിയിൽ ബാവായുടെ ഓർമദിനം 'തമുക്കു' നേർച്ചയോടെ വലിയ തോതിലാണ് ആഘോഷിച്ചുവരുന്നത്.

അവലോസ് പൊടിയെന്ന അരി വറുത്ത പൊടിയുടെ രൂപാന്തരത്തിൽ പഴം നുറുക്കിയതും ശർക്കരയും ചേർത്തുണ്ടാക്കുന്ന മിശ്രിതം വളരെ രുചിയേറുന്ന ഒരു പലഹാരമാണ്. ക്രൈസ്തവ ഭവനങ്ങളിൽ വളരെ പ്രചാരത്തിലുള്ള ഒരു വിശിഷ്ട നാലുമണി പലഹാരമാണിത്. അരി വറുത്ത പൊടിയിലും ഇതുണ്ടാക്കി കാണാറുണ്ട്. എങ്കിലും അവലോസ് പൊടിയിലുണ്ടാക്കുമ്പോൾ അതിനൊരധിക രുചിപ്രൗഢിയുണ്ട്. ഈ പലഹാരമാണ് കോതമംഗലം ബാവാ എന്ന പേരിലറിയപ്പെടുന്ന യൽദോ ബാവായുടെ ഓർമദിവസം 'തമുക്ക്' എന്ന ഓമനപ്പേരിൽ നേർച്ചയായി പതിനായിരക്കണക്കിനു പേർക്കു കരിങ്ങാച്ചിറയിൽ വിളമ്പുന്നത്.

നാലുമണി പലഹാരമായി വീടുകളിൽ തീൻമേശയിലെത്തുമ്പോൾ അവലോസുപൊടിയും പഴവും ശർക്കരയും എന്ന വിനയപൂർണമായ വിശേഷണത്തിൽ സംതൃപ്തനാകുന്ന ഈ വിഭവം ഇടവകാംഗങ്ങൾ വീടുകളിലുണ്ടാക്കി പെരുന്നാളിന് പള്ളിയിലെത്തിക്കുന്നു. ചിലർ ഇതുണ്ടാക്കുന്നതിനു വേണ്ട ചേരുവകൾ തങ്ങളുടെ വഴിപാടായി കൊണ്ടു

ചെന്നെത്തിക്കുകയും അത് പിന്നീട് പള്ളിയിൽ ഇടവകാംഗങ്ങൾ സഹകരിച്ചു തയ്യാറാക്കുകയും ചെയ്യുന്നു. 'തമുക്കു' പെരുനാളിന്റെ നേർച്ച വലിയ സന്നാഹങ്ങളോടെ നിരവധി കൗണ്ടറുകളിലായി ഒരുപാടു വൊളന്റിയർമാർ ചേർന്നാണ് വിളമ്പുന്നതും വിതരണം ചെയ്യുന്നതും. പള്ളിയിൽ നിന്നു വാങ്ങി അവിടെ വച്ചുതന്നെ കഴിക്കുന്നവരുടെ അത്ര തന്നെ പേർ പ്രസാദമായി കണ്ടെയ്നറുകളിലാക്കി വാങ്ങി വീടുകളിൽ കൊണ്ടുപോകുന്നുമുണ്ട്. പെരുനാൾ ദിവസം നേർച്ചയായി വിളമ്പുന്ന ഈ പ്രസാദവിഭവത്തിന് 'തമുക്ക്' എന്ന പേരു വന്നതിന്റെ പുറകിൽ പ്രചാരത്തിലുള്ള ഒരു കഥയുണ്ട്.

യൽദോ ബാവാ കോതമംഗലത്ത് എത്തിയപ്പോൾ കരിങ്ങാച്ചിറ പള്ളിക്കാർക്ക് അദ്ദേഹത്തെ ക്ഷണിച്ചു വരുത്തി സ്വീകരണം നൽകണ മെന്നൊരാഗ്രഹം. ബാവാ സമ്മതിച്ചു. അദ്ദേഹം കരിങ്ങാച്ചിറയിൽ എഴുന്നള്ളി വരികയും ചെയ്തു. ഇടവകാംഗങ്ങളിൽ ചിലർ ബാവായെ സത്കരിക്കുവാനായി വീട്ടിലുണ്ടാക്കിയ അവലോസു പൊടിയും പഴവും ശർക്കരയും ചേർന്ന വിശിഷ്ട വിഭവം കൊണ്ടുവന്ന് ആദരപൂർവം വിളമ്പി. ബാവായ്ക്ക് അതിന്റെ രുചി വളരെ ഇഷ്ടമായി. മലയാളക്കര യിലെത്തി ഇതിനകം കുറച്ചു മലയാള വാക്കുകൾ അദ്ദേഹം ഹൃദിസ്ഥ മാക്കിയിരുന്നു. ആ വാക്കുകൾ ഉപയോഗിച്ചു കഴിയുന്നത്ര മലയാളം സംസാരിക്കുവാൻ അദ്ദേഹം ശ്രമിക്കുകയും ചെയ്യുമായിരുന്നു. സുറിയാനി ശീലമായ നാവിൽ ചില മലയാള അക്ഷരങ്ങൾ ഉച്ചരിക്കുമ്പോൾ ഒരു തരി അങ്ങോട്ടോ ഇങ്ങോട്ടോ മാറാതെ വയ്യല്ലോ.

പലഹാരം തനിക്കിഷ്ടമായി എന്നാണദ്ദേഹത്തിനു പറയേണ്ടി യിരുന്നത്. 'എനിക്ക്' എന്നത് സഭാധ്യക്ഷന്മാരുടെ പഴക്കമനുസരിച്ച് പൂജക ബഹുവചനമാക്കി 'നമുക്ക്' എന്നാക്കി വേണം പറയുവാൻ. 'നമുക്ക് ഇഷ്ടമായി' എന്നാണ് രുചിവഴിയെ സംപ്രീതനായ ബാവാ പറയു വാൻ ശ്രമിച്ചത്. പക്ഷേ, നമുക്ക് എന്നതിലെ 'ന' ആവിധം നാവിനു വഴങ്ങിയില്ല. പകരം 'ത' എന്നായി 'നമുക്ക്' എന്നത് 'തമുക്ക്' എന്നായി.

'തമുക്ക് ഇഷ്ടമായി' എന്ന അരുളപ്പാടു കേട്ടപ്പോൾ ഇടവകക്കാർ ഉറപ്പിച്ചു. അങ്ങു ദമാസ്കസിൽ ബാവായുടെ അരമനയിലും ഈ വിഭവം പതിവുണ്ട്, അവിടെ ഇതിനു പേര് 'തമുക്ക്' എന്നാണ്. അങ്ങനെ ബാവാ യുടെ ഇഷ്ടവിഭവമായ 'തമുക്ക്' അദ്ദേഹത്തിന്റെ കാലശേഷം ഓർമ്മദിന ങ്ങളിൽ ആദരസൂചകമായി നേർച്ചയും പ്രസാദവുമായി വിളമ്പി പങ്കിടുന്ന പതിവാരംഭിക്കുകയും പോകെപ്പോകെ ആ പെരുനാൾ 'തമുക്കു പെരു നാൾ' എന്ന പേരിൽ പ്രസിദ്ധമാവുകയും ചെയ്തു എന്നതു കഥ ബാക്കി!

ബാവ കരിങ്ങാച്ചിറയിൽ വന്നപ്പോഴല്ല കരിങ്ങാച്ചിറക്കാർ ബാവയെ കണ്ടു കൈമുത്തുവാൻ കോതമംഗലത്തെത്തിയപ്പോൾ കാഴ്ചയായി കൊണ്ടുപോയ മേൽവിഭവത്തിന്റെ രുചിപ്രീതി ബാവ പങ്കിട്ടതിന്റെ തുടർച്ചയിലാണ് 'തമുക്ക്' പ്രസാദനേർച്ചയായതെന്നൊരു പാഠഭേദവും കേട്ടിട്ടുണ്ട്. ■

അമ്പടാ, അമ്പട്ട്!

നല്ല വിഭവങ്ങൾ അടുപ്പിലേറുമ്പോൾ നല്ല മനസ്സുള്ളവർ അതിഥികളായെത്തും.

പഴഞ്ചൊല്ലിൽ പതിരില്ല.

സുഹൃത്തിന്റെ വീട്ടിൽ ചെന്നു കയറുമ്പോൾ ചങ്ങാതിയുടെ പങ്കാളി ആതിഥേയയോടാരാഞ്ഞു:

"എന്താണാവോ വിശിഷ്ടഭോജ്യം?"

"ഇന്ന് 'അമ്പട്ട്' ഉണ്ട് ഊണിന്."

"അമ്പട്ട്?"

"അമ്പട്ട് ഞങ്ങളുടെ ഒരു റോയൽ ഡിഷാണ്, കല്യാണത്തിനും ഉപനയനത്തിനും ഷഷ്ഠ്യബ്ദ പൂർത്തിക്കും അതുപോലുള്ള വിശേഷദിനങ്ങൾക്കുമൊക്കെ ഒരു സ്റ്റാർ അട്രാക്ഷൻ."

ഇതൊന്നുമല്ലാതെ ടിയാനെങ്ങിനെ ഇന്ന് അടുപ്പിൽ കയറി?

രഹസ്യം പുറത്തുവന്നതു പിന്നെ. ഇന്ന് ആതിഥേയരുടെ വിവാഹ വാർഷികമാണ്. ആഘോഷം 'അമ്പട്ടി'ന്റെ അകമ്പടിയോടെയാവാം എന്നു വച്ചു.

ഒരു മധുരക്കറിയാണ് സഖാവ് 'അമ്പട്ട്'. ചേരുവയുടെ ആധാരമൂലകത്തിൽ രുചിവഴിയെ താരതമ്യം നമ്മുടെ മാമ്പഴ പുളിശ്ശേരിയുമായിട്ടാണ്. പഴംമാങ്ങയിലും ഏത്തപ്പഴത്തിലും അവതാരം പതിവുണ്ട്. രണ്ടിനും രണ്ടാണ് രുചിസിദ്ധി എന്നു മാത്രം.

പഴം മാങ്ങയിൽ ചെറുതു നോക്കി ഒരു പത്തെണ്ണം ഏത്തപ്പഴമാണെങ്കിൽ മൂന്നോ നാലോ, മുക്കാൽ കിലോഗ്രാമിൽ അധികം വേണ്ട. ബാക്കി ചെയ്‌വനകളുടെ സഞ്ചാരവഴി ഒന്നുതന്നെ. മാമ്പഴ പുളിശ്ശേരിക്കു ചെത്തുംപോലെ മാമ്പഴം പൂളുക. വള്ളപ്പൂളുമാത്രം രണ്ടാക്കാം. ബാക്കി പൂളുകൾ അതേപടി. ഏത്തപ്പഴത്തോടും തഥാവിധം.

അര കിലോഗ്രാം കടലപ്പരിപ്പ് വേവിച്ച് അതിൽ മാമ്പഴ/ഏത്തപ്പഴ ക്കഷണങ്ങൾ ചേർത്ത് ഒരു തിളവരെ അടുപ്പിൽ തുടരട്ടെ. വെന്തു കുഴയരുത്. മുക്കാൽ കിലോഗ്രാം ശർക്കര ഉരുക്കി അരിച്ചു കരടു നീക്കിയത്

ഇതിലേക്കൊഴിക്കുക. ഒരു പച്ചത്തേങ്ങയും വറ്റൽമുളകും ചേർത്തരച്ച കൂട്ട് ഇതിൽ ചേർന്ന് കുറുകട്ടെ ഇനി. വിരൽ തൊട്ട് അകറ്റിയാൽ വലിയും വിധമാവണം കുറുക്കിന്റെ പാകം. ഇനി ഒരു നുള്ള് ഉപ്പിന്റെ ചാർത്താകാം. കടുകും ജീരകവും വേപ്പിലയും ചേർത്ത് താളിച്ചു മീതെ രണ്ടു സ്പൂൺ പച്ചപ്പീര വറുത്തിട്ടാൽ 'അമ്പട്ട്' തിരുമനസ്സ് എഴുന്നള്ളത്തിനു തയ്യാർ!

ഊണു വിളമ്പിയപ്പോൾ സാമ്പാർ കൂടുതൽ 'സാമ്പാറാ'യിരിക്കുന്നു! അടുത്തെങ്ങും നാവിലെത്തി ശീലമില്ലാത്ത ഒരു പ്രത്യേക രുചി. സാമ്പാർ പൊടി വിതറി ചെയ്വനയിൽ കുറുക്കുവഴി തേടാതെ ചേരുവകളെ സത്യം സത്യമായി ഇടചേർത്തു വറുത്ത് അമ്മിയിൽ അരയ്ക്കുംപടി അരച്ച താണു രുചികേമത്തിനു കാരണം. പരിപ്പു തൊട്ടു കനമേറ്റാത്ത രസ ത്തിനുമുണ്ടായിരുന്നു രുചിവൈവിധ്യം. തക്കാളിമാത്രം അരിഞ്ഞിട്ട് ആവശ്യത്തിനു വെള്ളത്തിൽ തിളപ്പിച്ചതിൽ രണ്ടു മൂന്നു പച്ചമുളക് നീള ത്തിൽ കീറിയതും ആവശ്യത്തിന് ഉപ്പും വറുത്തുപൊടിച്ച ജീരകം ഒരു സ്പൂണും പച്ചക്കൊത്തമല്ലിയും കൂട്ടത്തിൽ ഒരു പിടി മുതിര വറു ത്തരച്ചതും ചേർത്ത് കായംകൂട്ടി രണ്ടാമൂഴം നുള്ളു ജീരകവും കടുകും വേപ്പിലയും താളിച്ചു വിതാനിച്ചാൽ രസം രുചിരസം!

മുതിരബാന്ധവം തുടർക്കഥയായി ഇലയിൽ പിന്നെയും പ്രത്യക്ഷ മായി. രണ്ടുപിടി മുതിര, മൂന്നു ടേബിൾ സ്പൂൺ തേങ്ങാപ്പീരയും എട്ടു വറ്റൽമുളകും ഒരുപിടി ഉണക്കമല്ലിയും ഒരു ടേബിൾ സ്പൂൺ കുരുമുളകും ഒരു സ്പൂൺ നല്ല ജീരകവും ഒരു വേപ്പിലത്തണ്ടും ചേർത്ത് ചെറു തീയിൽ വറുത്തുകൊണ്ടാണ് ചെയ്വന തുടക്കം. വറുത്ത് ഇറക്കിവച്ച മിശ്രിതത്തെ തണുക്കാൻ വിടുക. തണുത്തു കഴിയുമ്പോൾ വെള്ളം ചേർത്ത് നന്നായി അരച്ചശേഷം കുടംപുളിയും ഉപ്പും പേരിന് ഇത്തിരി കായവും ചേർത്ത് തിളപ്പിക്കണം. തിള നന്നായി വരുമ്പോൾ ജീരകവും കടുകും വേപ്പിലയും വെളിച്ചെണ്ണയിൽ താളിച്ചാൽ വിളമ്പുകതന്നെ!

സദ്യവട്ടം അനന്യമാക്കാൻ അന്നോളം കഴിച്ചിട്ടില്ലാത്ത ഒരു വിശേ ഷാൽ പപ്പട സഖാവ് കൂടി! മൂലം ചക്കച്ചുള എന്നറിഞ്ഞപ്പോൾ വിസ്മയം; കൗതുകം.

ചക്കച്ചുള വേവിച്ച് വറ്റൽമുളക് ചേർത്ത് അരച്ചിട്ടാണത്രേ കർമ്മവഴി തുടക്കം. രണ്ടു സ്പൂൺ എള്ളും കായവും ഉപ്പും ചേർത്തു ചങ്ങാതിയെ അയനിയിലയിൽ എണ്ണ പുരട്ടിയതിൽ ആ മയത്തോടെ പപ്പടവലിപ്പത്തിൽ ഒരു വെയിൽ കൊള്ളിച്ചാൽ അവതാരം പ്രത്യക്ഷസജ്ജം. വറുത്തെടു ത്താൽ കറുമുറെ പൊടിയുമ്പോഴുള്ള ശീൽക്കാര ശ്രുതിയിൽ കെങ്കേമ നെന്ന് അനുഭവസാക്ഷ്യം. കപ്പയിലും ചേമ്പിൻവിത്തിലും പപ്പട ചെയ്വന പതിവെന്നത് അനുബന്ധവിശേഷം.

കർണാടകയിൽ ഈ പപ്പട വൈവിധ്യം ഏറെ പ്രചാരത്തിലുണ്ട്; നിർമിക്കുവാൻ കോട്ടേജ് ഇൻഡസ്ട്രികളും വിപണനത്തിനു പ്രത്യേക സ്റ്റാളുകളും സുലഭമത്രെ! ■

നാടൻ അടുക്കളയിലെ ഐറിഷ് വീര്യം

പതിനൊന്നാം നിലയിലെ ഫ്ളാറ്റിലാണു താമസമെങ്കിലും ഭക്ഷണവഴിയിൽ ജൈവബന്ധം വെടിയുവാൻ മടിയാണു തോമസിനും ഭാര്യ ഐറിഷുകാരി ഐറിനായ്ക്കും. ലണ്ടൻ സ്കൂൾ ഓഫ് ഇക്കണോമിക്സിലെ പഠനകാലത്ത് ആദം സ്മിത്തിന്റെ നിർവചന കുടക്കീഴിൽ തുടങ്ങിയ ആഭിമുഖ്യം അനുരാഗമായി പിന്നെ ബാന്ധവമായി. സാമ്പത്തിക ശാസ്ത്രധാരയിലെ ഡിമിനിഷിങ് മാർജിനൽ യൂട്ടിലിറ്റി തിയറി ദാമ്പത്യത്തിൽ ശരിയാവണമെന്നില്ലെന്നു പതിറ്റാണ്ടുകൾ മൂന്നു കഴിഞ്ഞിട്ടും സന്തതി പരമ്പരകൾ ഇല്ലാഞ്ഞിട്ടും നിറവാർന്നുവിളങ്ങുന്ന ഹൃദയൈക്യം കൊണ്ടു സാക്ഷ്യപ്പെടുത്തി തൊമ്മച്ചനും അയറിനക്കുട്ടിയും. രണ്ടുപേർക്കും ഇപ്പോൾ സാമ്പത്തിക ശാസ്ത്രമാണു തങ്ങൾ പഠിച്ചതെന്നോ ആ പഠനവൃത്തത്തിലാണു പരസ്പരം കണ്ടെത്തിയതെന്നോ ഓർമ പോലുമില്ല.

തൊമ്മിച്ചനിപ്പോൾ നഗരത്തിലെ മുഴുത്ത ഇന്റീരിയർ ഡിസൈനറാണ്. അതിലുമുണ്ട് ജൈവസ്പന്ദം. ആമയുടെ തോടും വമ്പൻ കൊഞ്ചിന്റെ മുതുകുപാളിയും ഞണ്ടുകളിൽ സ്വയമ്പന്മാരുടെ പള്ളയുമൊക്കെയാണു സാക്ഷാൽ തെങ്ങിൻതടിയിൽ തീർക്കുന്ന സീലിങ്ങിൽ വെളിച്ചത്തിന് അഴകലങ്കാരം. ഡ്രിഫ്റ്റ് വുഡ് കൊണ്ടു കവിത തീർത്തു തൊമ്മച്ചൻ പടവെട്ടി കൊമ്പനായപ്പോൾ ഒപ്പത്തിനൊപ്പം ഐറിഷ് വീര്യം കാട്ടി അയറിനക്കുട്ടി ഡിസൈനർ സ്പെഷൽ കുട്ടിയുടുപ്പുകളുടെ ആശാട്ടിയായി. ഒരുപോലെ ഇനിയൊന്നുണ്ടാവില്ലെന്ന കട്ടായത്തിൽ യന്ത്രത്തറികളെ പിൻപറ്റാതുള്ള നേർക്കൈ രചനാവിലാസത്തിന്റെ കീർത്തിമൂലം ആറുമാസം മുമ്പ് റിസർവ് ചെയ്താലേ കുപ്പായം കിട്ടൂ എന്നായി തിരക്ക്. അങ്ങനെ രണ്ടാളും ഇക്കണോമിക്സ് വിട്ട് ഇക്കണോമിക്കലായി ആർഭാടപൂർവ്വം നാൾപോക്കുംകാലം വർഷങ്ങൾക്കുശേഷം അതിഥിയായി ഒരു ദിനം ഞാനെത്തിയതാണ്.

സ്വീകരണ മുറിക്കനുബന്ധമായി ഒരു ബാൽക്കണി. മഴച്ചാറ്റലൊഴിവാക്കുവാൻ വേണ്ടി കോൺക്രീറ്റ് ഷേഡിനു തുടർച്ചയായി തെങ്ങോല

മെടഞ്ഞു പാകിയ ഒരു ചാർത്ത്. ജാലകങ്ങളിലത്രയും രാമച്ചക്കുളിരു വിതാനിച്ച കർട്ടനുകൾ. ഓലക്കുടയും പാളത്തൊപ്പിയും മഴനാൾ സഹായിയായ റെയിൻകോട്ടിന്റെ സ്ഥാനമലങ്കരിക്കുന്നു. നാട്ടിൽനിന്നും കൊണ്ടുവന്ന വണ്ടിച്ചക്രത്തിന്റെ പാതിയും കലപ്പയും ഐറിഷ് ഓർമ്മ കളുടെ സൂചകമായി ഒശത്തനൊരു ബിയർ വീപ്പയും ഭിത്തിയിൽ.

ബാൽക്കണിയിൽ ആദ്യമെത്തിയതു മൺകപ്പിൽ എരിവു വിതുമ്പി നിൽക്കുന്ന ചുക്കു കുരുമുളകു കാഫി. നാവിലെത്തിച്ചാൽ രുചിപ്രവാഹം വിദ്യുത് തരംഗ സമം. പുറകെ ഒരു താലത്തിൽ മഞ്ഞൾ ചേർത്ത തിളവെള്ളത്തിൽ ഊഞ്ഞാലാടി വെറ്റില ആകൃതിയിൽ അവതരിക്കുന്ന കാബേജിന്റെ താളിൽ ചുമപ്പുനേരുമായി വെളുവെളുത്ത പ്രതലത്തിൽ ഒരു പ്രത്യക്ഷം.

കുടംപുളിയിട്ടു പറ്റിച്ച മുഴുത്ത ചെമ്മീനും ചുമന്നുള്ളിയും സമാസമം മുളകു ചോപ്പിൽ ഉലർന്നതെന്നു ഘ്രാണ ദൃശ്യവഴിയെ ഉറപ്പിച്ചു, ആദ്യ പങ്കിനെ കാബേജ് താളിനു മീതെ മേൽവിധത്തിനടിയിലായി മലർന്നു മരുവുന്ന സുന്ദരിയാരെന്നറിയാൻ പക്ഷേ, രുചിച്ചുനോക്കേണ്ടി വന്നു. ഇളംകരിക്കിന്റെ തൊട്ടാൽ വഴുതുന്ന, പ്രകാശത്തിനു നേർക്കു പിടിച്ചാൽ പാതി സുതാര്യമാം വിധം നേർത്ത കാമ്പ്.

വശ്യം, മോഹനം, രുചിവഴി അപരിമേയം.

അതിൽ രമിച്ചു നാവു മതിമറന്നിരിക്കുമ്പോൾ അതാ മൺചട്ടിയിൽ രണ്ടാമതവതാരം.

ദൂരനോട്ടത്തിൽ കർമൽ കസ്റ്റാർഡ് വൃത്താകൃതിയിൽ കുമ്പിൾ കുത്തി വിളമ്പിയതെന്ന ഉൽപ്രേഷ്യത്തിനു മുകളിൽ ചെറി വലുപ്പത്തിൽ പച്ചയുടെ ഒരു മൊട്ടുമായിട്ടാണു പ്രവേശം. സമീപക്കാഴ്ചയിൽ പച്ചമൊട്ട് കാന്താരിമുളകും ചുമന്നുള്ളിയും ഉപ്പും ചേർത്തൊതുക്കി ഉരുട്ടിയതായി. വെളുത്ത കുമ്പിൾ എന്തെന്നായി പിന്നെ നോട്ടം. വാഴപ്പിണ്ടി നുറുക്കും കൂമ്പ് വാവട്ടമരിഞ്ഞടുക്കി വച്ചതുപോലെ കാഴ്ച മാത്രയിൽ. അലിഞ്ഞു പരസ്പരം ഒട്ടി പണ്ടിവർ പലതായിരുന്നു എന്നു ദ്യോതിപ്പിക്കും അടുക്കിൽ. തൊട്ടാൽ വെണ്ണ സമം മൃദു. പതുങ്ങി കൂമ്പി അവനമ്രസജ്ജം.

നാവിലെത്തിച്ചപ്പോൾ കാന്താരിമിശ്രിത മോഹിനി അലങ്കാര അകമ്പടിയായി എഴുന്നള്ളിച്ചത് കപ്പ സഖാവിനെയെന്നറിയുമ്പോഴുള്ള ആഹ്ലാദ വിസ്മയം പറവാനെളുതല്ലഹോ! ആകൃതിവട്ടമുള്ള കപ്പക്കൊള്ളി തൊലി നീക്കി വാവട്ടം വറുത്ത കായയ്ക്കരിയുംവിധം അരിഞ്ഞത് ഉപ്പു ചേർത്ത വെള്ളത്തിൽ നീന്താൻ വിട്ട് ആ വെള്ളം അടുപ്പത്തൊരു തിള തിളയ്ക്കുമ്പോൾ കോരിയടുക്കി മൺചട്ടിയിൽ കുമ്പിളടുക്കുക. മീതെ കാന്താരിമിശ്രിത ഞെട്ടു ചാർത്തുക. കാഴ്ചയിൽ നിഗൂഢതകൾ സ്ഫുരിച്ചുവെങ്കിലും ചെയ്‌വന വഴി എത്ര ലളിതമനോജ്ഞം.

വട്ടം വൃത്തം പൂർണമാകണമെങ്കിൽ തൃക്കണ്ണു മൂന്നാമനിറങ്ങി തുറന്നുവരണം.

പണ്ടു തൊമ്മി-അയറിനക്കുട്ടി ദ്വയം വീട്ടിൽ വന്നപ്പോൾ ഞാൻ വിളമ്പി സ്കോർ ചെയ്ത ഇരുമ്പംപുളി പഞ്ചസാരയിട്ടു ക്ഷമ കാവലിരുന്നൊരുക്കിയ ഗുലാബ് ജാം കാഴ്ച സാമ്യമുള്ള മധുരം. എന്നേക്കാൾ ക്ഷമ ഇവർക്കുള്ളതുകൊണ്ട് ഇരുമ്പംപുളിയുടെ ഇളംതവിട്ടുരാശി സാക്ഷാൽ ഗുലാബ് ജാമിനെ മറികടന്നിരിക്കുന്നു! പ്രമാദം!

രുചി നിറവിൽ മംഗളം പാടി സ്തുതിചൊല്ലി എഴുന്നേറ്റപ്പോൾ തൊമ്മിച്ചൻ കൺകോൺ കൊണ്ടു വ്യംഗ്യപ്പെടുത്തി: ചെയ്വന വാഴ്വ് അവിടെയല്ല അയറിനയ്ക്കെന്ന്! അതെയോ എന്ന എന്റെ വിസ്മയം മിടുക്കി എന്ന അഭിനന്ദന വാക്ക് നുണഞ്ഞപ്പോൾ ലണ്ടൻ സ്കൂൾ ഓഫ് ഇക്കണോമിക്സിലെ കഫെയിൽ "എന്നാൽപ്പിന്നെ അങ്ങനെതന്നെയായാലോ" എന്നു തൊമ്മി വിവാഹപ്രഖ്യാപനം നടത്തിയപ്പോൾ പ്രസരിപ്പിക്കുവാൻ ഇടകിട്ടാതെ പോയ നാണം തികട്ടിവന്നു ഐറിഷ് കവിളിണകളിൽ. അവിടെ നുണക്കുഴി വിടർന്നു തുടിച്ചു. ■

നാടൻ നൂഡിൽസ്

മലയാളികൾക്കിടയിൽ ഏറെ പ്രചാരത്തിലുള്ള പ്രിയ വിഭവമാണ് ഇടിയപ്പം. ആദ്യമൊക്കെ കേരളത്തിൽ മാത്രമായിരുന്നു അവതാരം. പിന്നീടതു പുറത്തേക്കും വ്യാപിച്ചുവെങ്കിലും കേരളത്തിൽ ഇതെവിടെനിന്നു വന്നെത്തി എന്നതിലിനിയും ഏകാഭിപ്രായമില്ല. മൂലചേരുവയിലെ പ്രധാന ഘടകം അരിയായതുകൊണ്ട് അരി പുറപ്പെട്ടുവന്ന ചീന നാട്ടിലേക്ക് അന്വേഷണത്തിന്റെ മുന നീളാം. കഴിയുന്നത്ര ഭക്ഷ്യവിഭവങ്ങൾ നാട രൂപത്തിലാക്കുക എന്ന ചീനയുടെ നൂഡിലിയൻ ബലഹീനതയും ഈ നിരീക്ഷണത്തോടു ചേർന്നു പോകുന്നു.

സാക്ഷാൽ പുട്ടുമായി ഇടിയപ്പത്തിന് ബാന്ധവം ആരോപിക്കുന്നവരുമുണ്ട്. ഏത് ഏതിൽ നിന്നുളവായെന്നത് തർക്ക ബാക്കി. അപ്പത്തിന്റെ തുടർച്ചവഴിയിലാണ് ഇടിയപ്പത്തിന്റെ അവതാരമെന്നും ഇഡ്ഡലിയുടെ വേവുമുറകളോടും രൂപവിതാനത്തോടുമുള്ള സാമ്യങ്ങളുടെ പേരിൽ ആ സ്വാധീന വേഴ്ചയാണ് അവതാരത്തിന് പിന്നിലെന്നും കഥകൾ നീളുന്നു. അതിഥിയായി വന്നു തീൻമേശയിൽ സ്ഥാനമുറപ്പിച്ചതാണല്ലോ പുട്ടും ഇഡ്ഡലിയും അപ്പവും. രുചിയിൽ മൂന്നും മൂന്നു വഴിയേ എന്നത് അനുഭവ സാക്ഷ്യം. ഇടിയപ്പവും കൂട്ടത്തിൽ ഒപ്പം വിരാജിക്കുന്നു.

അരി വറുത്ത നേർത്ത പൊടിയിൽ ഉപ്പു ചേർത്ത് തിരുമ്മിയാണ് തുടക്കം. തേങ്ങാപ്പീര കൂടിച്ചേർത്ത് പച്ചവെള്ളം തൂവിയുള്ള തിരുമ്മൽ വഴിയാണ് പുട്ടിന്റേതെങ്കിൽ ഇടിയപ്പത്തിന് ഈ ഘട്ടത്തിൽ തേങ്ങാപ്പീര വേണ്ട. പച്ചവെള്ളത്തിനു പകരം തിളപ്പിച്ച വെള്ളം വേണം. തിളപ്പിച്ച വെള്ളത്തിനു പകരം തേങ്ങാപ്പീര തിരുമ്മി ഒന്നാംപാൽ തൂവി തിരുമ്മിയാൽ രുചിഫലം ഇരട്ടിയെന്നു കൊച്ചി ഭാഗത്തുള്ള താത്തമാരും ചേട്ടത്തിമാരും ഒരേ വികാരത്തിൽ സാക്ഷ്യപ്പെടുത്തുന്നു. തേങ്ങാപ്പീര തൽസ്വരൂപത്തിൽ ഇടിയപ്പം ആവി വേവിന് നിരത്തും മുമ്പേ മീതെ അലങ്കാരമായി വിതറിക്കണ്ടിട്ടുണ്ട്. അലങ്കാരം അധികരുചി എന്നു ഫലബോധ്യം.

മൂലമിശ്രിതം ആവി വേവിനൊരുങ്ങി ചെമ്പിലെ തട്ടിലെത്തുംമുമ്പ് ഒരു ചെറിയ സാങ്കേതിക ക്രിയയുണ്ട്. ഒരൊത്ത ഗ്ലാസിന് ഇരുവശത്തേക്കും കൈകൾ നീളുംപോലെ ഒരു നാഴി. അതിൽ കൃത്യമായി ഇറങ്ങുന്ന പിസ്റ്റൺ രൂപത്തിലുള്ള സംവിധാനത്തിനുമുണ്ട് ഇതേ മാതൃകയിൽ

കൈകൾ. 'സേവനാഴി'യെന്നു പേരുള്ള ഈ ഉപകരണം ചില്ലു നിരക്കുന്നതോടെ അച്ചുപാത്രമാകുന്നു. അച്ചുപാത്രം മരംകൊണ്ടങ്ങനെ കണ്ടിട്ടില്ല. ആദ്യമാദ്യം പിച്ചളയിലായിരുന്നു പിന്നെ സ്റ്റീലും സ്റ്റീൽ ലോപിച്ച് ഒടുവിൽ ഇൻഡ്ധാലിയവുമായി.

നാഴിയിലേക്ക് ഇടിയപ്പത്തിന്റെ തിരുമ്മിക്കുഴച്ച മാവ് നിറച്ച് പിസ്റ്റൺ ഭാഗം മുകളിൽ ചേർത്തുപിടിച്ച് ഇരുകക്ഷികളുടെയും കൈകൾ നമ്മുടെ ഇരുകൈകൾ കൊണ്ടും ബലമായി പിടിച്ചടുപ്പിക്കുമ്പോൾ ചില്ലിൻ സുഷിരങ്ങളിലൂടെ നൂൽ പരുവത്തിൽ മാവ് തൂളി പുറത്തേക്കുവരും. ഒരായത്തിൽ അതു ചെമ്പിലെ തട്ടിലേക്കു മീതേക്കു മീതെ ചുറ്റിച്ച് ഏതാണ്ട് ഇഡ്ഡലി പരുവത്തിൽ ആകൃതിയൊപ്പിക്കുന്നു. അപ്പച്ചെമ്പിലാണെങ്കിൽ വലിയൊരപ്പത്തിന്റെ മാതൃകയിലാകും ആകൃതി. നൂൽമാവ് പുട്ടിൻകണയിലേക്ക് വീഴ്ത്തിയാണ് ആവിവേവെങ്കിൽ വിഭവത്തിന് പേര് നൂൽപുട്ടെന്നാകും. പീര തൂവി വിതറുന്നത് ഇതിനു മുകളിൽ. തദനന്തരമാണ് ടിയാന്റെ ആവി വേഴ്ച.

ആധുനിക ലോഹപാത്രങ്ങളിലേക്ക് വഴിപിണയും മുമ്പേ മൺകലത്തെ ഉപാസിച്ചിരുന്ന മലയാളിയുടെ നാളുകളിൽ ഈ കർമത്തിന് മറ്റൊരു രീതിവട്ടം ഓർമയിൽ ഉണർത്തി തന്നത് ഇസ്മായിലിക്ക. അപ്പച്ചെമ്പിനു പകരം വെള്ളം തിളപ്പിക്കുക മൺകലത്തിൽ. തിളച്ചുവരുന്ന വെള്ളത്തിലെ ആവിയത്രയും ഈ കലത്തിനു മുകളിൽ ചേർത്തു വയ്ക്കുന്ന നിറയെ ദ്വാരങ്ങളുള്ള മറ്റൊരു മൺകലത്തിലേക്കാവാഹിച്ചെടുക്കുന്നു. മൺകലത്തിൽ ഒരേ വലുപ്പത്തിൽ തുല്യ അകലത്തിൽ ചിന്നൽ വീഴ്ത്താതെ ദ്വാരങ്ങൾ തീർക്കുന്നതിൽ പ്രത്യേക വിരുതു നേടിയവരുണ്ടായിരുന്നുവത്രേ. ആവി വന്നു സമൃദ്ധമായി നിറയുന്ന രണ്ടാമത്തെ മൺകലത്തിൽ വൃത്തിയുള്ള ഒരു വെള്ളത്തുണി വിരിച്ച് അതിലേക്ക് വെള്ളവും തേങ്ങാപ്പാലും തൊട്ടു ബലഹീനമാക്കാതെ ഉപ്പു ചേർത്തു തിരുമ്മിയ നേർത്ത അരിപ്പൊടി അതേപടി നിരത്തും. തുണി വഴി വന്നെത്തുന്ന ആവിയുടെ ഈഅർപ്പത്തിൽ ഉലഞ്ഞും മെരുങ്ങിയും ഈ മിശ്രിതം ചുണ്ണാമ്പു പരുവത്തിൽ കുഴയുമ്പോൾ തുണിയിൽ നിന്നും വടിച്ചു കോരി സേവനാഴിയിൽ നിറച്ച് നൂൽപരുവത്തിലാക്കിയ ശേഷം പിന്നെയാണ് അപ്പച്ചെമ്പിലെ ആവിയിൽ പുനർസ്നാനം. വെന്തു വിളമ്പുന്ന ഇടിയപ്പത്തിന്റെ തൊട്ടാൽ പൊടിയുന്ന എന്നാൽ നൂലകലം ഇടചേരാത്ത കാഴ്ച രുചിസാധ്യതകൾ ഓർക്കുമ്പോഴേ കൊതിയുണർത്തുന്നു.

ഇടിയപ്പത്തിനു സഹദംശമായി പാലും പഞ്ചസാരയും ഒരു പതിവ്. (പാലെന്നതിന് തേങ്ങാപ്പാലിൽ അരിപ്പൊടിയും മധുരവും ചേർത്ത് കുറുക്കി അറ്റകൈക്ക് കിസ്മിസ് വറുത്തിടുന്ന രൂപാന്തരമെന്നും അർഥമാകാം.) അപ്പത്തിനോടൊപ്പം ചേരുന്ന സ്റ്റൂവും എന്തും ഏതും ഇടിയപ്പത്തിന് അകമ്പടിക്കു യോഗ്യമെന്ന് സാക്ഷ്യപ്പെടുത്തുന്നു.

പുട്ടിനെന്നതുപോലെ കടലക്കറിക്കും ഇടിയപ്പവേഴ്ചയിലേക്ക് സ്വാഗതം. മത്സ്യാദികളുമായുള്ള പുട്ടിന്റെ സാഹസബാന്ധവം പൊതുവെ ഇടിയപ്പകളരിയിൽ കണ്ടിട്ടില്ല! ■

പപ്പടത്തെരുവിലെ യാത്രകൾ

എറണാകുളം മാർക്കറ്റ് റോഡിലെ മുസ്‌ലിം സ്ട്രീറ്റിന്റെ പടിഞ്ഞാറു വശത്തെ പ്രവേശന മുഖത്തോടു ചേർന്ന് തെക്കേ ഓരത്തായി ഒരു ലൈൻ മുറി പീടികനിരയുണ്ടായിരുന്നു. അതിലെ ആദ്യത്തെ പീടിക ഒരു പപ്പടക്കടയായിരുന്നു. സ്കൂളിലേക്കും നഗരത്തിന്റെ സിരാകേന്ദ്ര ങ്ങളിലേക്കുമുള്ള യാത്ര ആ വഴിയേയാണ്. പീടിക വരാന്തയിലും വാഹന ബഹളമില്ലാത്ത വെയിൽ നേരങ്ങളിൽ വഴിയോരത്തേക്ക് അല്പം അതി ക്രമിച്ചും പരത്തിയ പപ്പടങ്ങൾ ഉണക്കാനിട്ടിരിക്കുന്നത് ഇവിടെ പതിവു കാഴ്ചയാണ്. അകത്തെ ചില്ലലമാരയിൽ നേർത്ത ചാക്കുനൂലു കൊണ്ടു കെട്ടി പപ്പടക്കെട്ടുകൾ അടുക്കിവച്ചിരിക്കും.

ഗൗഡസാരസ്വത സമൂഹത്തിൽപ്പെട്ട ദമ്പതികളുടേതായിരുന്നു കട. അവരിരുവരും താമസിച്ചിരുന്നത് മറ്റെവിടെയോ ആണ്. പക്ഷേ, അതി രാവിലെ കട തുറക്കും. സന്ധ്യക്കു മുമ്പ് പപ്പടത്തിന്റെ സ്റ്റോക്ക് വിറ്റഴിച്ച് അലമാര കാലിയാക്കി സ്ഥലംവിടും. തൊട്ടടുത്തുള്ള മാർക്കറ്റിലെ സ്റ്റാളു കളിലും ചേർന്നുള്ള നിരത്തിലെ കടകളിലും പപ്പടം കിട്ടുമായിരുന്നു. പക്ഷേ, അവിടെയെങ്ങും ഈ കടയിലേതുപോലെ അന്നന്നത്തെ പ്രൊഡക്ഷൻ അന്നന്നു വിറ്റു തീരാറുണ്ടായിരുന്നോ എന്നു സംശയ മാണ്. 'അന്നന്നത്തെ പപ്പടം' എന്ന ഫ്രഷ്നസ് തന്നെയാവണം ഇവി ടത്തെ മുഖ്യ ആകർഷണം. ആ വഴി പോകുമ്പോഴൊക്കെ പപ്പട നിർമിതി യിലെ ചെയ്‌വന കൗതുകത്തോടെ ശ്രദ്ധിക്കുമായിരുന്നു.

മാവു കുഴയ്ക്കുന്നതു കാണാം. അതിലെ ചേരുവകൾ പക്ഷേ, എന്തെ ന്നറിയില്ല. കുഴച്ച മാവ് നീട്ടിയും കുറുക്കിയും പിന്നെയും കുഴച്ചും പാക മാകുമ്പോൾ ഇപ്പോഴത്തെ പാചകചര്യകളിൽ നിന്നൊരു താരതമ്യം കട മെടുത്താൽ സോസേജിനേക്കാൾ ലേശം കൂടി വണ്ണത്തിൽ ഒരു നാട യാക്കും. നാട പിന്നെ തുല്യവലുപ്പത്തിലുള്ള കഷണങ്ങളാക്കും. നിർമിതി യിലെ ഏറ്റവും കൗതുകകരമായ കാഴ്ച ഈ കഷണങ്ങളെ പപ്പടവട്ട ത്തിൽ പരത്തിയൊരുക്കുന്ന പ്രക്രിയയാണ്. പരത്തിക്കഴിഞ്ഞ ശേഷം വട്ടത്തിന്റെ കൃത്യത ഒപ്പിക്കുന്നതിന് പിഞ്ഞാണങ്ങൾ ഉപയോഗിച്ചിരു ന്നതും ഓർക്കുന്നു.

സദ്യവട്ടങ്ങളിൽ സ്ഥിരവിഭവമായി പപ്പടം പ്രത്യക്ഷപ്പെടുമ്പോൾ എണ്ണച്ചൂടിൽ ഉണർന്നുവന്ന കുമിളകളുടച്ചു രുചിയോടെ അതു ചോറിൽ കൂട്ടിക്കുഴയ്ക്കുമ്പോൾ ഈ മുഖ്യഇനത്തിന്റെ സൃഷ്ടിപ്പുരയുടെ കണ്ട റിവുകൾ വിളമ്പി സമപ്രായക്കാർക്കിടയിൽ വമ്പു ചമയാൻ ഈ ദൂരക്കാഴ്ചകൾ സഹായിച്ചിരുന്നു. വിശേഷ സന്ദർഭങ്ങളിൽ 'വലിയ പപ്പടം' എന്ന പേരിൽ പതിവിനിരട്ടി വലുപ്പത്തിൽ സാധാരണ പപ്പടത്തി നൊപ്പം അടിയന്തര സദ്യയിൽ ഒരവതാരവും പതിവുണ്ട്.

പപ്പടം വറുക്കും മുമ്പ് അമ്മ നടത്തുമായിരുന്ന ചില്ലറ കൈക്രിയ കൾ തീൻമേശയിൽ ചങ്ങാതിയെ അലങ്കാര വിഭവമാക്കി മാറ്റുമായി രുന്നതും ഓർക്കുന്നു. പപ്പടം പല ആകൃതിയിൽ റേന്തയായും ഡയമ ണ്ടായും പൊട്ടായും ചതുരമായുമൊക്കെ മുറിച്ചശേഷം വറുത്തു നിരത്തു മ്പോൾ ഇന്നത്തെ വേഫേഴ്സിനെ വെല്ലുന്ന കാഴ്ചഭംഗിയും രുചി പ്രൗഢിയും അതിനു കൈവരുമായിരുന്നു. മീതെ അല്പം മുളകുപൊടി വിതറിയാൽ രുചി അതിരുചി. (ഇതേ പ്രകൃതം ക്ലബ്ബുകളിലും ബാറു കളിലും പീനട്ട് മസാലയുടെ മുകളിൽ അലങ്കാര രുചിയായി ഇടചേർന്നത് പിന്നീട് കണ്ട കാഴ്ച).

ഒരിക്കൽ പപ്പടം വറുക്കുന്നതിനു പകരം നാലായി മുറിച്ച് അതു മുഖ്യ കഷണ ഇനമാക്കി അമ്മ ഒരു കറി വച്ചു വിളമ്പിയതും ഓർമ്മയിലുണ്ട്. എണ്ണയിലല്ലാതെ കറിയുടെ തനി രുചിയിൽ വെന്ത് മസാലയുടെ എരിവു വീര്യം നുകർന്ന ശേഷമുള്ള പപ്പട പ്രത്യക്ഷം ഇന്നും നാവിൽ കൊതി യുണർത്തുന്ന വിസ്മയമാണ്. അതിന്റെ ചെയ്വന വഴി അറിഞ്ഞെടു ക്കുവാൻ വിട്ടുപോയത് വലിയ നഷ്ടവും.

മുളകും മറ്റു രസച്ചേരുവകളും മാവു പരുവത്തിൽ ചേർന്ന് ആ നിറ വ്യത്യാസത്തോടെ അവതരിക്കുന്ന മുളകു മസാല ആദി പപ്പട വൈവിധ്യ ങ്ങളും പിന്നെപ്പിന്നെ വിപണിയിൽ ലഭ്യമായി.

■

പൊട്ടുകുത്തിയ മാധുരി

പുറംനാട്ടുമധുരം പലവഴിക്കും ഒഴുകിവന്ന് തന്നാട്ടു മധുരത്തെ ആശ്ലേഷി ച്ചിട്ടുണ്ടെന്നാണ് ചരിത്രം പറയുന്നത്. മധുരം മാത്രമല്ല 'കാര'വും (ഗുജ റാത്തി തൊട്ടുമൊഴിയുന്ന മട്ടാഞ്ചേരി മലയാളത്തിൽ 'എരിവി'നേക്കാൾ പ്രചാരം 'കാര'ത്തിനാണ്) പായസം കുറച്ചുകൂടി അകത്തേക്കാക്കുവാൻ ഒരല്പം അച്ചാർ നാവിൽ തൊട്ടൊരു ചെറിയ ഇടവേളയുണ്ടാക്കിയാൽ മതിയെന്നു മലയാളി പഠിച്ചത് മധുരത്തിനെപ്പോഴും അകമ്പടിയായി. 'കാര'ത്തെ ഇടചേർക്കുന്ന ഉത്തരേന്ത്യൻ ശീലത്തിൽ നിന്നാണോ എന്തോ!

വിരുന്നുവന്ന് വിരുന്നുവന്ന് നാവിന്റെ പ്രീതി നേടി ഇവിടെ സ്ഥിര താമസമാക്കിയ മധുരവിഭവങ്ങളുടെ നിര ലഡു, ജിലേബി, ബോളി, മൈസൂർ പാവ്, ഗുലാബ്ജാം, രസഗുള, സന്ദേശ്, ദൂദ്പേഡ... അങ്ങനെ പരിധി യില്ലാതെ നീളുന്നു. ഇവയിലോരോന്നിനും രൂപഭേദങ്ങളും അത്രതന്നെ ബഹുലമെന്നു വരുമ്പോൾ രുചി വൈവിധ്യത്തിനു പിന്നെ കണക്കില്ല.

ലഡുവാണു കൂട്ടത്തിൽ കൂടുതൽ സാമാന്യൻ. നിറഭേദങ്ങൾ തീർക്കുന്ന വൈവിധ്യം ഒരു ഭാഗത്ത്. ചേരുവകളിലെ വ്യത്യസ്തത മൂല മുള്ള രൂപാന്തരങ്ങൾ പുറമെയും. പച്ചയും മഞ്ഞയും ചുവപ്പും ഇളംകാവി യുമടക്കം പല രുചികളിൽ നിറങ്ങളിൽ ഗോളാകൃതമായി മധുരം നൃത്തം വയ്ക്കുന്ന ലഡുവിന്റെ വശ്യമോഹന പരിവൃത്തത്തിൽ അക്കൂട്ടത്തിൽ ആദ്യമായി നാവിൽ പ്രത്യക്ഷമായ നിമിഷം സവിശേഷമായ വ്യത്യസ്ത രുചിയുടെ പെരുന്നാളിന് കൊടി കയറ്റിയ ലഡുഭേദത്തിന്റെ മൂലകം കടല പ്പൊടിയായിരുന്നു. എഴുപതുകളുടെ തുടക്കത്തിൽ കാനറാ ബാങ്കിൽ ഉദ്യോഗവുമായി മട്ടാഞ്ചേരിയിലെത്തും വരെ നാവിന് ഈ ലഡുഭാഗ്യ മുണ്ടായിരുന്നില്ല.

ബാങ്കിലെ സഹപ്രവർത്തകരിൽ ഏറെപ്പേരും ഗൗഢസാരസ്വത ബ്രാഹ്മണസമൂഹത്തിലെ അംഗങ്ങളായിരുന്നു. പിറന്നാളിനും മറ്റു വിശേഷാവസരങ്ങളിലും സഹപ്രവർത്തകർക്കിടയിൽ വിതരണത്തി നെത്തുന്ന വിശിഷ്ട മധുര വിഭവമായാണ് ആദ്യ പ്രത്യക്ഷം. സമൂഹ ത്തിലെ വിവാഹസൽക്കാരങ്ങളിൽ നിർബന്ധ സാന്നിധ്യമായ ഈ രുചിവിശേഷത്തിന് 'ബേസൻ ലഡു'വെന്നാണ് അവർ ഓമനപ്പേരു വിളിച്ചുപോന്നത്.

ഒരിക്കൽ സഹപ്രവർത്തകയായ ഒരു സുന്ദരി വിവാഹനിശ്ചയത്തിന്റെ മധുരം പങ്കിട്ടത് 'ബേസൻ ലഡു'വിന്റെ പ്രത്യക്ഷത്തിലാണ്. എന്റെ വിവാഹം കഴിഞ്ഞ നാളുകളായിരുന്നു അത്. അപ്പോഴേക്കും ഞാൻ മട്ടാഞ്ചേരി ശാഖയിൽ നിന്നും ബാങ്കിന്റെ എറണാകുളം ശാഖയിലെത്തിയിരുന്നു. ദേശവ്യത്യാസങ്ങളില്ലാതെ 'ബേസൻ ലഡു' സമൂഹത്തിന്റെ മധുര പ്രസാദത്തിന് അലങ്കാരമായി ഇവിടെയും തുടർന്നിരുന്നു. സുന്ദരി സഹപ്രവർത്തക അലിവോടെ എന്റെ ശ്രീമതിക്കു നൽകാനായി 'രണ്ടു 'ബേസൻ ലഡു' വേറെ പ്രത്യേകം നൽകി. രുചിച്ചു നോക്കിയ നിമിഷം ശ്രീമതി ഈ മധുരത്തിനടിമയായി. സ്ത്രീപുരുഷ ഭേദമെന്യേ ഗൗഢ സാരസ്വത ബ്രാഹ്മണ സമൂഹത്തിൽപ്പെട്ട സഹപ്രവർത്തകരോടു നിർലജ്ജം ചോദിച്ചും ഇരന്നും 'ബേസൻ ലഡു'വിന്റെ സമ്മാനപ്പൊതികൾ വാങ്ങിക്കൊണ്ടു കൊടുക്കുക അന്നുതൊട്ട് എന്റെ നിയോഗവുമായി. ഈ സമൂഹത്തിൽപ്പെട്ടവരെ 'കൊങ്ങിണി'കൾ എന്നും വിളിക്കുക പതിവുള്ളതുകൊണ്ട് ശ്രീമതി പ്രിയ മധുരവിഭവത്തിനു സ്വകാര്യമായി ആദരപൂർവം 'കൊങ്ങിണിയുണ്ട' (അവലോസുണ്ടയുടെ പൈതൃക സ്വാധീനം തന്നെ! ശങ്ക വേണ്ട) എന്ന വിളിപ്പേരും പതിച്ചു നൽകി.

രുചിവഴി നാവിനെയും മനസ്സിനെയും കീഴ്പ്പെടുത്തിയപ്പോൾ സ്വാഭാവികമായും രുചി വന്ന വഴിയിലേക്കു കൗതുകത്തിന്റെ അന്വേഷണക്കണ്ണുകൾ നീണ്ടു. ഗോവയിൽ നിന്നും കാശ്മീരിൽ നിന്നും ഗൗഢ വഴി മട്ടാഞ്ചേരിയിൽ വന്നെത്തി ഈ സമൂഹം ഇവിടെ വേരുറപ്പിക്കുന്നത് 16-ാം നൂറ്റാണ്ടിന്റെ തുടക്കത്തിലെന്നത് ചരിത്രം.

അക്കൂട്ടത്തിൽ കൂടെ പെയ്തിറങ്ങിയ രുചി പ്രസാദമാണത്രെ 'മാലഡ്ഡു' എന്നുകൂടി പേരുള്ള ഉത്തരേന്ത്യൻ ബ്രാഹ്മണ മധുരവിഭവമായ 'ബേസൻ ലഡു'. ബേസൻ എന്നാൽ കടലപ്പൊടി എന്നർഥം.

പൊട്ടുകടല വറുത്തു പൊടിച്ചാണ് ക്രിയ പതിവ്. ഒരു കിലോഗ്രാം പൊടിക്ക് ഒന്നര കിലോഗ്രാം പഞ്ചസാരയും അര കിലോഗ്രാമിൽ കൂടാതെ നെയ്യും എന്നാണ് ചേരുവ മാത്ര. ഉരുളകളാക്കുന്നത് മറ്റു ലഡു തരങ്ങൾക്കും ഉണ്ടകൾക്കും പ്രാപ്യമായ ഉരുട്ടുവഴിയേ തന്നെ. ക്രിയാനന്തരം ഏലക്കായ പൊടിച്ചതും കശുവണ്ടിയും കിസ്മിസും ചേർക്കുന്നതു രുചിയെ അതിരുചിയുടെ അലങ്കാരമണിയിക്കാൻ. കേരളക്കരയിൽ വിരുന്നുവന്നു രുചിപ്രീതി കൊയ്ത് ഇന്നിപ്പോൾ മധുരം വിൽക്കുന്ന പൊതുവിടങ്ങളിലും പതിവു സാന്നിധ്യമായിക്കഴിഞ്ഞിരിക്കുന്ന 'ബേസൻ ലഡു' പക്ഷേ അതിന്റെ ഉദ്ഭവവനാട്ടിൽ. ഉത്തരേന്ത്യയിൽ ഇന്ന് അപ്രത്യക്ഷമായിക്കഴിഞ്ഞിരിക്കുന്നു! അവിടെനിന്നും അവധിക്കാലത്ത് വിരുന്നുവരുന്ന ബന്ധുക്കളും അതിഥികളും ഇവിടെനിന്ന് കൊതിയോടെ ചോദിച്ചു വാങ്ങുന്ന വിശിഷ്ട മധുരമാണിപ്പോൾ ഇതെന്നു സാക്ഷ്യപ്പെടുത്തുന്നു, കൊങ്ങിണി രുചിവഴികളുടെ ഘോഷകയായ വീട്ടമ്മ സുശീല തിവിക്രമഭട്ട്. ■

ഇതായിരുന്നു ആദ്യത്തെ പ്രിയോർമാവ്

കുട്ടിക്കാലത്തു മാമ്പഴ സീസണാകുമ്പോൾ അമ്മയോടൊന്നിച്ച് അന്നു താമസിച്ചിരുന്ന മുസ്‌ലിം സ്ട്രീറ്റിലെ വാടക വീടിനടുത്ത് ജൂസ് സ്ട്രീറ്റിൽ നിന്നും എറണാകുളം മാർക്കറ്റിലേക്കുള്ള വഴിയിലെ പഴുത്ത മാമ്പഴ മണം ഇറ്റിനിൽക്കുന്ന ഫ്രൂട്ട് സ്റ്റാളുകളിലേക്കൊരു യാത്രയുണ്ട്. പഴുപ്പിന്റെ പല പാകങ്ങളിൽ അവയ്ക്കൊത്ത നിറഭേദങ്ങളുമായി നിരത്തിവച്ചിരിക്കുന്ന മാമ്പഴക്കുട്ടകളിൽ പരതിയശേഷം അമ്മ ചോദിക്കും.

“പ്രിയോർ മാമ്പഴം വന്നില്ലേ?”

കടക്കാരൻ പറയും:

“ഇല്ല. അടുത്തയാഴ്ചയാകും.”

മാമ്പഴം വാങ്ങുന്നത് അടുത്ത ആഴ്ചത്തേക്കാക്കി അമ്മ മടങ്ങും.

പ്രിയോർ മാമ്പഴത്തിന്റെ രുചിയോർത്ത് അതു മാർക്കറ്റിലെത്തും വരെ ക്ഷമയോടെ കാത്തുനിൽക്കുമായിരുന്നത് അമ്മ മാത്രമല്ല, മറ്റനേകം പേരുമുണ്ടായിരുന്നു. ഒടുവിൽ വാങ്ങി ചെത്തി പുളി വിളമ്പുമ്പോൾ രുചി മികവുകൊണ്ടു കാത്തിരിപ്പ് സ്വാർഥകമെന്നു പ്രിയോർ മാമ്പഴം എന്നും സാക്ഷ്യപ്പെടുത്തും.

ഞാൻ ധരിച്ചിരുന്നത് (ഞാൻ മാത്രമല്ല ഒരുപാടൊരുപാടു പേർ ധരിച്ചിരുന്നത്, ഇപ്പോഴും ധരിച്ചുപോരുന്നത്) പ്രിയോർ എന്നത് ചന്ദ്രക്കല, മൂവാണ്ടൻ, അൽഫോൺസ്, സേലം എന്നൊക്കെയുള്ള ബ്രാൻഡ് സൂചകംപോലെ ഒരു ഇനത്തിന്റെ പേരാണെന്നാണ്. ഇതും ഒരു ഇനത്തിന്റെ പേരല്ലേ എന്നു ചോദിച്ചാൽ അതെ. പക്ഷേ, അതു മേൽ പേരുകൾ പോലെയല്ല. ഈ ജനുസ്സ് മാമ്പഴങ്ങൾക്ക് ‘പ്രിയോർ’ എന്നു പേരു വന്നത് എങ്ങനെയെന്ന പൂർവകഥ അറിയുന്നത് വർഷങ്ങളല്ല ഏതാണ്ട് അരനൂറ്റാണ്ടുതന്നെ കഴിഞ്ഞിട്ടാണ്.

1869-ൽ വരാപ്പുഴയിൽ സുറിയാനി കത്തോലിക്കരുടെ വികാരി ജനറാളായിരുന്ന സന്ന്യാസ വൈദികൻ ചാവറ കുര്യാക്കോസ് ഏലിയാസിന് (ഇപ്പോഴദ്ദേഹത്തെ വിശുദ്ധനായി പ്രഖ്യാപിച്ചിരിക്കുന്നു.)

പാറായി തരകന്മാർ സ്നേഹാദര സൂചകമായി കുറച്ചു മാമ്പഴം കൊടുത്തയച്ചു. മാമ്പഴത്തോടൊപ്പം മാവിൻതൈയുമുണ്ടായിരുന്നോ അതോ മാമ്പഴം രുചിച്ചശേഷം അണ്ടി നട്ടു മാവു കിളിർത്തതാണോ എന്നറിയില്ല. ചാവറയച്ചൻ താമസിച്ചിരുന്ന കൂനമ്മാവ് ആശ്രമത്തിലെ മുറിയുടെ മുൻപിൽ ആ മാവ് വളർന്നു.

"ഇന്ത്യയിൽ ഒള്ളതിൽ ഒന്നാംതരം" മാമ്പഴമാണ് പാറായി "എനിക്ക് കൊടുത്തയച്ചതെന്ന്" അദ്ദേഹം തന്റെ 'നാളാഗമങ്ങളി'ൽ എഴുതിയിരിക്കുന്നു. മാമ്പഴത്തിന്റെ ജനുസ്സ് ഏതാണെന്നോ പാറായി തരകന്മാർക്ക് ഇതെവിടെനിന്നു ലഭിച്ചുവെന്നോ അറിയില്ല. ഇന്ത്യയിലെ ആദ്യത്തെ തദ്ദേശീയ സന്ന്യാസസഭയുടെ (ക.നി.മൂ.സ. T.O.C.D. ഇന്നത്തെ സി.എം.ഐ.) സ്ഥാപകരിൽ ഒരാളായിരുന്ന ചാവറയച്ചൻ സന്ന്യാസ സഭയുടെ പ്രിയാർ ജനറാൾ കൂടിയായിരുന്നു. പ്രിയോരച്ചൻ എന്നാണറിയപ്പെട്ടിരുന്നതും. സഭയുടെ മറ്റു ഭവനങ്ങളിലേക്കും കൊവേന്തകളിലേക്കും സ്നേഹ സമ്മാനമായി പ്രിയോരച്ചൻ മാമ്പഴം കൊടുത്തയച്ചു. "തിന്നാൽ മാത്രം പോരാ, നട്ടു വളർത്തുകകൂടി വേണ"മെന്നും നിർദ്ദേശിച്ചു.

തന്നെ കാണാൻ വന്ന സന്ദർശകർക്കും അദ്ദേഹം ഈ സമ്മാന പതിവും അനുബന്ധ നിർദ്ദേശവും തുടർന്നു.

"എന്നേക്കാൾ ഈടുനിൽക്കുന്നതും മധുരമുള്ള ഫലങ്ങൾ തരുന്നതും ആയ ഒരോർമ്മ ഇതായതിനെക്കായിൽ മാനുഷൻ എത്രയോ ബലക്ഷയമുള്ളതും വകച്ചക്കാരനും എന്ന് എല്ലാ കൊവേന്തക്കാരും ഓർപ്പാൻ വേണ്ടി ഓരോ കൊവേന്തകളിൽ ദുക്റാൻ (ഓർമ്മ) എന്നു പേരിട്ട് ഓരോ മധുര മാവുകൾ നടുവിപ്പാൻ നിരൂപിച്ചു ചിലടുത്തയച്ചു"വെങ്കിലും 'ദുക്റാൻ' എന്ന പേരിലല്ല, പ്രിയോരച്ചൻ കൊടുത്തയച്ച മാമ്പഴമായതിനാൽ 'പ്രിയോർ മാമ്പഴം' എന്ന പേരിലാണ് ഇതുപക്ഷേ അറിയപ്പെട്ടത്! കൊവേന്തകൾ തങ്ങളുടെ സന്ദർശകർക്കും ഈ സമ്മാനവും സന്ദേശവും കൈമാറി. മധുരമാവുകൾ എമ്പാടും വളർന്നു. മാമ്പഴം തിന്നുകഴിഞ്ഞാൽ അണ്ടി നട്ടു മാവ് കിളിർപ്പിക്കുക പതിവു ശീലമായി. നാടെങ്ങും പ്രിയോർ മാമ്പഴം രുചിഘോഷത്താൽ പ്രചാരം നേടി.

സംവിധായകൻ ലാൽ ജോസിന് ഈ പുരാവൃത്തമൊന്നുമറിയില്ല. അദ്ദേഹത്തിന്റെ കുടുംബത്തിൽ സി.എം.ഐ. ധാരയിൽപ്പെട്ട വൈദികരും സി.എം.സി. ധാരയിൽപ്പെട്ട കന്യാസ്ത്രീകളുമുണ്ടായിരുന്നു. അവർ വഴിയോ അല്ലാതെയോ വീട്ടുമുറ്റത്ത് മധുരമാവ് തഴച്ചു വളർന്നു നിന്നു. മക്കളുടെ ജന്മദിനത്തിന് അവരിരുവരെക്കൊണ്ടും ഓരോ മാവിൻതൈ നടുവിക്കുന്ന പതിവ് ലാൽജോസിനുണ്ട്. അടുത്തയിടയ്ക്കു മാത്രമാണ് ഓരോ വർഷവും രണ്ടു മാവിൻതൈകൾ വീതം നട്ട് വീട്ടുമുറ്റത്ത് താൻ വളർത്തുന്ന മധുരമാവിൻ തോട്ടം പ്രിയോരച്ചന്റെ സ്നേഹ കരുതലുകളുടെ കൂടി സാക്ഷ്യപ്രതീകമാണെന്ന് ലാൽ ജോസ് അറിയുന്നത്!

ചാവറയച്ചന്റെ വചനം പാഴായില്ല. അദ്ദേഹത്തേക്കാൾ ഈടുനിന്നു കൂനമ്മാവ് സെന്റ് ഫിലോമിനാസ് പള്ളി അങ്കണത്തിൽ ആശ്രമ ഭവനത്തിനു മുമ്പിലായി അദ്ദേഹം നട്ട മധുരമാവ്. 1871-ൽ അദ്ദേഹം മരണമടഞ്ഞെങ്കിലും ആ ഓർമ്മയുടെ മധുരവുമായി പിന്നെയും 101 വർഷങ്ങൾ കൂടി, 1972 വരെ ഈടുനിന്ന ശേഷമാണ് മാവ് ഉണങ്ങിയതും വെട്ടിമാറ്റിയതും. വെട്ടിമാറ്റിയ മാവിൻതടി കഷണങ്ങളാക്കി പലയിടത്തും ആദരപൂർവം സൂക്ഷിക്കപ്പെടുന്നുണ്ടത്രെ.

നാടെങ്ങും പന്തലിച്ചു വളർന്ന മധുരമാവുകൾ പുരാവൃത്ത വിളംബരത്തിനൊന്നും മിനക്കെടാതെ പ്രിയോർ മാമ്പഴങ്ങളുടെ രുചി സുഗന്ധ പ്രസരണംകൊണ്ട് മാമ്പഴ സ്റ്റാളുകളെയും മലയാളി നാവിനെയും കീഴടക്കി ഇന്നും ജൈത്രയാത്ര തുടരുന്നു!

■

പഴമയുടെ പഴംരുചി

എറണാകുളത്തിന് മറൈൻ ഡ്രൈവിന്റെ പതക്കം കായൽ നികത്തി ഇടചേർക്കും മുമ്പ് ഷൺമുഖം റോഡും അതിന്റെ പടിഞ്ഞാറേ ഓരത്തുള്ള പാരപ്പറ്റും നഗരസംസ്കൃതിയുടെ മർമധാരകളായിരുന്നു. നഗരത്തിലെ ആദ്യത്തെ ബാർ ഹോട്ടലുകളിൽ പ്രമുഖമായ ബ്രീസും പ്രാക്കുളം ഭാസിയുടെ സീഗ്രീനും അവിടെ അരങ്ങേറിയിരുന്ന രാഷ്ട്രീയ ചർച്ചകളും. (ഈ ബ്രീസ് ഹോട്ടലിലാണ് എം.പി. പോൾ സാറിനോട് കള്ളം പറഞ്ഞു വീട്ടിൽ നിന്നിറങ്ങിവന്ന റോസിയെയും കൂട്ടി സി.ജെ. തോമസ് നാലാളു കാൺകെ ആൺകുട്ടിയായി ആദ്യമായി പ്രണയ സല്ലാപത്തിന് രണ്ടും കല്പിച്ചു വന്നിരുന്നത്!) മേനകാ തിയറ്റർ, കൊച്ചിയിലെ അന്നത്തെ ഏറ്റവും ഉയർന്ന കെട്ടിടമായിരുന്ന സീ ലോർഡ് ഹോട്ടൽ, ഇത്തിരിമാറി ശ്രീധർ തിയറ്റർ, പാരപ്പറ്റിന്റെ പല ഭാഗങ്ങളിലായി പല തലമുറകളിൽപ്പെട്ട പല അഭിരുചിക്കാരുടെ സൊറക്കൂട്ടങ്ങൾ. ഞങ്ങൾക്കു മുമ്പുള്ള തലമുറയിൽ ഈ പാരപ്പറ്റിന്റെ തെക്കേയറ്റത്താണ് വൈക്കം മുഹമ്മദ് ബഷീറും പോഞ്ഞിക്കര റാഫിയും എം.പി.പോളും അദ്ദേഹം ഇല്ലാത്തപ്പോൾ സി.ജെ. തോമസും എം.കെ.സാനുവും ഇടക്കാല സന്ദർശകരായി പി. കേശവദേവും പൊൻകുന്നം വർക്കിയും ഡി.സി.യുമൊക്കെ സായാഹ്ന കലാപത്തിനായി ഒത്തുകൂടാറുണ്ടായിരുന്നത്!

തലമുറകൾ മാറിയപ്പോഴും, സൊറക്കൂട്ടങ്ങൾ വ്യത്യസ്ത അഭിരുചിയുള്ളവരായിരുന്നപ്പോഴും, ഷൺമുഖം റോഡിലെ പാലത്തിന്റെ പടിഞ്ഞാറുവശത്തുള്ള കോവണിയിറങ്ങിയാൽ ചന്തക്കുളത്തിലേക്കു നീളുന്ന തോടിന്റെ കരയിലുള്ള ചെറിയ ചായക്കടയിൽനിന്ന് ആവി പറക്കുന്ന ചൂടോടെ വാഴയിലക്കുമ്പിളിൽ നെയ്യിൽ വറുത്തെടുത്ത പഴംനുറുക്കിന്റെ രുചിപ്പെരുമയോട് അടിയറവ് പറയുന്നതിൽ എന്നും എല്ലാവർക്കും ഒരേ മനസ്സായിരുന്നു. മൂപ്പന്റെ കട എന്നായിരുന്നു കടയ്ക്കു പേര്. കുറച്ചു കൂടി തെളിച്ചു കൃത്യതയോടെ പറഞ്ഞാൽ 'ഇറക്കത്തെ മൂപ്പന്റെ കട'. അതല്ലാതെ വേറെ പേരുവല്ലതും ബോർഡിലെഴുതി തൂക്കിയിരുന്നോ

എന്ന് അറിയില്ല. ഉണ്ടെങ്കിൽത്തന്നെ അതാരും ഗൗനിച്ചിട്ടില്ല. രാവിലെ തൊട്ടു വൈകിട്ടുവരെ അവിടെ വലിയ ചീനച്ചട്ടിയിൽ പഴംനുറുക്കുകൾ വറുത്തു കോരിക്കൊണ്ടേയിരിക്കും.

തൽസമയ ഭോജനത്തിനും വാഴയിലക്കുമ്പിൾ പാഴ്സലിനും ഒരു പോലെയാണ് തിരക്ക്. പഴുപ്പുപാകമായ നാടൻ ഏത്തപ്പഴം തൊലി യുരിഞ്ഞു ഒരുരൂപാത്തുട്ടിന്റെ വലുപ്പത്തിൽ അരിഞ്ഞുകൂട്ടും. അരിമാവു മില്ല. കടലമാവുമില്ല. പഴംനുറുക്കു സത്യം സത്യമായി തിളയ്ക്കുന്ന എണ്ണ യിലേക്ക് വേവുസ്നാനത്തിനായി ചൊരിഞ്ഞിടും. എണ്ണയായിരുന്നോ, അതോ നെയ്യായിരുന്നോ എന്ന കാര്യത്തിൽ 'ഇറക്കത്തെ പഴംനുറുക്ക് ഫാൻസ് അസോസിയേഷൻ' അംഗങ്ങൾക്കിടയിൽ ഇന്നും തർക്കം ബാക്കി. നെയ്യല്ല, എണ്ണയായിരുന്നെങ്കിൽത്തന്നെ എണ്ണമയത്തിനു നെയ്യിന്റെ രുചിവിശുദ്ധിയുണ്ടായിരുന്നു എന്നതിൽ എന്തായാലും പക്ഷാ ന്തരമില്ല. വെന്തപാടെ തിളയ്ക്കുന്ന എണ്ണയിൽനിന്നും ഓട്ടക്കയിൽ കൊണ്ടു കോരി വാഴയിലച്ചീന്തു കുമ്പിളാക്കി അതിലേക്കിടുമ്പോൾ ആ ചൂടിൽ വാഴയിലയൊന്നു വാടി കൂമ്പും. വാഴയില വാടുന്ന സുഗന്ധത്തിൽ എണ്ണ മിനുപ്പു കൂടി ചേർന്നുള്ള വശ്യമനോഹര രുചിപ്രസാദവുമായാണ് അകത്തെ തൽസമയ ഡസ്കിലായാലും പാഴ്സലുകളായി പാരപ്പറ്റിൽ കൊതിയോടെ കാത്തിരിക്കുന്നവരുടെ കൈയിലേക്കായാലും ഭവാന്റെ എഴുന്നള്ളത്ത്. സ്വദേശി പക്ഷപാതം പറയുകയല്ല, പഴംവക തയ്യാറിപ്പു ഘോഷങ്ങളിൽ എറണാകുളം ചന്തക്കുളത്തിനരികിലെ ഇറക്കത്തെ മൂപ്പന്റെ പഴംനുറുക്കിനു തന്നെ ഒന്നാംസ്ഥാനം.

എറണാകുളത്തെ മാർക്കറ്റ് റോഡിലെ മുസ്‌ലിം സ്ട്രീറ്റിലേക്കുള്ള തിരിവുമൂലയിൽ കൊച്ചിട്ട്യാതിയുടെ ഒരു ചായക്കടയുണ്ട്. മുസ്‌ലിം സ്ട്രീറ്റിലെ വാടകവീട്ടിൽ താമസിച്ചിരുന്ന നാളുകളിൽ വിശേഷാൽ അതിഥികൾ വീട്ടിൽ വരുമ്പോൾ കൊച്ചിട്ട്യാതിയുടെ കടയിൽപ്പോയി പഴംപൊരി വാങ്ങിവരുന്ന ദൗത്യം എനിക്കായിരുന്നു. വീട്ടിലേക്കായതു കൊണ്ട് പറഞ്ഞശേഷം വറുത്തെടുക്കുന്ന പഴംപൊരിയാണ് തന്ന യയ്ക്കുക.

ആ സമയസാവകാശത്തിനിടയിൽ ഒരു നീളൻ പഴംപൊരി വാഴയില ച്ചീന്തിൽ ബില്ലിൽപ്പെടുത്താതെ കോംപ്ലിമെന്ററിയായി കൊച്ചിട്ട്യാതി എനിക്കു തരുമായിരുന്നു. കടലമാവിലായിരുന്നു അവിടെ പ്രയോഗം. പക്ഷേ, നേർത്ത ഒരാവരണംപോലെയേ പഴത്തോടു ചേർന്ന് മാവങ്ങനെ വെന്തു പറ്റിച്ചേർന്നു കിടക്കുമായിരുന്നുള്ളൂ. ജി. ശങ്കരക്കുറുപ്പും വൈലോ പ്പിള്ളിയും സി.എൽ.ആന്റണിയും ഇ.പി. ഐസക്കും അടക്കമുള്ള അപ്പന്റെ സഹാധ്യാപകർ നിത്യസന്ദർശനത്തിനുണ്ടാകുമായിരുന്നതു കൊണ്ട് പഴംപൊരി പതിവ് അതിഥിസൽക്കാര വിഭവമായിരുന്നു.

കൊച്ചിട്ട്യാതി തരുന്ന ആ കോംപ്ലിമെന്ററി കഴിച്ചു കഴിച്ചാണ് പഴംപൊരി എന്റെ ബലഹീനതയായത്.

കൊച്ചിട്ട്യാതിയുടെ കട ഇന്നില്ല. ഇറക്കത്തെ മൂപ്പന്റെ കടയും ഇന്നില്ല. വാഴയിലക്കുമ്പിളിലെ പഴംനുറുക്ക് പിന്നീടൊരിക്കലും ആ രുചിച്ചൂടിൽ എങ്ങുനിന്നും കഴിച്ചിട്ടുമില്ല. എവിടെനിന്നാണാവോ പഴുത്ത പഴത്തിന്മേൽ ഇങ്ങനെയൊരു കൈക്രിയ ഇവിടെ പ്രചാരത്തിലായത്? സ്രോതസ്സുകളെ പിൻതുടർന്നു പോയാൽ ചെന്നെത്തുക ഏതെങ്കിലും വംശീയധാരയിൽ ഇടചേർന്ന രുചിമിശ്രിതത്തിലാകും. കേരളം മുഴുവൻ പഴംപൊരി രുചി പ്രചാരവരുതിയിൽ തളച്ചിട്ടിരിക്കുന്ന സ്ഥിതിക്ക് അവതാരാരംഭത്തിന്റെ നാൾവഴികൾക്കു നന്നെ പഴക്കമേറും. ഉറപ്പ്!

■

www.ingramcontent.com/pod-product-compliance
Lightning Source LLC
LaVergne TN
LVHW040438051026
849517LV00002B/661
* 9 7 8 9 3 8 7 3 5 7 7 0 9 *